जेआरडी

एक चतुरस्र माणूस

भारतरत्न जे आर डी टाटा यांच्या व्यक्तिमत्त्वाची
जडणघडण आणि विविध पैलू दर्शविणाऱ्या लेखांचा संग्रह

प्रा. माधुरी शानभाग

मेहता
पब्लिशिंग
हाऊस

Please contact us at **Mehta Publishing House,** Pune.
Email : production@mehtapublishinghouse.com
Website : www.mehtapublishinghouse.com

JRD : EK CHATURASTRA MANUS by PROF. MADHURI SHANBHAG

जेआरडी : एक चतुरस्त्र माणूस : प्रा. माधुरी शानभाग / व्यक्तिचित्र

Email : author@mehtapublishinghouse.com

© प्रा. माधुरी शानभाग

प्रकाशक : सुनील अनिल मेहता, मेहता पब्लिशिंग हाऊस,
१९४१ सदाशिव पेठ, माडीवाले कॉलनी, पुणे – ४११०३०.

अक्षरजुळणी : एच. एम. टाईपसेटर्स, ११२०, सदाशिव पेठ, पुणे – ३०.

मुखपृष्ठ : चंद्रमोहन कुलकर्णी

प्रकाशनकाल : जानेवारी, २००६ / फेब्रुवारी, २००७ / जून, २००८ /
सप्टेंबर, २००९ / डिसेंबर, २०१२ / मार्च, २०१६ /
पुनर्मुद्रण : जुलै, २०१९

P Book ISBN 9788177666250
E Book ISBN 9788184986167
E Books available on : play.google.com/store/books
www.amazon.in

श्री. जेआरडी टाटा यांच्या चैतन्यमयी स्मृतींना
आणि
टाटा उद्योगसमूह, त्यातील माणसे यांची देशाला
यथार्थ ओळख करून देणाऱ्या श्री. आर. एम. लाला
यांच्या अभ्यासपूर्ण लेखणीला सादर समर्पण

– माधुरी शानभाग

अभिप्राय

मोठ्याचे छोट चरित्र

दैनिक लोकसत्ता, १४-५-२००६

एक चतुरस्त्र माणूस

दैनिक तरुण भारत, २-७-२००६

भाषांतराचा शीण झाला

दैनिक सकाळ, पुणे

दोन शब्द

'बियाँड द लास्ट ब्ल्यू माऊंटन' हे श्री. आर. एम. लाला यांनी लिहिलेले श्री. जे. आर.डी. टाटांचे चरित्र वाचल्यावर जेआरडींच्या व्यक्तिमत्त्वाने भारून न जाणारा वाचक विरळाच म्हणावा लागेल. त्या पुस्तकावर 'विदेशी ग्रंथपरिचय' या 'मेनका' मासिकातील सदरासाठी मी लेख लिहिला आणि नंतरही निमित्ताने त्यांच्यावर लिहीत राहिले. डिसेंबर २००३ मध्ये विज्ञानजगताने राईट बंधूंच्या पहिल्या विमानोड्डाणाची शताब्दी साजरी केली तेव्हा भारतात विमान व्यवसायाची सुरुवात करून तिला जागतिक प्रतिष्ठा प्राप्त करून देणाऱ्या जेआरडींचे स्मरण अनिवार्य होते. 'आकाशाचा महाराजा' हा लेख तेव्हा त्यांच्यावर लिहिला गेला. २९ जुलै २००४ या दिवशी जेआरडींचे जन्मशताब्दी वर्ष, श्री. जमशेदजी टाटांच्या निर्वाणाची शताब्दी आणि श्री नवल टाटा यांची जन्मशताब्दी या तिन्ही गोष्टींचा सुयोग साधून टाटा समूहाने 'सेंच्युरी ऑफ ट्रस्ट' हे हायटेक प्रदर्शन भरवले. बंगलोर येथील जमशेदजी टाटांच्या मदतीने स्थापन झालेल्या इंडियन इन्स्टिट्यूट ऑफ सायन्सच्या प्रांगणात या प्रदर्शनाचे उद्घाटन जुलैमध्ये राष्ट्रपती ए.पी.जे. अब्दुल कलाम यांच्या हस्ते झाले आणि नंतर देशातील प्रमुख शहरातून ते फिरवण्यात आले. जवळजवळ सर्व इंग्रजी वृत्तपत्रांनी, मासिकांनी या घटनांची दखल घेऊन जेआरडींवर स्वतंत्र विशेषांक काढले. जुलै महिन्याच्या आसपास जेआरडींच्या व्यक्तिमत्त्वाचे विविध पैलू दर्शवणारे लेख मराठी वृत्तपत्रांच्या पुरवण्यांतून मीही प्रकाशित केले.

त्यानंतर श्री. अनिल मेहता यांच्या सूचनेवरून हे पुस्तक लिहून झाले.
श्री. मेहता यांचे मन:पूर्वक आभार.

श्री. लाला यांनी टाटा उद्योगसमूहावर अनेक लेख, पुस्तके लिहून सर्वसामान्य वाचकाला जेआरडींची ओळख करून दिली. या पुस्तकातील लेखांसाठी बियाँड द लास्ट ब्ल्यू माऊंटन, क्रिएशन ऑफ वेल्थ, कीनोट, लेटर्स ऑफ जेआरडी, फॉर द लव्ह ऑफ इंडिया आदी पुस्तके संदर्भासाठी वापरलेली आहेत. शिवाय महाजालावरील टाटा डॉट कॉम या संकेतस्थळासह गुगल सर्च इंजिन वापरून इतर अनेक संकेतस्थळे वापरलेली आहेत. जुलैनंतर अनेक इंग्रजी नियतकालिकांतून अनेक लेख प्रकाशित झाले. त्यांतील काही घटना 'कवडसे' या लेखामध्ये घेतलेल्या आहेत. मराठी वाचकांना 'भारतरत्न' या पदवीने सन्मानित जेआरडी टाटा या एकमेव उद्योगपतीच्या व्यक्तिमत्त्वाच्या विविध पैलूंचे दर्शन घडवावे म्हणून या पुस्तकाचा प्रपंच मांडलेला आहे.

या पुस्तकात जे काही वाचकांना भावेल ते जेआरडी या महान व्यक्तिमत्त्वाची जादू आहे आणि जिथे अपुरेपणा वा त्रुटी जाणवतील त्या माझ्यातील कमतरतेमुळे आहेत असे मन:पूर्वक सांगून हे दोन शब्द पूर्ण करते.

माधुरी शानभाग

अनुक्रमणिका

वारसा; कुटुंबाचा, उद्योगाचा, संस्काराचा - - -

वारसा; कुटुंबाचा, उद्योगाचा, संस्काराचा ---

धर्मसंस्थापक झरतुष्ट्राने स्थापन केलेल्या पारशी धर्माची अनेक तत्त्वे ही इतर धर्माच्या तुलनेने व्यवहार आणि मानवीयतेला जवळची आहेत. आयुष्य म्हणजे सत् आणि असत्‌ची लढाई आहे आणि केव्हाना केव्हा तरी सत् असत्‌चा नायनाट करून विजयी होते हे त्यातील एक प्रमुख सूत्र आहे. पारशी जमात चारचौघांपेक्षा अधिक विवेकशील आणि समतोल विचाराने इतर धर्मीयांशी व्यवहार करून, जाईल तिथल्या समाजाशी एकरूप होते. आपली धार्मिक कर्मकांडे चार भिंतींच्या आत ठेवून बाहेरच्यांशी अधिक मानवी व्यवहार ठेवल्याने ही कष्टाळू, बुद्धिमान, सुधारणावादी जमात ज्या ज्या देशात राहिली, तिथे संपन्नतेच्या दिशेने वाटचाल करू लागली. त्यांची अग्यारी, झेंद अवेस्ता हा धर्मग्रंथ, सणसमारंभ आणि लग्न-मृत्यू सारखे उपचार खाजगी राहून इतर बाबतीत समाजातील कोणत्याही चांगल्या कामात त्यांचा सक्रिय सहभाग असलेला आजही दिसतो. भारतातील पार्शीही याला अपवाद नाहीत.

गुजरातेतील नवसारी या गावचे रहिवासी असलेले टाटा कुटुंबीय यांनीही भल्या मार्गाने व्यापार करून गावातील एक संपन्न, सुस्वभावी कुटुंब असा लौकिक मिळवला होता. मुंबईच्या तीन बाजूने समुद्र असलेल्या दमट हवेत कापसाचा धागा अधिक चिवट राहतो. कपड्याची निर्मिती करण्यासाठी हे हवामान आदर्श आहे, सुविख्यात नैसर्गिक बंदर असल्याने इतर देशांशी दळणवळण सुलभतेने होते असे निदर्शनास आल्यावर त्या कुटुंबातील तडफदार कर्तृत्ववान तरुण श्री. जमशेदजी टाटा मुंबईला आले. १८७४ साली त्यांनी एम्प्रेस मिल चालू केली. मँचेस्टरहून मशिनरी आणून त्या काळात आधुनिक पद्धतीने कपडा निर्मिती-व्यवसाय चालू केला आणि लवकरच त्यांची भरभराट झाली. त्याच कुटुंबातील एक दूरचा भाऊ आणि पत्नीच्या बहिणीचा मुलगा रतनजी हेही अल्पवयात आपल्या हुशारीने चमकत होते. १८५६ मध्ये जन्मलेल्या रतनजी दादाभाई टाटा यांचे बालपणही नवसारीला गेले. शालेय शिक्षणानंतर श्री. जमशेदजी यांनी शिक्षण घेतले त्या एलफिस्टन कॉलेजात आपणही शिक्षण घ्यावे ह्या हेतूने तेही मुंबईला आले. श्री. जमशेदजींप्रमाणे पदवी घेऊन त्यांनी पुढे मद्रासच्या शेतकी कॉलेजातून कोर्स पूर्ण केला. त्यांचे वडील ब्रह्मदेश अन अतिपूर्वेच्या देशांशी व्यापार करत होते. त्यामध्ये

ते सामील झाले. अल्पावधीतच त्यांनी आपल्या हुशारीची चुणूक दाखवून धाडसाने व्यापाराची वाढ केली. श्री. रतनजी दादाभाई पुढे 'आरडी' या नावाने टाटा कुटुंबात स्वतंत्रपणे ओळखले जाऊ लागले. त्यांची कार्यक्षमता पाहून जमशेदजींनी त्यांना एम्प्रेस मिलमध्ये भागीदारी देऊन अनेक जोखमीची कामे सोपवली. अल्पावधीत दोघांमध्ये विश्वासाचे नाते निर्माण झाले. पुढे १८८७ मधे त्यांनी टाटा अँड सन्स स्थापन करून नवेनवे उद्योग सुरू करायचा मनसुबा जमशेदजींनी रचला; तेव्हा आरडींना संचालकपदी नेमले. तोवर आरडींनी आपला व्यवसायही भरभराटीला नेला होता. तरुण वयात हाँगकाँग, चीन येथे तांदूळ निर्यात करून तिथून रेशमी कपडा भारतात आणून चांगला पैसा कमावला होता. पुढे जपानमधील कोबे आणि अमेरिकेतील न्यूयॉर्क बंदरापर्यंत त्यांनी आपली ऑफिसे स्थापन करून धडाडीने व्यवसाय वाढवला.

आरडींचे पहिले लग्न एका पारशी मुलीशी झाले होते; पण वर्षभरातच ती स्वर्गवासी झाली. नंतर चाळिशी उलटेपर्यंत त्यांनी लग्नाचा विचार केला नाही. जमशेदजींशी त्यांचे फार चांगले पटत असे. पुढे जमशेदजींचा मुलगा दोराब टाटा यांच्याशी त्यांचे तितकेसे सूत जमले नाही. कदाचित म्हणूनच त्यांनी पॅरिसला जाऊन रेशीम आणि मोती यांचा व्यापार करायचा ठरवले असावे. तिथे फ्रेंच शिकणे क्रमप्राप्त होते. श्री. जमशेदजींनी त्यांना एक फ्रेंच शिक्षिकेचे नाव सुचवले. कारण त्यांनी अनेकदा युरोपच्या विविध देशांत प्रवास केला होता. त्या शिक्षिकेच्या घरी आरडींना एक अत्यंत सुस्वरूप वीस वर्षाची नाजुक तरुणी भेटली. तिच्याशी भेटी झाल्या आणि इतक्या वर्षांनी प्रथमच त्यांच्या मनात पुन्हा लग्न करायचे विचार येऊ लागले. पारशी जमातीबाहेर लग्न करणे त्याकाळात जवळजवळ अशक्यच होते. नवसारीच्या टाटा कुटुंबाचे प्रमुखपद श्री. जमशेदजींना आपल्या कर्तृत्वाने प्राप्त झाले होते, त्यांना तर हे अजिबात रुचणार नाही याची धास्ती आरडींना वाटत होती. त्यांनी भीतभीतच जमशेदजींच्या कानावर आपल्या मनाची घालमेल घातली. आश्चर्याची गोष्ट म्हणजे त्यांनी आनंदाने परवानगी दिली. १९०२ मधे आपल्याहून सव्वीस वर्षाने लहान असलेल्या या देखण्या मुलीशी आरडींनी विवाह केला, तेव्हा स्वत: श्री. जमशेदजी आपली पत्नी लेडी जिजीभॉयसह हजरही राहिले. पत्नीच्या सोनेरी, रेशमी केसावरून त्यांनी तिचे पारशी नाव 'सुनी' असे ठेवले.

श्री. जमशेदजींनी नव्या जोडप्याला लग्नानंतर लगेच लंडनला नेले आणि थेम्स नदीच्या किनाऱ्यावर वसलेल्या एका आलिशान हॉटेलात शानदार पार्टी दिली. इंग्लंडमधील उच्चभ्रू कुटुंबे अन अनेक ज्येष्ठ पारशी व्यक्ती या पार्टीला हजर होते. श्री. जमशेदजींच्या उदार वृत्तीची चुणूक पाहून सर्व पारशी जमात चकित झाली. त्यांच्यासारख्या प्रभावशाली माणसाचा पाठिंबा मिळाल्याने आरडी आणखी खुष

झाले कारण आता इतर कुणाच्याही विरोधाला तोंड द्यायचा मानसिक आधार त्यांना मिळाला होता. ही घटना श्री. जमशेदजींची उमदी, पुरोगामी वृत्ती दर्शवते तसेच आपल्या धर्माच्या पगड्यातून बाहेर येऊन ते आरडींचे मन समजू शकले. आरडी जमशेदजींना आणखी निष्ठापूर्वक साथ देऊ लागले. जगभर उघड्या डोळ्यांनी वावरलेल्या जमशेदजींनी त्याहीपुढे जाऊन आरडींच्या पुढच्या प्रस्तावालाही मान्यता दिली. सुनीला मुंबईला नेऊन रीतसर पारशीधर्मात प्रवेश देण्याचे आरडींनी ठरवले होते. पार्टीनंतर नूतन जोडपे लगेचच भारतभेटीला आले. तरुण, कोवळ्या सुनीला आपला देश सोडणे तसे जडच गेले पण सोबत काळजी घेणारा प्रेमळ पती होता. मुंबई बंदरावर त्यांच्या स्वागताला स्वत: श्री दोराब टाटा, पत्नी मेहरबाईसह हजर होते. रीतसर गृहप्रवेश होऊन तिने टाटा कुटुंबात सून म्हणून प्रवेश केला.

त्या काळातील भारतीय समाजचित्रांबद्दल आपल्याला दिसलेले सर्व काही सुनी मनमोकळेपणाने आपल्या आईला पत्रातून कळवत राहिली. हिंदू भारतीय कपाळावर लाल व पांढरा टिळा लावतात. धोतर नेसतात, आरडींची आई धार्मिक वृत्तीची आहे. इथे फ्रेंच बोलणारे कुणी नसल्याने मला फार एकटे एकटे वाटते. नवरा फक्त रविवारी वाट्याला येतो पण तेव्हा माझा वेळ इतका आनंदात जातो की त्यांना सोडून क्षणभरही राहू नये असे वाटते. त्याचवेळी VII किंग एडवर्ड भारतभेटीवर येणार म्हणून मुंबई सजवलेली होती. तेलाचे विविध रंगी दिवे लावले की रात्रीच्या वेळी परीराज्यात असल्यासारखे वाटते, इत्यादी बारीकसारीक निरीक्षणे तिने नोंदली होती.

टाटा कुटुंबीय मुंबईच्या ज्या उच्चभ्रू, श्रीमंत समाजात वावरत होते, ते सर्व युरोपियन पद्धतीने राहात असत. त्यामुळे धार्मिक पूजापाठ सोडले तर सुनीला राहणीत फारसा फरक जाणवला नाही. लगेचच तिला दिवस गेले. आता बाळंतपणासाठी फ्रान्सला जायला मिळणार याचा तिला अर्थातच आनंद झाला. त्यावेळी एक अत्यंत महत्त्वाचा बदल तिच्या आयुष्यात घडला. पारशी जमातीच्या मुखंडाकडून आणि धर्मप्रमुखांकडून आरडींनी तिला पारशी धर्मात घ्यायची परवानगी मिळवली. चारपाच दिवसांत तिला पारशी प्रार्थना पाठ कराव्या लागल्या. अत्यंत आनंदाने 'दस्तुर' (पारशी भटजी) लोकांच्या ताफ्यासमोर बसून तिने सर्व धार्मिक विधी करून पारशी धर्मात प्रवेश केला. त्याआधी तीनचारशे वर्षे तरी पारशी धर्मात इतर धर्मांच्या कुणाला प्रवेश दिल्याची घटना घडलेली नव्हती. पतीवरच्या प्रेमाने आणि निष्ठेने तिने पारशी धर्म स्वीकारला. पुन्हा एकदा पारशी पद्धतीचा शृंगार करायला लावून आरडींशी तिचे विधिपूर्वक लग्न लावण्यात आले.

त्यानंतर लगेचच मुलाच्या जन्माची तयारी करत ती फ्रान्सला गेली. तिला हव्या असलेल्या मुलाऐवजी 'सिल्या' ही मुलगी जन्माला आली. लहान मुलीला

घेऊन ती मुंबईला परतली अन लगेचच तिला पुन्हा दिवस गेले. मुंबईत काही काळ राहून ती पतीसह फ्रान्सला परतली. त्यावेळी श्री. जमशेदजीही युरोपमध्ये होते. जर्मनीत असताना ते आजारी पडले. हा आजार वाढतच गेला तसे 'आरडी' त्यांच्यासोबत राहाण्यासाठी धावून गेले. श्री. जमशेदजींचे पुत्र सर दोराब त्यावेळी पत्नीसह व्हिएन्ना येथे होते. ते येईपर्यंत आरडी सतत जमशेदजी यांच्यासोबत राहिले. जरा बरे वाटले की आपल्या नव्या नव्या मनसुब्यांबद्दल, उद्योगधंद्यांच्या वाढीबद्दल ते आरडींशी अंतरीचे गूज बोलत राहात. १८६० साली ते मँचेस्टरला असताना श्री. थॉमस कार्लाईल यांनी उद्गारलेले शब्द त्यांनी आरडींना ऐकवले. भविष्याचा नीट अंदाज आलेले कार्लाईल म्हणाले होते की, 'यापुढील काळात ज्या देशाकडे स्टील हा धातू असेल, त्या देशात सोने पिकेल' तेव्हापासून जमशेदजींना देशात टाटांतर्फे स्टील कारखाना सुरू करायचे मनात होते. विज्ञान युगाची पावले ओळखून युरोपात विज्ञानसंशोधनाने झालेले बदल त्यांनी डोळसपणे पाहिले होते. त्यासाठी आंतरराष्ट्रीय दर्जाची संशोधन विद्यापीठ सदृश संस्था त्यांना देशात उभी करायची होती. औद्योगिक क्रांतीची पहाट उगवत होती. नवेनवे उद्योग उभे राहाणार तर ऊर्जा लागणार. आपल्या देशात एक भरपूर उत्पादन करणारा ऊर्जानिर्मितीचा प्रकल्प उभा करायचा आहे, देशासाठी अजून खूप काही करायचे आहे, असे ते सतत आरडींशी बोलत होते. आरडींनी त्यांची जमेल तशी समजूत घातली. ''तुम्ही टाटा या नावाला जी प्रतिष्ठा मिळवून दिली आहे, तिचा आम्हांला अभिमान वाटतो.'' त्यांचे लगेच उत्तर आले, ''तुम्ही आणि दोराब दोघांनी एकत्र येऊन काम करायचे ठरवले तर काही अशक्य नाही. मी सुरू केलेल्या कामांचा तुम्ही विस्तार करावा. ते करू शकला नाहीत तर जे आहे ते नीट संभाळून पुढील पिढ्यांच्या हाती सोपवा, 'टाटा' हे नाव अधिक उंचावर नेऊ शकलात तर उत्तमच, निदान गाठलेली उंची हरवू देऊ नका...''

आरडींनी त्यांचे बोल आपल्या अंतरात साठवून ठेवले. आपल्या आईच्या केसाची बट अन छोटा फोटो ठेवलेले सोन्याचे मनगटी घड्याळ जमशेदजींनी आरडींना मृत्यूपूर्वी भेट दिले. त्यांचा मुलगा दोराब पत्नीसह येईपर्यंत ते शुद्धी-बेशुद्धीच्या सीमारेषेवर घोटाळत होते. दोराब आल्यावर ते एकदाच शुद्धीवर आले. त्यावेळी देखील टाटा सन्सची जबाबदारी एकत्रित निभवा असे सांगून जमशेदजी चिरविश्रांतीच्या वाटेने निघून गेले.

आरडींनी त्यांना मरतेसमयी दिलेला शब्द पाळला. पुढल्या आठ वर्षांत आरडी आणि दोराब यांनी एकत्रित राहून जमशेदजींनी जमवलेल्या एकनिष्ठ सहकारी, ज्येष्ठ सेवकांच्या मदतीने त्यांचे तीनही प्रकल्प सुरू केले. त्याची उभारणी, विकास करताना त्यांनी आखून दिलेली मार्गदर्शक तत्त्वे आचरणात आणली आणि 'टाटा'

या नावाला आणखी उंचावर नेले.

श्री. जमशेदजींच्या मृत्यूनंतर दोनच महिन्यांनी सुनीने आरडींच्या प्रथम पुत्राला जन्म दिला. त्याचे नाव 'जहांगीर' (म्हणजे 'जग जिंकणारा') असे ठेवण्यात आले. पुढे जन्मभर घरात 'जेह' आणि बाहेरच्या सर्व क्षेत्रात 'जेआरडी' याच नावाने त्यांना पुकारण्यात येऊ लागले.

त्याकाळात आरडींच्या कुटुंबाचा वर्षातील अर्धावेळ फ्रान्समध्ये अन उरलेला अर्धावेळ भारतात व्यतीत होत होता. आपल्या कुटुंबाला त्यांनी अगदी सुस्थितीत ठेवलेले होते. भारतात आले की एखादा सुंदर बंगला भाड्याने घेऊन भरपूर नोकरचाकर दिमतीला देऊन ते आपल्या नाजुक पत्नीला जपत असत. मुंबईत घर मांडून काही महिन्यांनी ते परत आवरणे तिला सोपे जाई, पण फ्रान्समध्ये फक्त एखादी मोलकरीण जेमतेम मिळू शके. अशा सतत भ्रमंतीमुळे मुलांच्या शाळाही पॅरीस आणि मुंबई अशा बदलत राहिल्या. आपल्या पत्नीमुलांना सुटीत आरामात राहाता यावे म्हणून आरडींनी हार्डेलॉटच्या किनाऱ्यावर सुंदर घर खरीदले. तिथेच शाळकरी वयात जेआरडींनी विमानोड्डाणाचा पहिला अनुभव घेतला. इंग्लीश खाडी प्रथम ओलांडणाऱ्या श्री. लुई ब्लेरियट या वैमानिकाचे घरही तिथे असल्याने जेआरडींशी त्यांच्या मुलाची मैत्री जमली. सुनी आणि मुले फ्रान्समध्ये अधिक आरामात राहात असले तरी आरडींना अधिकतर फिरावे लागे वा मुंबईत राहावे लागे. सुटीसाठी ते मुद्दाम या हार्डेलॉटच्या घरात येऊन राहात. जेआरडीनंतर सुनीला रोडाबेह ही मुलगी, दाराब हा मुलगा फ्रान्समध्ये झाला. १९१६ मधे सर्वांत धाकटा जिमी मात्र मुंबईत जन्माला आला.

सोनेरी केस, हलकी निळी छटा असलेले भावपूर्ण डोळे, नितळ गुलाबी छटेची गोरीपान फ्रेंच कांती... सुनी अत्यंत देखणी होती, तशीच नाजूकही होती. तिला सर्व सुंदर गोष्टींची आवड होती. पतिपत्नीत इतके अंतर असूनही त्यांचे एकमेकांशी फार छान जमायचे. आरडी धंद्यानिमित्त फिरत असले तरी सुनीने मुलांना वडिलांची उणीव भासू दिली नाही. त्यांनीही आपल्या सोनपरी पत्नीला वैभवात ठेवून जपले. सुनीला चित्रे काढायची आवड होती. ती उत्तम कपडे शिवत असे. फ्रेंच स्त्रिया वेगवेगळ्या छानदार हॅट्स वापरण्यासाठी प्रसिद्ध आहेत. तशा हॅट्स बनवणे तिला छान जमत होते. फ्रेंच पद्धतीचा उत्तम स्वयंपाक ती करत असे. ती मुंबईत असली की आरडींचे एकदोन फ्रेंच मित्र तिच्या हातच्या फ्रेंच जेवणासाठी मुद्दाम निमंत्रण लावून घेत. पाच मुलांची देखभाल आणि घर सांभाळता सांभाळता या नाजुक मुलीला टीबीने गाठले आणि तिची प्रकृती आणखी तोळामासा बनली. त्यावेळी टीबीवर औषधे नव्हती. कोरड्या हवेत राहाणे, पथ्यपाणी संभाळणे अन पौष्टिक खाणे याच्या बळावर रोगी थोडाफार सावरत असे. एकदा प्रकृती बरी नसताना मुंबईला तिने आरडींच्या

आग्रहावरून फ्रेंच मित्रांना जेवायला बोलावले. दिवसभर खपून जेवण बनवले. जेवताना एका पाहुण्याने मीठ मागितले तर तिला आपल्या पाककौशल्याचा हा अपमान आहे असे वाटून चक्क रडू कोसळले.

लग्नानंतर तिला आणि मुलांना घेऊन जेव्हा बाहेर जेवायला वा इतर ठिकाणी जायची वेळ येई, तेव्हा आसपासचे लोक तिच्याकडे वळूनवळून पाहात इतका तिच्या सौंदर्याचा प्रभाव पडत असे. आरडींना आपल्या सुंदर सुकुमार बायकोकडे लोक प्रशंसेने पाहातात याचा अभिमान वाटे पण जेआरडींना बालवयात त्याचा फार राग येई. १९१४ मधे पहिल्या महायुद्धाला सुरुवात झाली तेव्हा देशाची सेवा करण्यासाठी मुलांना आईकडे सोपवून सुनीने पॅरीसमधील अमेरिकन हॉस्पिटलमध्ये नर्सचे काम पत्करले. युद्धाचा ज्वर युरोपभर पसरू लागला तसे भारतात असलेल्या आरडींना कुटुंबाची काळजी वाटू लागली. एफेल टॉवरवर गॅसच्या फुग्याच्या सहाय्याने बॉंब टाकायचे प्रयत्न झाले. त्याच सुमारास सुनीचा टीबी वाढला. टंचाईमुळे शहरात नीटसा आहारही मिळेनासा झाला. भूमध्य समुद्रात अन् अटलांटिक महासागरात बोटींवर पाणबुड्यांचे हल्ले होत. त्यामुळे कुटुंबाला भारतात आणणे आरडींना जोखमीचे वाटत होते. तिच्या आजाराबद्दल कळले तेव्हा मात्र त्यांनी लगेचच निर्णय घेतला. सुदैवाने कोणतीही अनुचित घटना न घडता सर्व कुटुंब भारतात परतले.

आजवर सुनी जेव्हा भारतात येई, तेव्हा एखादे प्रशस्त, छानसे घर पाहून तिथे आरडी संसार थाटत. यावेळी तिची प्रकृती अगदी नाजुक झाल्याने त्यांना घर न घेता ताजमहाल हॉटेलच्या आलिशान सूटमधे कुटुंबाला ठेवणे श्रेयस्कर वाटले. घर चालवण्याचे श्रमही आपल्या नाजूक पत्नीला सहन होणार नाहीत, असे त्यांना वाटत होते. तिथे तिची प्रकृती चांगली सुधारली आणि तिला पाचव्यांदा दिवस गेले. जमशेदजींनी आपल्या हयातीत ताजमहाल हॉटेलची उभारणी केली होती. एकदा एका युरोपियन पाहुण्याबरोबर फक्त गोऱ्या लोकांसाठी असलेल्या हॉटेलात त्यांना प्रवेश दिला नव्हता. या घटनेला उत्तर म्हणून त्यांनी भारतात आंतरराष्ट्रीय दर्जाचे सर्वांनी वाखाणावे असे हॉटेल उभारायचे ठरवले आणि मुंबई बंदराकडे तोंड करून येणाऱ्या बोटींचे स्वागत करणारे आलिशान हॉटेल बांधले. न्यूयॉर्क बंदरात शिरताना स्वातंत्र्यदेवतेचा पुतळा जसे स्वागत करताना लक्ष वेधून घेतो, तसे ही इमारत लक्षवेधी व्हावी म्हणून त्यांनी वैयक्तिक लक्ष घालून हे हॉटेल बांधवले होते. एरव्ही कोणताही प्रकल्प उभा करताना नफ्यातोट्याचे आधी गणित मांडून पैसे खर्च करणारे जमशेदजी या हॉटेलच्या बाबतीत सर्व संकेत गुंडाळून झटले होते. स्वत: युरोपच्या बाजारपेठेत फिरून त्यांनी कार्पेट आणि बाथरूममधील साहित्य खरीदले होते. सर्व पौर्वात्य देशात उजवे आणि पाश्चिमात्यांनी आश्चर्यचकित व्हावे असे

हे आलिशान हॉटेल मुंबईचा मानबिंदू होता. जमशेदजींच्या तीक्ष्ण नजरेने इतर सोयीही उत्तम दर्जाच्या निवडल्या होत्या. त्यामधे चोवीस तास वैद्यकीय मदत मिळावी म्हणून एका डॉक्टरची नेमणूक केलेली होती. सुनी इथे असताना एकदा जिन्यावरून धाडकन पडली अन् रक्तस्राव सुरू झाला. जमशेदजींनी दूरदृष्टी ठेवून वैद्यकीय सेवा ठेवली होती म्हणूनच ती आणि पोटातील मूल वाचले. पुढे जिमीचा जन्म झाला पण तिची प्रकृती ढासळतच गेली. त्यात मुंबईची दमट हवा तिला मानवेना. त्यावेळी पाचगणीला क्षयरोग्यासाठी एक आरोग्यधाम होते पण तिथे पाठवण्याऐवजी आरडींना पत्नीमुलांना जपानला पाठवणे अधिक श्रेयस्कर वाटले. कारण युरोपमधे युद्धाची परिस्थिती होती पण जपान त्यामानाने शांत होता. आरडींचे जपानशी व्यापारानिमित्त संबंधही होते. १९१७ आणि १८ मिळून दीड वर्षे सुनी मुलांसह जपानला यो को हो मा येथे घर घेऊन राहिली. मुलांना मात्र शाळा बदलणे, परिसर बदलणे, परक्या भाषकांत राहाणे आदी त्यावयात कठीण वाटणाऱ्या परिस्थितीला तोंड द्यावे लागले. युद्धाचे ढग विरळ झाले तशी सुनी मुलांसह भारतात परतली अन लगेचच फ्रान्सला जायला निघाली.

१९२२ मधे आरडींनी आपले कुटुंब कायमचे मुंबईला हलवायचा निर्णय घेतला. मलबार हिलवर एका प्रशस्त जागेत बंगला बांधायला काढला. सुनीने उत्साहाने घरासाठी खरेदी आरंभली. पॅरिस अन् युरोपभर फिरून फिरून वस्तू गोळा केल्या अन् बोटीने मुंबईला पाठवून दिल्या. मनाचा उत्साह अमाप असला तरी तिची प्रकृती आता साथ देत नव्हती. त्याच सुमारास टाटा स्टील अन् टाटा इंडस्ट्रियल बँक अगदी आर्थिक अडचणीत आली असल्याने आरडी अत्यंत व्यग्र होते. पत्नीची काळजी त्यांना पोखरू लागली होती. आता यावेळी तिच्याजवळ असायला हवे पण राहाता येत नाही या विचारांनी ते व्याकुळ झाले होते. त्यावेळी फोन नसल्याने रोजच्यारोज वर्तमान कळायला मार्ग नव्हता आणि विमानसेवा सुरू झाली नव्हती. धंद्यातील सर्व प्रश्न बाजूला ठेवून ते बोटीने जायला निघाले. पत्नी जिवंत दिसेल का? ही धास्ती सोबत घेऊन त्यांनी एक-एक दिवस मोजत काढले. जायच्या आधी त्यांच्या हातात तिच्या मृत्यूची तार पडली. मृत्युसमयी ती अवघी त्रेचाळीस वर्षांची होती. तार खिशात ठेवून त्यांनी मुंबईचा किनारा सोडला. इथे कितीही उग्र प्रश्न उभे असले तरी आता मुलांजवळ पोचण्यासाठी त्यांचे पितृहृदय तळमळत होते.

यथावकाश मलबार हिलचे घर बांधून पूर्ण झाले. तिथून समोर चौपाटी आणि लहरत्या समुद्राचे सुंदर दृष्य दिसत होते. आरडींनी त्या घराला नाव दिले 'सुनीता'. तिला फ्रान्सची आठवण होऊ नये म्हणून फ्रेंच पद्धतीने सगळ्या घराची अंतर्गत सजावट त्यांनी केली होती. तिला आवडले असते, हवे होते त्या पद्धतीने तो बंगला सजवला गेला. दुर्दैव असे की सुनीचे पाय मात्र त्या घराला लागू शकले नाहीत.

आज त्या ठिकाणी 'सुनीता अपार्टमेंट्स' नावाची मोठी इमारत उभी आहे.

पत्नी-वियोगानंतर आरडींनी आपल्या पाचही मुलांना अगदी निगुतीने वाढवले. रोज सकाळी साडेआठच्या ठोक्याला ते घर सोडत अन् इतर लोक ऑफिसात येण्यापूर्वी आपला पत्रव्यवहार हातावेगळा करत. वेळेचे नियोजन हा त्यांचा गुण जेआरडींनी पुढे आयुष्यभर जपला. कामाचे डोंगर उपसण्यासाठी वेळेचे नियोजन अत्यंत आवश्यक असते; हा संस्कार वडिलांच्या वागणुकीतून त्यांना आपोआप मिळत गेला. त्यातही आरडी मुलांसाठी नेहमी वेळ काढत. मुले शाळेतून घरी आली तर त्यांचे स्वागत करायला आई नाही म्हणून ते यायच्यापूर्वी दुपारी साडेचारला ते ऑफिसमधून घरी परतत. आईमुळे घरात बोलायची भाषा फ्रेंच होती. तेही मुलांशी आवर्जून फ्रेंच बोलत. मुलांबरोबर हसत खेळत रहात, पण तशी शिस्तही लावत. त्यांचा बराच मोठा मित्रपरिवार होता. आपल्या आसपासच्या लोकांनी मिळून मिसळून रहाणे, वेळप्रसंगी त्यांना मदत करणे हा त्यांचा स्वभाव जेआरडींनी थेट उचलला आहे. एकूण जेआरडींच्या व्यक्तिमत्त्वावर आरडींचा बराच प्रभाव पडला आहे. त्यांची उंची, शरीराची ठेवणही वडिलांसारखीच होती. जीवनाच्या सर्व चांगल्या उपभोगी बाबींमध्ये आरडींना रस होता. अत्यंत बुद्धिमान, कामसू अन् सहृदय आरडी देखण्या व्यक्तिमत्त्वाचे होते. त्यांना चटकन राग येत असे अन् त्यावेळी समोरच्या माणसाला त्याची फळे भोगावी लागत. जेआरडींच्या व्यक्तिमत्त्वातही ही छटा थेट उतरली होती. मुलींना मात्र त्यांनी कधी मारले नाही. मुले, त्यातही जेआरडी त्यांचा मार पळून जाऊन चुकवण्यात पटाईत होते. मुलांना सुटी लागली की ते स्वत: कुठेतरी फिरायला घेऊन जात. पत्नी असतानाची ही प्रथा त्यांनी नंतरही पाळली होती. मुलांना स्त्रीचे, मातृहृदयाचे प्रेम किती आवश्यक असते याची त्यांना जाणीव होती. दरवर्षी मुलांना मोठ्या सुटीत ते फ्रान्सला सुनीच्या आईकडे पाठवत.

सुनीची आई, लेकीच्या मृत्यूनंतर नातवंडाना माया देणे आपले कर्तव्य समजत असे. आपल्या कर्तबगार, मुलीवर अतिशय प्रेम करणाऱ्या जावयाचा तिला अभिमान होता आणि वेळोवेळी ती तो बोलून दाखवत असे. ती काही बाबतीत अगदी आग्रही अन जिद्दी होती. तिचे पती म्हणजे सुनीचे वडील अगदी विनोदी वृत्तीचे, खुशालचेंडू गृहस्थ होते. काही वर्षे पत्नीबरोबर राहून ते नंतर तिला सोडून परागंदा झाले. त्यांची आनंदी वृत्ती आणि बोलण्यातील हजरजबाबीपणा मी उचलला आहे असे जेआरडी डोळे मिचकावत म्हणत असत, आणि पुढे कौतुकाने म्हणत, आजी इतकी जिद्दी बाई होती की कुणीही तिच्यासोबत फार काळ राहू शकले नसते. पुढे कित्येक वर्षानी त्यांना आजोबांचे एक पत्र आले, पण त्यात पत्ता लिहिला नसल्याने त्यांची भेट झाली नाही. वयाची नव्वदी उलटेपर्यंत त्यांच्या आजीची

प्रकृती चांगली होती. शहाण्णव्या वर्षी १९४६ मध्ये मृत्यूने गाठेपर्यंत तिने आपल्या आईवेगळ्या नातवंडाशी प्रेमाचा व्यवहार ठेवला होता.

जमशेदजीच्या मृत्यूनंतर सर दोराब टाटा यांना सर्वतोपरी मदत करून आरडींनी त्यांची स्वप्ने पुरी करण्यात हातभार लावला होता. सुनी आणि मुलांपासून दूर रहावे लागले तरी त्यांनी आपले कर्तव्य बजावून टाटा या नावाला प्रतिष्ठा प्राप्त करून देण्यात महत्त्वाची भूमिका वठवली होती. पहिल्या महायुद्धात टाटा स्टीलने ब्रिटिशांना हवे तितके स्टील दिले होते. पण त्यानंतर मात्र कारखान्यात अनेक प्रश्न उभे राहिले होते. हळूहळू कारखाना बंद पडायच्या मार्गावर चालू लागला. नुकसान वाढत चालले तसे काळजीची रेषा वरवर चढत होती. त्यात सुनीच्या आजारपणाचा ताण होता. त्यावेळी दिवसभर ते कामात रहात, संध्याकाळी मुलांशी हास्यविनोद करत अन रात्री रात्री घराच्या व्हरांड्यात फेऱ्या मारत. विचाराचा भुंगा त्याचे स्वास्थ्य पोखरत राही.

एकदा जमशेदपूरहून तार आली की कामगारांना पगार द्यायला पैसे नाहीत. त्यावेळी चेअरमन दोराब टाटा आणि आरडी इंपिरियल बँकेत गेले. दोराब टाटांनी आपली सर्व संपत्ती, अगदी बायकोच्या दागिन्यांसकट बँकेकडे तारण ठेवली आणि दसपट किमतीचे म्हणजे दोन कोटींचे कर्ज उचलले. आपली सर्व संपत्ती फक्त अकरा टक्के मालकी असलेल्या कंपनीसाठी गहाण टाकायचा उमदेपणा सर दोराब टाटांकडे होता. त्या काळात आरडींना एका मित्राचा फोन यायचा, 'टाटा स्टील बंद झाली का?' अन आरडी उत्तर द्यायचे 'आजची सोय झाली आहे, उद्या पुन्हा फोन करून पहा, मग नेमकी परिस्थिती सांगू शकेन'. संचालक मंडळाच्या बैठकीत कंपनीचा ताबा सरकारकडे द्यावा असे एका संचालकाने सुचवले तेव्हा ताडकन उठत आरडी म्हणाले, 'तो दिवस पाहाण्यापूर्वी मी मृत्यूला जवळ करेन.'

१९२४ मधे सरकारशी अनेक वाटाघाटीच्या फेऱ्या घडल्या, सरकारने सहकार्य दिले आणि १९२४ मध्ये हे संकट टळले. टाटांनी नंतर कर्जाची पै अन् पै फेडली. फक्त काही वर्षे भागधारकांना फायदा देता आला नाही. या काळात आरडी अनेक राजकीय पुढाऱ्यांच्या जवळ आले. स्व. मोतीलाल नेहरू त्यांचे खास मित्र बनले. स्वातंत्र्य चळवळ आणि त्यांचे नेते यांचा टाटांशी वैयक्तिक संबंध प्रस्थापित झाला. मोतीलालजी तर 'सुनीता'मध्ये येऊन राहूनही गेले. टाटा कुटुंबानी स्वातंत्र्य चळवळीतील नेत्यांना अनेकवेळा पैशाची मदत केली.

पहिला मुलगा म्हणून जेआरडींना त्यांनी प्रेम दिलेच पण शिस्तही लावायचा प्रयत्न केला. सुनीच्या सतत भारत-फ्रान्स अशा फेऱ्यांमुळे त्यांचा पत्नीमुलांबरोबर सहवास तसा कमीच घडला. मुलांना सुटी पडली की मुलांना घेऊन माथेरान, महाबळेश्वर अशा ठिकाणी दोघे मुलांना घेऊन जात अन तेव्हा आरडी अगदी

आरामात राहता येईल असे पैसे खर्च करत. हार्डेलॉटच्या किनाऱ्यावर पहिली विमानफेरी घेतली तेव्हा जेआरडी जमिनीवर परतेपर्यंत ते प्रार्थना करत राहिले होते. अशी आठवण जेआरडी सांगतात. पुढे मुंबईला आल्यावर त्यांना त्यावेळची वेगवान 'रेसर' गणली जाणारी 'बुगाटी' गाडी हवी होती. आरडींकडे हट्ट करून त्यांनी शेवटी होकार दिल्यावर गाडी मागवण्यात आली. समोरची काच अन छप्पर सरकवता येणारी ती गाडी आल्याबरोबर जेआरडींनी वडिलांना त्यात बसवून एक वेगवान फेरी घेतली. परत आल्यावर मात्र आरडी कधीही परत त्या गाडीत बसले नाहीत.

बॉंबे हाऊस बांधण्यापूर्वी आरडींचे ऑफिस ज्या इमारतीत होते, त्यामध्ये बाजूलाच श्री. जॉन पिटर्सन या आयसीएस ऑफिसरची खोली होती. युद्धकाळात टाटा स्टीलने ब्रिटिश सरकारला रेल्वेचे रुळ आणि युद्धसामग्रीसाठी लागणारी नळकांडी पुरवली होती, तेव्हा दोघांची मैत्री झाली. दोघेही एकमेकांचा आदर करीत. श्री. पिटर्सन इतर अधिकाऱ्यांपेक्षा भारतीयांशी अधिक आत्मियतेने वागत. आरडींनी त्यांना टाटा स्टीलचे कार्यकारी संचालकपद स्वीकारण्याची विनंती केली आणि त्यांनी आयसीएस सेवेचा राजीनामा देऊन हे पद स्वीकारले.

१९२५ साली केंब्रिजहून पदवी पूर्ण करायला न देता आरडींनी जेआरडींना मुंबईला बोलावून घेतले ते श्री. पिटर्सनच्या हवाली करत म्हटले, ''हा माझा मुलगा, याला सगळे शिकवा.''

त्याच दिवशी आपल्या ऑफिसात एक टेबल घालून पिटर्सननी आपल्याला आलेला प्रत्येक कागद त्यावरूनच येईल याची दक्षता घेत जेआरडींना त्या टेबलाचा ताबा दिला. त्यांच्या ऑफिसातील प्रत्येक कागद त्याच टेबलावरून बाहेर जाईल अशीही व्यवस्था केली. काही महिन्यांतच जेआरडींना टाटा स्टीलच्या कामाची इत्यंभूत माहिती मिळाली. १९२६ मधे एक वर्ष त्यांना प्रत्यक्ष जमशेदपूरला घालवायला लावून त्यांचे प्रशिक्षण सर्वांगीण करावे असा विचार आरडींनी केला अन जेआरडी जमशेदपूरला जायच्या रेल्वेत बसले. तिथे एकेका विभागात जाऊन कामकाजाची माहिती घेतली. त्यापूर्वी त्यांनी जमशेदजी टाटांचे चरित्र वाचले होते आणि ते वाचून जेआरडी भारून गेले होते. जेआरडी तिथे असताना आपल्या इतर मुलांना भेटायला आरडी फ्रान्सला गेले. आजीजवळ राहून इतर मुले शिकत होती. शनिवार, रविवारी सर्वजण हार्डेलॉटला सुटीसाठी गेले. रात्री मोठ्या मुलीबरोबर त्यांनी डान्सही केला. घरी परतले तेव्हा बरे वाटत नसल्याची तक्रार केली आणि ते बाथरूमला गेले. तिथेच त्यांना जोराचा हृदयविकाराचा झटका आला आणि ते कोसळले.

जमशेदपूरला तार पोचली तेव्हा जेआरडींचा त्यावर विश्वासच बसला नाही.

त्यांचे वय सत्तर होते तरी आणखी वीस वर्षे राहातील अशी त्यांची प्रकृती उत्तम होती. पत्नीच्या मृत्यूनंतर कदाचित आतल्या आत ते खचले असावेत पण मुलांना त्यांनी तसे भासू दिले नाही. त्यांना बहुदा आपल्या मृत्यूची चाहूल लागली असावी. कारण केंब्रिजची पदवी पूर्ण होण्यापूर्वीच जेआरडींना शिक्षण सोडून बोलावून घेतले होते.

त्यावेळी विमानसेवा अजून सुरू झाली नव्हती म्हणून जेआरडी त्यांच्या अंत्ययात्रेला जाऊ शकले नाहीत. ''त्यांच्या मृत्यूनंतर त्यांच्या असण्याची नेमकी किंमत मला कळली. आता माझ्यावरती सगळ्या कुटुंबाची जबाबदारी आहे या भावनेने मला एकदम मोठे केले. पण त्यांचा पुरेसा सहवास मला लाभला नाही ही उणीव मात्र मला जन्मभर सोबत करत राहील'' अशा शब्दात ते वडिलांबद्दल संयतपणे आपल्या भावना व्यक्त करतात.

आरडींना श्रद्धांजली वाहताना श्री. जमनालाल बजाज यांनी म्हटले, ''भारतातील सर्व व्यावसायिक त्यांच्या निम्म्याने भारतीयत्वावर प्रेम करतील तर आपल्या देशाची भरभराट दूर राहाणार नाही.''

❏

उद्योगाचा महामेरू

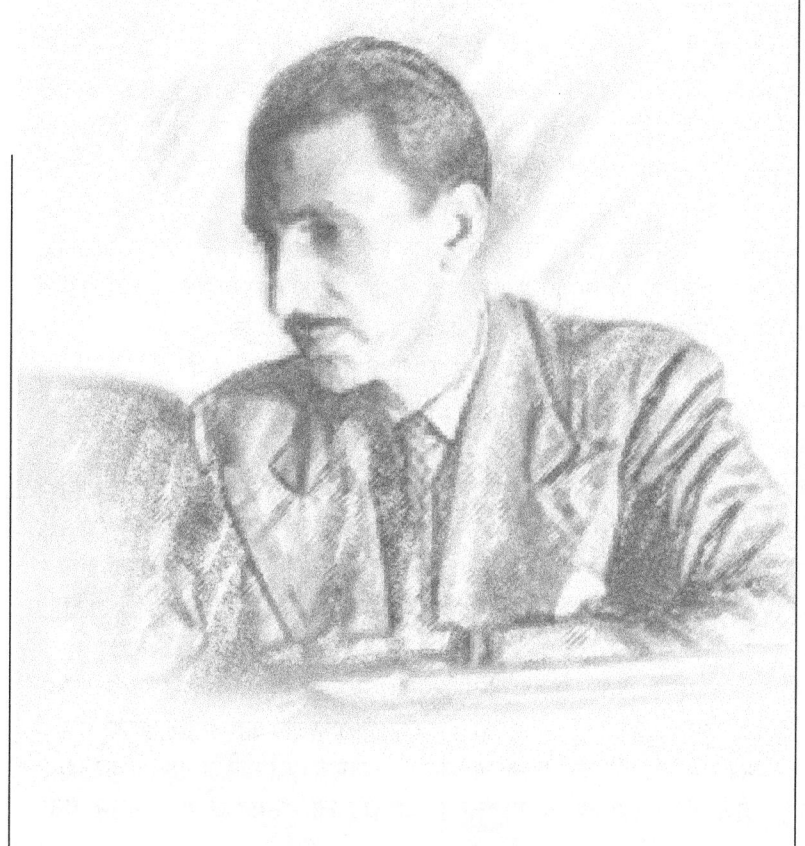

उद्योगाचा महामेरू

"सर नौरोजी सकलातवाला यांच्या अकस्मात, अवेळी झालेल्या मृत्यूनंतर सर्व संचालकांनी मनाच्या बधिरलेल्या अवस्थेत मला त्यांच्या खुर्चीत बसवले." असे जेआरडी डोळे मिचकावत म्हणत असत. लहानपणी सर्वसामान्य मुलांप्रमाणे त्यांना मोटार ड्रायव्हर, पोलो वा टेनिस खेळाडू व्हायचे होते. पण १९२६ मधे वडिलांनी शिक्षण सोडून धंद्यात यायला सांगितले आणि त्यांनी टाटा सन्समधे काम करायला सुरुवात केली. विमान उडवण्याचा छंद जोपासत त्यांनी एकेका कंपनीच्या कामकाजात तडफेने भाग घेतला. खुल्या मनाने, प्रयोगशील वृत्तीने ते व्यवसायाच्या खुब्या शिकत राहिले. पहिल्या बारा वर्षांत एकेक जबाबदाऱ्या पेलत झोकून देऊन काम करताना आपल्या व्यवहारात, तारुण्यातील ताजेपणा, नवे प्रयोग करून पाहायची त्यांची वृत्ती इतरांच्या लक्षात आली. त्यामुळेच सर नौरोजींचे निधन झाले तेव्हा संचालक मंडळावर अनेक ज्येष्ठ मंडळी असताना एकमताने त्यांना चेअरमन पदावर नियुक्त करण्यात आले. ते आरडी टाटांचे ज्येष्ठ पुत्र आहेत त्यामुळे तहहयात संचालकपदी राहाणार हे उघडच होते पण नात्यागोत्यापेक्षा लायक माणूस त्या पदावर नेमायचा संस्थापक श्री. जमशेदजी टाटा यांनी पाडलेला पायंडा सर्व संचालकांनी पाळला. श्री. अर्देशीर दलाल हे एकच संचालक त्यांच्या अननुभवीपणाबद्दल प्रथम साशंक होते; पण वर्षभराच्या त्यांच्या कामकाजाचे निरीक्षण केल्यावर त्यांनीही हा निर्णय योग्य असण्याची नि:संदिग्ध शब्दात ग्वाही दिली.

प्रथम जेआरडींना आपल्याला वडिलांनी इंजिनियरिंग पदवीचे शिक्षण घ्यायची इच्छा पूर्ण करायला दिली नाही असा सल डाचत असे. आपला मृत्यू कळल्यासारखे फक्त आठ महिने आधी त्यांनी आपल्याला कामाला लावले याबद्दल ते नाराज होते. पुढे आपण तंत्रज्ञानातील औपचारिक पदवी घेतलेली नाही याबद्दल अनेकदा ते गमतीने तर कधी खेदपूर्वक उल्लेख करत; पण त्यावेळी वडिलांची आज्ञा प्रमाण मानून त्यांनी वयाच्या अवघ्या विसाव्या वर्षी टाटा सन्समधे कामाला सुरुवात केली. श्री. जमशेदजींनी, स्वत: श्री. आरडी यांनी तंत्रज्ञानातील औपचारिक पदव्या न घेता कंपनी सांभाळली, विस्तार केला, नवेनवे उद्योग कार्यक्षमतेने उभारले तेव्हा त्याची गरज नाही असा त्यांच्या वडिलांचा त्या काळाला सुसंगत असा दृष्टिकोन होता.

लवकरच जेआरडींना माणसे कशी हाताळावीत, याचे उपजत असलेले ज्ञान अनुभवाची झिलई चढून धारदार होत गेले. प्रत्येक बुद्धिमान माणसाची कामाची पद्धत स्वतंत्र असते. त्यामध्ये बाधा न आणता त्यांना काम करू द्यावे. फक्त चुकते आहे असे खात्रीने, स्पष्ट दिसते तेव्हाच हस्तक्षेप करून त्यांना चूक पटवून द्यावी म्हणजे त्यांच्यातील उत्तम गुण विकसित होत जातात आणि त्याचा फायदा कंपनी अधिक कार्यक्षमतेने चालण्यात, फायद्याची रेषा उंचावत नेण्यात होतो. या ठाम विचाराने जेआरडी माणसे हेरून त्यांना घडवत गेले. त्यांचे हे योगदान टाटा उद्योगसमूह कधीही विसरू शकणार नाही.

तंत्रज्ञानाची पदवी न घेतल्याची उणीव जेआरडींनी उत्तमोत्तम पुस्तके वाचून भरून काढली. आपले ज्ञान अद्ययावत अन् अचूक ठेवण्याबद्दल ते काटेकोर होतेच; पण जेव्हा जेव्हा गरज पडली तेव्हा त्या-त्या क्षेत्रातील तज्ज्ञांचा सल्ला ते अधिक महत्त्वाचा मानत. 'आपण सैनिकापासून अधिकारी न होता एकदम जनरलपदी पोचलो आहे,' अशी हसत टिप्पणी करून ते चर्चा घडवून आणत आणि त्यातून योग्य ते निवडत. आपल्या समस्या कोणताही अभिनिवेश न घेता मोकळेपणाने मांडणे आणि चर्चा करून, सल्लामसलत करत योग्य त्या उपायापर्यंत पोचणे अशी त्यांची कार्यपद्धती होती. त्यामुळे संचालक मंडळाच्या सभेत ते कधी एकाकी पडले नाहीत. परिस्थितीचे, समस्यांचे योग्य विश्लेषण करणे हा त्यांचा उपजत गुण होता. सगळी कागदपत्रे समोर ठेवून नीट पाहिली तर योग्य आकलन होते आणि नेमके उपाय सुचतात. माणसे अप्रामाणिक नसतात यावर त्यांचा विश्वास होता. त्यामुळे मुद्दाम कुणी वाकडे वागलेले स्पष्ट लक्षात येईपर्यंत ते माणसांवर विश्वास टाकत आणि त्यांचा विश्वास फारसा चुकीचा ठरला नाही. एका मोठ्या उद्योगसमूहाचा नेता म्हणून आपण घेतलेला एखादा चुकीचा निर्णय हजारो लोकांच्या आयुष्यावर परिणाम करू शकतो याचे त्यांना सतत भान होते. निर्मिती करायला वर्षानुवर्षे लागतात पण विद्ध्वंस व्हायला फार थोडा काळ पुरतो हेही ते कधी विसरले नाहीत. म्हणून संचालक मंडळ आणि संबंधित तज्ज्ञमंडळी यांच्या सहमतीने निर्णय घेऊन अंमल करणे अशी त्यांच्या कामाची पद्धत होती; पण मतभेद झाले तर शेवटचा निर्णय घेण्याचा हुकमी एक्का ते नेहमी स्वतःकडे ठेवत. तपशील अगदी चोख हवा याबाबत ते फार काटेकोर होते. कधीकधी इतरांना त्याचा त्रास होई पण परिणाम उत्कृष्ट हवा असेल तर बारीकसारीक बाबीही परिपूर्ण हव्यात यावर त्यांचा विश्वास होता. 'परफेक्शन इज इन डिटेल्स' हे वाक्य त्यांनी अनेकांना अनेकवेळा हसत ऐकवले आहे. विशेषतः आकडेवारी सांगताना 'अंदाजे' हा शब्द त्यांना आवडत नसे. ते स्वतःजवळ इंजिनियर आकडेमोड करण्यासाठी वापरतात ती स्लाईड रूल पट्टी ठेवत आणि चटकन नेमका आकडा काढून समोरच्याच्या हातात ठेवत.

दरवर्षी भागधारकांच्या सर्वसाधारण सभेत त्यांना चेअरमन म्हणून अध्यक्षपद स्वीकारावे लागे. त्यावेळी ते संपूर्ण तयारीनिशी जात आणि आपल्या भाषणात कंपन्यांच्या खऱ्याखुऱ्या आर्थिक स्थितीचे चित्र पारदर्शक पद्धतीने मांडत विचारलेल्या प्रश्नांना हजरजबाबी वृत्तीने उत्तरे देऊन वातावरण खेळीमेळीचे ठेवत. टाटांच्या संचालकमंडळात वरिष्ठ, अत्यंत बुद्धिमान, कार्यक्षम पण बहुविध वृत्तीची माणसे होती. त्यात आपण निवडलेली वेचक माणसे नेमून जेआरडींनी निर्णयप्रक्रिया परिपूर्णतेकडे नेण्याचे प्रयत्न तर केलेच पण आपला वचक ठेवून, सौहार्दपूर्ण वागणे, मैत्रीचा हात सतत पुढे करणे आणि प्रत्येकाला आपापला पैसा देणे या अलौकिक गुणामुळे हे संचालक मंडळ एक कुटुंब बनले. ही कुटुंब असल्याची भावना पुढे खोलवर झिरपत जाऊन त्यांच्या सर्व उद्योगांत पसरली आणि टाटा उद्योगसमूहाचे पुढील पन्नास वर्षे वैशिष्ट्य म्हणून ठरली.

जेआरडींच्या आधी चेअरमनपदी असलेले सर नौरोजी यांची कार्यपद्धती वेगळी होती. जेव्हाजेव्हा समूहाला एखाद्या विशिष्ट समस्येसाठी तज्ज्ञाची गरज भासे, तेव्हा पैसे देऊन तेवढ्यापुरते बोलावून घेतले जाई. त्यावेळी इंग्लंड, अमेरिकेत आणि भारतातही सर्व उद्योग हीच पद्धत अवलंबत असत. जेआरडींनी आपल्याला सर्वसामान्यपणे जे तज्ज्ञ नेहमी लागतात, ते उपलब्ध असावेत म्हणजे कालहरण होणार नाही, त्यामुळे जो फायदा होईल तो त्यांच्या फी पेक्षा कितीतरी अधिक असेल, असा विचार केला आणि अशा तज्ज्ञांना टाटांच्या सेवेत सामावून घेतले. कंपनीच्या कामकाजात त्यांनी केलेला हा पहिला महत्त्वाचा बदल होता. अर्थतज्ज्ञ श्री. दिनशॉ, वकील आणि सॉलीसिटर श्री. जे.डी. चोक्सी, नंतरच्या काळात श्री. नानी पालखीवाला असे अनेक तज्ज्ञ टाटांच्या पगारपत्रकावर आले. श्री. पालखीवाला यांनी तर स्वतंत्र वकिली करून भारतीय व्यवसायक्षेत्रात आपली खास मुद्रा उठवली. अनेक वर्षे भारताचे न-निर्वाचित अर्थमंत्री असा लौकिक आपल्या भाषणांनी, कर्तृत्वाने मिळवला आणि तीस वर्षे टाटासमूहाच्या महत्त्वाच्या कायदेशीर जबाबदाऱ्याही संभाळल्या. श्री. होमी मोदी, धाकटी बहीण रोडाबेह हिचे पती कर्नल सहानी, श्री. दलाल, श्री. रूसी मोदी, श्री. किश नौरोजी, डॉ. जॉन मथाय, श्री. ए.डी. श्रॉफ, श्री. मेहता, श्री. सुमंत मुळगावकर, श्री. तळावलीकर, श्री. अजित केरकर, श्री. पेंडसे, श्री. दरबारी सेठ अशा अनेकांना जेआरडींनी निमंत्रण देऊन टाटांच्या सेवेत सामावून घेतले. जसजशी वर्षे गेली, टाटासमूहाचा विस्तार झाला आणि त्या सर्वाला या वेगवेगळ्या माणसांनी हातभार लावला पुढे जो समूहाचा नव्यानव्या क्षेत्रात प्रवेश होऊन, त्यात पाय रोवून अनेक कंपन्या टाटांच्या छत्राखाली आल्या, त्यामध्ये अशा माणसांनी आपली कार्यक्षमता पूर्ण पणाला लावली. ते सर्वजण जेआरडींचे वैयक्तिक स्नेही होते. आपापल्या क्षेत्रात त्यांनी उत्तुंग कर्तृत्व बजावले.

त्यांना एकत्रित सांभाळणे म्हणजे तारेवरची कसरतच होती. पण हे कर्मकठीण कार्य जेआरडींनी कौशल्याने पार पाडले. टाटांच्या उद्योगसमूहाचा विस्तार म्हणजे फक्त वैयक्तिक उत्कर्षच नव्हे तर ते कामाचे समाधान देणारे कार्य आहे, देशाच्या हिताचे कार्य आहे आणि देश उभारणीत त्यांचा हातभार लागणार आहे, ही भावना त्या सर्वांपर्यंत पोचवण्यात जेआरडी यशस्वी झाले. ही सर्व माणसे जेआरडींनी टाकलेल्या विश्वासाला जपत राहिली आणि आपला जवळजवळ सर्व कार्यक्षम काल त्यांनी टाटा उद्योगसमूहासाठी वेचला. जेआरडी चेअरमनपदी असेपर्यंत त्यांनी क्वचितच कुणाला काढले किंवा कुणी त्यांना सोडून गेले. आजची 'करियर ग्राफ' ही संकल्पना त्यांपैकी कुणाच्या मनाला शिवली नाही. कंपन्या बदलत राहून वैयक्तिक उत्कर्ष अधिक महत्त्वाचा वाटणे असे त्यावेळच्या टाटासमूहातील अधिकाऱ्यांना तरी वाटत नव्हते, त्याचे प्रमुख कारण म्हणजे जेआरडींचा वैयक्तिक स्नेहही या सर्वांना भरपूर मिळाला.

चेअरमनपद स्वीकारल्यावर अचूकता हा कामाचा निकष मानणाऱ्या जेआरडींनी आणखी एक सकारात्मक बदल केला. कोणतीही समस्या वा प्रकल्प उभा करताना त्याचे सर्वांगीण चित्र समोर उभे हवे. त्यासाठी आकडेवारी महत्त्वाची ठरते असे लक्षात येताच जेआरडींनी टाटामधे स्वतंत्र 'स्टॅटिस्टिकल' विभाग सुरू केला. प्रकल्पाची उभारणी, विस्तार, उत्पादन, विक्री, गरजा या संदर्भातील सर्व आकडेवारी हवी तेव्हा उपलब्ध व्हावी म्हणजे आर्थिक गणित फायद्यात राहील असे नियोजन करता येते. १९४० साली हा विभाग उघडून त्यांनी त्यावेळी मुंबई सरकारच्या सेवेत असलेले श्री. वाय. एस. पंडित यांना बोलावून त्यांच्यावर या विभागाची जबाबदारी सोपवली. पुढील अठ्ठावीस वर्षे त्यांनी हा विभाग कार्यक्षमतेने सांभाळला. त्यामुळे इतर उद्योगसमूहाच्या पुढे चार पावले राहाणे टाटा उद्योगाला शक्य झाले. तोपर्यंत फक्त सरकारी खाती, गरजेपुरती आकडेवारी गोळा करत असत आणि लागेल तेव्हा उद्योगसमूह तीच वापरून आपला कार्यभाग साधत. टाटांनी हा विभाग सुरू केल्यावर विविध प्रकारची आकडेवारी सरकारी कारभारापेक्षा कित्येक पटींनी कार्यक्षमतेने गोळा करून व्यवस्थित क्रमवार लावून ठेवली गेली. जेआरडी अगदी कमी पूर्वसूचना देऊन कोणती आकडेवारी कधी मागवतील याचा नेम नसे. पुढे पुढे अनेक उद्योगसमूहच नव्हे तर सरकारसुद्धा 'बॉंबेहाऊस' या टाटांच्या मुख्य कचेरीतून आकडेवारी मागवून घेऊन त्याचा उपयोग करू लागले. पुढे याच विभागाला अर्थविभाग जोडून घेऊन या माहितीचा पाया आणखी रुंद करण्यात आला. कोणताही नवा प्रकल्प हाती घेताना ही आकडेवारी महत्त्वाची ठरू लागली. तसे जेआरडींच्या दूरदृष्टीचे मोल सर्वांना कळून चुकले.

माणसानी फक्त आपले काम कार्यक्षमतेने करणे एवढ्यावरच संतुष्ट असू नये

हा विचार त्यांनी वरिष्ठ अधिकाऱ्यांत रुजवला. आपापल्या विभागात नवे काय करता येईल, प्रयोगशील कसे राहता येईल, यावर विचार करायला ते त्यांना उद्युक्त करत. त्यांनी केलेल्या सूचना शांतपणे ऐकून घेत, चर्चा करत आणि पटल्यावर अंमलात आणण्यासाठी त्यांना पूर्ण पाठिंबा देत. अशा वृत्तीमुळे कंपनीची भरभराट तर होईच; पण आपण फक्त नोकर नसून निर्णयप्रक्रियेत आपला सहभाग आहे ही भावना इतरांना आणखी समर्पित भावनेने काम करायला उद्युक्त करत असे. निवडतानाच ही सर्वजण बुद्धिमान, उत्तम करियरची असल्याने टाटासमूहात सतत नवा विचार येत राहिला. यातील अनेकांना जेआरडींनी पुढे संचालकमंडळावर नेमले आणि संचालकमंडळ नंतर अधिक विस्तृत पायावर काम करू लागले. बुद्धिमान, कार्यक्षम, स्वतंत्र वृत्तीच्या माणसांना एकत्र सांभाळण्यासाठी जेआरडींचा वैयक्तिक स्नेह हा मजबूत धागा होता. कधी कणखर, कधी मृदू, कधी विनोदी, हजरजबाबी टिपण्या करून जेआरडी बैठकीतील ताण नाहीसा करून सुसंवाद साधण्यात यशस्वी होत. प्रसंगी आपला निर्णय कटुता न येऊ देता लादत. ही टीम एकत्र राखणे कंपनीच्या, भागधारकांच्या, आपल्या सर्वांच्या आणि देशाच्या हिताचे आहे हा त्यांचा विचार पक्का होता.

त्यावेळी देशात टाटांच्या जवळपास पोचू शकणारा दुसरा उद्योगसमूह म्हणजे बिर्ला यांचा होता. त्याचे प्रमुख श्री. घनशामदास बिर्ला हे महात्मा गांधींच्या संपर्कात आले आणि स्वातंत्र्यचळवळीत त्यांनी उघड सहभाग घेतला. आपणही स्वातंत्र्यासाठी चाललेल्या महासंग्रामात प्रत्यक्ष उडी घ्यावी असे विचार जेआरडींच्याही मनात आले. त्याकाळातील दोनतीन पिढ्या घरदार त्यागून या संग्रामात झोकून देऊन उतरल्या होत्या आणि एक प्रकारचे समर्पणाचे वातावरण निर्माण झाले होते. त्यापासून स्वतःला दूर राखणे कुणाही संवेदनशील माणसाला शक्य होणारे नव्हते. पण स्वातंत्र्य मिळाल्यानंतर देशाचा विकास करणे हाही देशसेवेचा अप्रत्यक्ष मार्ग आहे आणि तोच स्वीकारण्यात आपले आणि देशाचे हित आहे हा विचार अधिक प्रबळ ठरला. त्यासाठी पूर्वतयारीची आवश्यकता होती आणि त्यामध्ये जेआरडींनी स्वतःची कार्यक्षमता वापरणे इष्ट ठरेल असा व्यापक विचार केला. युद्धकाळात सरकारच्या गरजा ओळखून त्यांनी युद्धविषयक उत्पादने निर्माण केली तसेच त्यांची विमानसेवा सरकारच्या मदतीला उभी राहिली. त्यांचे अनेक अधिकारी तसेच पैसा उपलब्ध करून दिला आणि स्वातंत्र्य चळवळीला एका वेगळ्या दिशेने आपले योगदान दिले.

दुसऱ्या महायुद्धानंतर स्वातंत्र्य अगदी जवळ आले आहे हे उमजले तसे जेआरडींनी समूहाच्या विस्ताराच्या धडाकेबाज योजना आखल्या. नवे प्रकल्प चालवण्यासाठी बुद्धिमान युवक आकर्षित करावे या हेतूने 'सुपिरियर स्टाफ

रिक्रूटिंग' समिती नेमली. स्वत: मुलाखती घेऊन उत्तम शैक्षणिक गुणवत्तेचे तीन तरुण निवडले. त्यांच्यावर कामाची जबाबदारी सोपवायच्या दृष्टीने त्यांना प्रशिक्षण दिले. दोनच वर्षांत ते टाटांना सोडून अधिक उत्पन्न वा अधिकार देणाऱ्या कंपनीत गेले. पुढे या तिघांनीही उत्तम करियर केली तरी जेआरडींचा हेतू विफल झाला. संचालकमंडळातील अनेकांनी जेआरडींच्या या उपक्रमावर विनोद केले आणि जेआरडींनी ते खिलाडूपणे स्वीकारले. आपल्या सेवेकडे बुद्धिमान, महत्त्वाकांक्षी तरुण आकर्षित करणे योग्यच आहे ही आपली मूळ कल्पना बरोबर आहे, फक्त ते करण्याचे आपले मार्ग चुकले असा त्यांचा ठाम विश्वास होता. आपल्या उद्योगाचे विस्तारीकरण, नवे प्रकल्प उभारणे, त्यांचे कार्यक्षम व्यवस्थापन या साऱ्यासाठी तरुण हवेत तर स्वत:चे व्यवस्थापन प्रशिक्षण देणारे केंद्र हवे असा या विचाराचा प्रवास झाला. त्यावेळी 'व्यवस्थापनशास्त्र' हा स्वतंत्र अभ्यासाचा विषय मानला जात नव्हता. त्यामुळे होतकरू तरुणांची व्यवस्थापनकौशल्ये तपासण्याचे मापदंडही नव्हते. स्वत: जेआरडींना व्यवस्थापनाचे धडे श्री. जॉन पिटर्सन यांनी दिले होते. पण ते वैयक्तिक अनुभवांवर आधारित, काम करता करता शिकवलेले कौशल्य होते. जेआरडींनी आपला विचार प्रत्यक्षात आणण्यासाठी 'टाटा ॲडमिनिस्ट्रेटिव्ह सर्व्हिसेस' या स्वतंत्र कंपनीची स्थापना केली. टाटांच्या अनेक उद्योगांत नव्याने प्रवेश करणाऱ्या तरुणांना इथे प्रशिक्षणात्मक अनुभव देऊन मगच सामावून घेतले जाई. लंडन स्कूल एकॉनॉमिक्समधून पदवी घेतलेले डॉ. मेहता हे या संस्थेत आलेले पहिले तरुण होते. पुढे देशात अन् परदेशात नामवंत अर्थतज्ज्ञ म्हणून त्यांनी ख्याती मिळवली. त्यांनी पुढील तीस वर्षे टाटांच्या विविध कंपन्यांत काम केले. जेआरडींनी आपल्याला घडवले असे ते सांगतात.

माणसाने व्यवहार संभाळताना भावनांवर काबू ठेवायला हवा असे जेआरडी म्हणत. त्यामुळे हाताखालच्या अधिकाऱ्यांनी भावनेच्या भरात चुका केल्या तर ते स्पष्ट शब्दात सांगत असत. बहुसंख्य उद्योगात हाताखालची माणसे प्रसारमाध्यमांचे लक्ष वेधून लोकांसमोर येऊ लागली अन् आपल्यापेक्षा मोठी होऊ लागली की, अधिकारी वर्ग त्यांचे पंख छाटण्याचे मार्ग शोधून, आपल्या अधिकाराचा वापर करून ते अंमलात आणतात. जेआरडी याबाबत उदारवृत्तीचे होते. माणसे मोठी झाली तर ते उद्योगसमूहाच्या अंतिम फायद्याचे आहे याचे पक्के भान त्यांना होते. कित्येकदा त्यांनी आपल्या हाताखालच्या अधिकाऱ्यांच्या वागणुकीची, व्यक्तिमत्त्वाची विरोधी चिकित्सा केली. त्यांना प्रत्यक्ष वा पत्रातून समज दिली; पण कधीही विरोधात कृती केली नाही. उद्योगव्यवसायातील साठ वर्षांच्या कारकीर्दीत एकदोघे सोडले तर त्यांनी कुणालाही कामावरून काढले नाही. एखाद्याचा दोष कंपनीला नुकसानकारक ठरणार आहे असे त्यांना वाटले तर ते त्याचा विभाग बदलून टाकत

आणि बहुतेकवेळा त्याच्या व्यक्तिमत्त्वाला पोषक होईल असे काम देण्याची दक्षता घेत. मुळात पहिल्यांदा घेतानाच उत्तम माणसे निवडलेली असल्याने त्यांना सोडणे वा काढून टाकणे त्यांना रुचत नसे. आपल्या सर्व अधिकाऱ्यांनी उपलब्ध माहिती आणि ज्ञान मिळवूनच कामाला भिडावे असा त्यांचा प्रयत्न असे. स्टॅटिस्टिक्स आणि एकॉनॉमिक्स विभाग स्थापून अशी माहिती पुरवण्याची सोय करणारे ते देशातील पहिले उद्योगपती होते. तसेच आपल्या समूहात जनसंपर्क विभाग सुरू करून तो मिनू मसानी यांच्यासारख्या कार्यक्षम, बुद्धिवादी माणसाच्या ताब्यात देऊन सर्व कंपन्यांत सौहार्दाचे वातावरण राहील याची खबरदारी घेणारा हा देशातील पहिला उद्योग असावा.

'टाटा ॲडमिन सर्व्हिसेस' या उपविभागातील व्यवस्थापक हे एकाच उद्योगात न ठेवता जेआरडींच्या सूचनेवरून फिरते ठेवले जात. वेगवेगळ्या कंपन्या आपापल्या समस्यांसाठी त्यांना बोलावून घेत आणि तिथे जाऊन हे व्यवस्थापकीय अधिकारी काम करत. त्यांचे तिथे नीट जमले नाही, मतभेद उत्पन्न झाले तर त्यांनाही बदली मागायचा अधिकार देऊन हे धोरण जेआरडींनी लवचिक ठेवलेले होते. अशा वेळी त्यांना मिळणारा पगार, इतर सोयीसवलती, वरिष्ठता आदी बाबी राखून ठेवण्यात येत असत. अशा व्यवस्थेमुळे हे अधिकारी एका विशिष्ट उद्योगाच्या विकासाऐवजी संपूर्ण उद्योगसमूहाच्या विकासाचा विचार करत आणि तशा पद्धतीचे काम त्यांच्या हातून घडून येई. उद्योगसमूहात त्यामुळे एकी राहत असे. आजसुद्धा आय.आय.एम वा आय.आय. टी.तील तरुण पदवीधर टाटांच्या सेवेत येण्यासाठी उत्सुक असतात. कारण तिथले वातावरण नियमावलीत करकचून बांधलेले नसल्याने तारुण्यातील प्रयोगशील विचारांना तिथे संधी मिळते असे त्यांना वाटते. अलीकडे एखाद्या कंपनीत स्थिरावलेले असे तरुण जाऊ देणे उच्च अधिकाऱ्यांना आवडत नाही. ते विरोध करतात, म्हणून अशा बदल्या कमी झाल्या आहेत. पण अजूनही एखाद्या ठिकाणी गरज असेल तर दुसऱ्या विभागातून माणसे पाठवणे टाटामध्ये पाळले जाते. काळानुसार या संस्कृतीमध्ये बराच बदल घडलेला आहे. टाटा उद्योगसमूहाचे आजचे अवाढव्य रूप पाहिले तर हे बदल अपेक्षितच आहेत. पण अजूनही इतर कंपन्यांशी तुलना केली तर जेआरडींनी टाटामधे रुजवलेली कुटुंबसंस्कृती टिकून आहे असे म्हणता येते. जेआरडींच्या शेवटच्या वर्षात त्यांना या बदलाचा वेग थांबवता आला नाही. पण आपण केलेले बदल जसे हिताचे ठरले तसे नव्या पिढीने केलेले बदलही उद्योगसमूहाच्या अंतिम हिताचे ठरतील असा त्यांना विश्वास वाटत होता. भविष्यात 'टाटा ॲडमिन सर्व्हिसेस' हा विभाग समूहाच्या सर्व कंपन्यांना एकत्र ठेवणारा मजबूत धागा बनेल असा विश्वास त्यांनी जाहीर व्यक्त केला. १९८८ मधे या विभागाच्या अधिकाऱ्यांसमोर बोलताना त्यांनी व्यवस्थापनशास्त्रातील

बदलत्या प्रवाहाबद्दल, नव्या पिढीच्या स्वकेंद्रित विकासाच्या कल्पनांबद्दल आपली टिपणी केली. त्यांनी म्हटले की हे सर्व बदल स्वीकारूनही तुम्ही निष्ठा, प्रामाणिकता या गुणांचा विकास करू शकता. निष्ठा ही फक्त विशिष्ट उद्योगाशी वा कंपनीशी असावी असे नव्हे तर आपल्या जीवनाच्या हेतूशी निष्ठा असावी. आपल्या नीतिमूल्यांशी, विचारांशी असावी आणि महत्त्वाचे म्हणजे आपल्या देशाशी असावी. संधीचा जास्तीतजास्त उपयोग करून उत्तम सेवा देणे, त्यासाठी प्रयत्न करणे हा विचार कधीही सुटता कामा नये.

टाटा ॲडमिन सर्व्हिसेस मधून नव्याने भरती होणाऱ्या तरुणांना प्रशिक्षण देणे यशस्वीपणे राबवले जात होते. तेव्हाच जेआरडींच्या मनात मध्यम वयाच्या काही वर्षे सेवा केलेल्या अधिकाऱ्यांनाही बदलत्या विचारप्रवाहाशी परिचित करावे अशी कल्पना घोळू लागली. १९६१ मधे अहमदाबादला हार्वर्ड विद्यापीठाच्या सहयोगाने पहिली आय.आय.एम संस्था सुरू होण्यापूर्वी जेआरडींनी आपल्या सेवेत दहाबारा वर्षे पूर्ण केलेल्या अधिकाऱ्यांना नव्याने प्रशिक्षण द्यावे असा विचार केला हे महत्त्वाचे आहे. त्यांनी पुण्यातील टर्फ क्लब एक महिन्यासाठी भाड्याने घेतला अन टाटाच्या वरिष्ठतम, मध्यम आणि तरुण वयाच्या अधिकाऱ्यांना एकत्र आणून संवाद साधायची संधी दिली. श्री. जॉन मथाय सारख्या अधिकाऱ्यांना या तरुणांनी, मध्यम वयाच्या व्यवस्थापकांनी आपल्या समस्या सांगून मार्गदर्शन घेतले. नव्या विचाराने, उत्साहाने भारलेले हे व्यवस्थापक आपापल्या आस्थापनात परतले तेव्हा अधिक जोमाने, प्रेरणेने कामाला भिडले. हा अनुभव इतका समृद्ध होता की पुढे १९६४ मधे पुण्यात कायमस्वरूपी केंद्र स्थापन करण्यात आले. या टाटा मॅनेजमेंट ट्रेनिंग सेंटरमधे ठराविक कालानंतर प्रशिक्षण घेणे हा पुढे रिवाज बनला. इथे फक्त टाटांनीच नव्हे तर पुढे इतर कंपन्यानींही आपले अधिकारी पाठवून व्यवस्थापन क्षेत्रातील नव्या कल्पना समजून घेण्यासाठी पुढाकार घेतला. १९८७ मध्ये पंतप्रधान राजीव गांधींनीं केंद्रातील अन् राज्यातील मुख्य सचिव पदासारख्या उच्च सरकारी अधिकाऱ्यांनाही इथे प्रशिक्षण घेण्यासाठी पाठवले. सरकारने घेतलेला एक स्वागतार्ह निर्णय असे या घटनेचे प्रसारमाध्यमांनी स्वागत केले. जेआरडींचे द्रष्टेपण यातून दिसून येते. अलीकडे सर्वच उद्योग, आस्थापनांना अशा 'रिफ्रेशर कोर्सचे' महत्त्व कळलेले आहे. कोणत्याही काळात कितीही प्रवीण तज्ज्ञ असला, तरी कालानुसार जुने विचार बदलतात, नवे वारे येतात. त्यांचे स्वागत करण्याची प्रयोगशील वृत्ती अशा कोर्सेसमधून साध्य होते. त्यामुळे ठराविक कालाने पुन्हा प्रशिक्षण देणे हा विचार सर्वमान्य झाला आहे. काळाच्या पुढे चार पावले राहाणारे जेआरडींचे विचार हे टाटासमूहाच्या सर्व दिशेने झालेल्या भरभराटीचे महत्त्वाचे कारण आहे. त्यांच्या वयाच्या एकसष्टाव्या वर्षी कोलकत्याच्या एका शिक्षणतज्ज्ञाने त्यांना आपल्या

यशाचे मर्म विचारले तेव्हा ते म्हणाले की काही बाबी मी अत्यंत महत्त्वाच्या आणि सार्वकालीन आहेत असे मानतो. पहिली म्हणजे सखोल विचार अन कठोर परिश्रमाशिवाय कोणतेही यश संभवत नाही. कोणत्याही चमकदार कल्पना वा घोषणा यांच्या आहारी न जाता स्वत: विचार करून पारखून घेणे महत्त्वाचे आहे. दुर्दैवाने आज वरवरच्या मुलाम्याला सहजपणे भुलून चुकीचे निर्णय घेण्याची प्रवृत्ती वाढत चाललेली आहे. सतत सुधारणा करणे आणि तपशिलाबाबत काटेकोर रहाणे अंतिम हिताचे असते. माणसाने परिपूर्णतेचा हव्यास ही आपली सहजवृत्ती होणे महत्त्वाचे मानायला हवे. कोणत्याही बाबतीत दुय्यम स्तरावर समाधान मानू नये. देशातील जनतेच्या भल्याचा, गरजांचा विचार न करता मिळवलेले कोणतेही यश समाधान देणार नाही. तसेच आपली नीतिमूल्ये गुंडाळून ठेवून मिळालेले यश फारकाळ टिकणार नाही. लोकांशी उत्तम नातेसंबंध ठेवणे महत्त्वाचे आहे. यामुळे फक्त वैयक्तिकच नव्हे तर उद्योगसमूहाचीही भरभराट होते. चल, अचल, संपत्तीपेक्षा कोणत्याही उद्योगसमूहाचे खरे वैभव माणसे आहेत. तीच संपत्ती निर्माण करतात आणि तिचा योग्य विनियोगही करतात.

वयाच्या अवघ्या चौतिसाव्या वर्षी इतक्या मोठ्या उद्योगसमूहाचे चेअरमनपद त्यांना देण्यामध्ये आणखी एक नवी कल्पना प्रत्यक्षात आली. त्याकाळात अनुभव हा सर्वांत मोठा गुण मानला जात असे. अनेक वर्षांच्या सहभागामुळे कामकाज कसे चालते, याची समज येते असा पक्का ग्रह झाला होता. त्यामुळे संचालकमंडळातील ज्येष्ठतम व्यक्ती चेअरमनपदी निवडली जात असे. जेआरडींच्या नेमणुकीमुळे सर्वच उद्योगसमूहांत पाळला जाणारा हा पायंडा मोडण्यात आला. तरुण वयातील धाडस, प्रयोगशीलता आणि जेआरडींच्या सर्वांना घेऊन, चर्चा करत पुढे जाण्याच्या गुणामुळे नव्याजुन्याचा योग्य समतोल साधला गेला आणि पुढील कित्येक वर्षे टाटा देशातील सर्वांत अग्रगण्य उद्योगसमूह ठरला. जेआरडींची कार्यपद्धती सर्व संचालकांना पसंत पडली आणि अनेक नव्या क्षेत्रांत या समूहाने आपापल्या आस्थापना सुरू केल्या. देशाला भविष्यात कोणकोणत्या वस्तूंची गरज लागेल, कोणत्या क्षेत्रात इथे माल बनवून देशाला स्वयंसिद्ध करता येईल, त्याचबरोबर भरपूर नफा मिळवून भागधारकांना त्यांच्या पैशाचे मोल मिळू शकेल, अशा अनेक पैलूंवर विचार करत, चर्चा-पाहण्या करत हे नवे उद्योग उभारले गेले. स्वतंत्र झाल्यावर समाजवादी लोकशाही अशी संमिश्र अर्थव्यवस्था देशाने स्वीकारली आणि उद्योगधंदा सचोटीने करून, भरपूर नफा कमावणे हा जणू गुन्हा असावा, गोरगरिबांची पिळवणूक करूनच पैसा मिळवता येतो, अशा वेडगळ कल्पना उराशी धरून औद्योगिक धोरणे आखण्यात आली. परवाने, निर्बंध, कामगार कायदे आदी अनेक अडथळे उभे करून नोकरशाहीच्या हातात अंकुश दिला. मोठे उद्योग

सरकारने आपल्या अखत्यारीत घेतले आणि सरकारी खाक्याने चालवायचा प्रयत्न केला. अमेरिकेचे उदार आर्थिक धोरण आणि कम्युनिस्ट देशाचे सर्वत्र सरकारीकरण यांतील मध्यममार्ग स्वीकारायचे ठरवले. ही कल्पना आकर्षक, आदर्शवादी नक्कीच होती; पण व्यवहारात ती यशस्वी होणार नाही हे जेआरडींनी जाणले होते. पंडित नेहरूंपासूनच्या काळात 'फायदा मिळवणे हे पाप नव्हे' या विचाराचा जेआरडींनी जाहीरपणे पाठपुरावा केला. वेळोवेळी सरकारला प्रशासन, व्यवस्थापन चांगले हवे नाहीतर उद्योग तोट्यात जातील, त्यापेक्षा ते खाजगी संचालकांमार्फत चालवा असे इशारेही दिले. पण लोकानुनय करण्याच्या फंदात पडलेल्या राजकीय नेतृत्वाने त्याकडे दुर्लक्ष केले आणि पुढे अर्थात भरपूर किंमत चुकती केल्यावर हे धोरण राजीव गांधींच्या कारकीर्दीत बदलण्यास सुरुवात झाली तेव्हा गमतीने जेआरडी उद्‌गारले, "आता तुम्ही मुक्तपणे व्यवहार करायला परवानगी दिली पण माझे वय झाले आहे."

जेआरडींच्या काळात मात्र सरकारी कायदे, निर्बंध, नियम बरेच जाचक होते. त्यातून वाट काढतच उद्योग उभे करून ते फायद्यात ठेवायचे कठीण काम जेआरडींना पार पाडावे लागले. उद्योगाची धुरा खांद्यावर घेतल्यावर रेल्वेखात्याचा प्रचंड विस्तार होणार हे ओळखून १९४५ साली रेल्वेइंजिन, बॉयलर आणि त्याला लागणारे सुटे भाग, ते निर्माण करणारी यंत्रे असा एक सर्वंकष इंजिनियरिंग उद्योग टाटातर्फे प्रथम जमशेदपूरला उभारला गेला. टेल्कोची सुरुवात अशी देशाची गरज ओळखून झाली. पुढे त्यात रोडरोलर पासून शेतीचे ट्रॅक्टर, बुलडोझर, डिझेल इंजिन अशी अनेक अवजड वाहने बनवता येतील आणि स्वातंत्र्यानंतर ही सामग्री आयात करण्याऐवजी देशातच उपलब्ध होईल हा विचार त्यामागे होता. त्यावेळी टाटांसह इतर चार सिमेंट उत्पादन करणाऱ्या कंपन्यांची मिळून एक असोसिएट सिमेंट कंपनी (एसीसी) कार्यरत होती आणि तिचा कारभार श्री सुमंत मुळगावकर सांभाळत होते. त्यांना बोलावून घेऊन जेआरडींनी या नव्या उद्योगाची धुरा त्यांच्यावर सोपवली. बॉयलर, रेल्वेइंजिन, वाघिणी बनवणाऱ्या या उद्योगाचा पुढे अनेक अंगाने विस्तार झाला. फाळणीच्या काळात हिंदुमुस्लिम दंगलीमुळे या कारखान्यातील बहुसंख्य कामगार पठाण होते; ते आपापल्या गावी एका दिवसात परतले. नवी माणसे भरती करून त्यांना शिकवण्यात सहा महिने गेले. पण मुळगावकरांसारखा खंदा सेनापती लाभल्यामुळे लवकरच कारखान्याची गाडी रुळावर आली. १९५४ मधे डेमलर बेंझ या जर्मन कंपनीच्या सहकार्याने टाटा-बेंझ ट्रकची निर्मिती सुरू झाली. सरकारी परवाने मिळण्यासाठी तेव्हा अनेक कटकटींना सामोरे जावे लागे आणि कालहरण होई पण सुदैवाने त्यावेळी श्री. टी.टी. कृष्णम्माचारी हे तडफदार गृहस्थ मंत्रिपदी होते. म्हणून भराभरा चक्रे हलली आणि टाटांच्या ट्रक्स भारतीय

रस्त्यांवरून भरधाव दौडू लागल्या.

पुढे संशोधन विभाग सुरू झाला आणि टेल्को जमशेदपूरहून पुण्याला हलवण्यात आली. हा निर्णय फार दूरगामी परिणाम करणारा ठरला. भविष्याचा विचार करून टेल्कोची बांधणी करण्यात आली तेव्हा या योजना फार खर्चिक अन उद्दिष्टांपासून दूर आहेत असे इतर संचालकांना वाटत होते. मात्र जेआरडींनी मुळगावकरांना पूर्ण पाठिंबा दिला. आज टेल्कोसंकुल ही देशातील अव्वल दर्जाची इंजिनियरिंग कंपनी आहे व त्याचे श्रेय या दूरदृष्टीला आणि जेआरडी - मुळगावकरांनी घातलेल्या मजबूत पायाला आहे. १९६० पासून चारचाकी प्रवासी गाड्या तयार करायचे प्रयत्न सुरू झाले. छोट्या ट्रक, अवजड डिझेलवर चालणाऱ्या टाटामोबाईल सारख्या गाड्या, अशी नवनवी उत्पादने देशांतर्गत अन् आंतरराष्ट्रीय बाजारपेठेत धडाक्याने खपू लागली. १९८८ पर्यंत म्हणजे जेआरडी उद्योगसमूहाचे चेअरमन असेपर्यंत श्री. मुळगावकर या कंपनीचे प्रमुख राहिले आणि वयाची ऐंशी वर्षे ओलांडल्यावर त्यांनी हे पद सोडले.

१९४८ साली एअरइंडियाची आंतरराष्ट्रीय सेवा सुरू झाली आणि त्यानंतरचा मोठा प्रकल्प 'टाटा केमिकल्स' हा हाती घेण्यात जेआरडींची हीच दूरदृष्टी दिसून आली. देशात जेव्हा नवेनवे उद्योग उभे राहतील, तेव्हा शक्यतो आयात करावी लागू नये, सर्व प्रकारच्या उद्योगाला लागणारी यंत्रे, रसायने, कच्चामाल इथेच तयार व्हावा म्हणजे रोजगार वाढेल, संपत्ती वाढेल अन् देश संपन्न होण्यासाठी ते महत्त्वाचे पाऊल ठरेल या विचाराने गुजरातेतील ओखामंडल या सौराष्ट्र म्हटल्या जाणाऱ्या भागात टाटा केमिकल्स उभे राहिले. पुढे त्यापासून जवळ मिठापूर हे समुद्रकिनाऱ्याजवळील गाव निवडून तिथे रसायन निर्मितीचे प्रचंड मोठे संकुल उभे राहिले. इथे पाण्याचा तुटवडा होता. म्हणून 'या जागी रसायननिर्मिती शक्य नाही' असा तज्ज्ञांनी अहवाल दिला. कित्येक वर्षे हा प्रकल्प तोट्यात होता. पुढे श्री. दरबारी सेठ या तरुण, तडफदार इंजिनियरने हे आव्हान स्वीकारले आणि अशक्य ते जिद्द, परिश्रम यांच्या बळावर शक्य करून दाखवले.

इतर छोटेमोठे पूरक उद्योग सतत उभे राहात होते. १९६० मधे टाटा एक्सपोर्ट्स हा विभाग सुरू होऊन टाटांची अनेक उत्पादने परदेशी निर्यात होऊ लागली. उत्पादनाची गुणवत्ता जागतिक पातळीवर राखण्यात टाटांनी पहिल्यापासून दक्षता घेतली होती त्यामुळे याही विभागाचा झपाट्याने विकास होत गेला. आधी सुरू असलेल्या अनेक उद्योगांचे विकसनही वेगाने चालू होते. हे सर्व करताना कायद्याची मर्यादा ओलांडायची नाही, लाच देऊन, अधिकारी विकत घेऊन परवाने मिळवायचे नाहीत, श्री. जमशेदजी टाटा यांनी घालून दिलेली औद्योगिक नीतीची चौकट सोडायची नाही. इत्यादी अनेक निर्बंध पाळत टाटा उद्योगाचा विस्तार धीम्या

गतीने होत होता. आता काळ बदलत चालला होता. फायद्याची रेषा वरवर चढवत नेणे हा एकमेव हेतू डोळ्यांपुढे ठेवून अनेक उद्योगसमूह कायदे वाकवून, लाच देऊन, नोकरशाही विकत घेऊन आपापला विस्तार करत होते. भ्रष्टाचार वाढत होता आणि सरकारीकरणाचे तोटे सार्वजनिक उद्योगांना हळूहळू गिळंकृत करत होते. सतत होणाऱ्या निवडणुका, त्यासाठी लागणारा अमाप पैसा, लोकानुनयासाठी केलेल्या सवंग घोषणा यांमुळे राजकारणही दूषित होत चालले होते. जेआरडींनी घट्ट धरून ठेवलेली मूल्यांची चौकट खिळखिळी होताना दिसत होती, पण आपले मार्ग बदलणे त्यांना मंजूर नव्हते. तरीही कमीतकमी संघर्ष होत उद्योगसमूहात संगणकक्षेत्र, बांधकाम, चहा उद्योग असे नवे वा विस्तारीकरण होऊन आस्थापनांची संख्या वाढती राहिली. १९८५ मधे राजीव गांधी यांनी परवाना राज उठवून आर्थिक उदारीकरणाचे धोरण आखले आणि उद्योगजगतात नवे वारे वाहू लागले. आपल्या कुटुंबापैकी एक असलेले जेआरडींचे सहकारी श्री. नवल टाटा यांनी त्यांना सर्वकाळ मोलाची साथ दिली होती. त्यांचे पुत्र श्री. रतन टाटा उद्योगसमूहाचे महत्त्वाचे निर्णय घेऊ लागले होते. जेआरडींनंतर ते उद्योगसमूहाचे प्रमुख होणार अशी लक्षणे दिसत होती. उदारीकरण आले आणि १९८५ ते १९८९ या अल्पकालात टाटासमूहातर्फे चौदा नवे प्रकल्प उभे राहिले. नव्या पिढीला नव्या दमाने, नव्या विचाराने काम करता यावे म्हणून जेआरडींनी श्री. रतन टाटांना त्याजागी नियुक्त केले आणि त्यांच्या कोणत्याही कामात, निर्णयात आडकाठी न आणता आपण निवृत्ती पत्करली. जेआरडींनी आपल्या हाती सूत्रे घेतली; तेव्हा एकूण टाटासमूहात चौदा कंपन्या होत्या आणि एकूण व्यवहार सतरा कोटी रुपयांच्या आसपास होता. १९९० साली त्यांनी चेअरमनपद सोडले तेव्हा एकूण कंपन्यांची संख्या ९५ होती आणि व्यवहाराने दहा हजार कोटींचा आकडा ओलांडला होता. रुपयांच्या कमी झालेल्या किमती जमेत धरूनही, कडक परवाना, कायदे, नीतिमत्ता सांभाळत यशापयशाची चव चाखत केलेली ही वाटचाल भारतीय उद्योगविश्वात 'एकमेव' अशी आहे. त्यांच्या या सेवेचे मोल देशाने त्यांना 'भारतरत्न' हा सर्वोच्च नागरी सन्मान देऊन केली. हा सन्मान मिळवणारे ते पहिले आणि एकमेव उद्योगपती आहेत. देशभरात त्यांना हा सन्मान मिळाल्यावर त्या सन्मानाचाच मान राखला; अशा भावना अनेकांनी व्यक्त केल्या. त्यातच या उद्योगाच्या महामेरूचे मोल जाणले गेले असे म्हणता येते.

❏

जडणघडण

विसाव्या शतकाचा उदय झाला तेव्हा फ्रान्स हे जगातील एक प्रमुख राष्ट्र होते. फ्रेंच राज्यक्रांतीची शताब्दी साजरी करण्यासाठी श्री. अलेक्झांडर गुस्ताव एफेल यांनी पॅरिसच्या मधोमध लोखंडी मनोरा बांधून येणाऱ्या लोहपर्वाचे सूचन केले होते. प्रथम लोखंडी कचरा म्हणून हिणवण्यात आलेली ही वास्तू लवकरच शहराचा मानबिंदू ठरली आणि पुढील चाळीस वर्षे जगातील सर्वात उंच वास्तू असे बिरुद तिने मिरवले. कला, क्रीडा, संस्कृती, समृद्धी, सर्व तऱ्हेने पॅरिस ही जगाची सांस्कृतिक राजधानी मानली जात होती.

आरडी टाटांनी पॅरिसच्या मध्यभागात प्रशस्त घर घेऊन संसार थाटला. त्या घराजवळच 'कॅफे डिला पॅरिस' नावाचे उपाहारगृह होते. त्याच्या बाजूला जगप्रसिद्ध नवशिल्पकार ऱ्होडीनचा स्टुडियो होता. त्या कॅफेत अनेकदा टाटाकुटुंब संध्याकाळच्या कॉफीसाठी जायचे, आणि आसपास विचारमग्न ऱ्होडीन दृष्टीस पडले की आनंदित व्हायचे. त्याच्या 'थिंकर' या पुतळ्याचा आणि जेआरडींचा जन्म १९०४ मध्ये एकाच परिसरात झाला हा एक योगायोगच म्हणावा लागेल.

बालपणी पॅरिस आणि मुंबई असे आलटूनपालटून वास्तव्य झाल्याने जेआरडींना फ्रेंच आणि इंग्रजी या भाषा शिकाव्या लागल्या. त्यांचे पहिले प्रेम अर्थातच फ्रेंच भाषा, त्यातही काव्य हे होते. गणित आणि फिजिक्स हे आवडते विषय होते. फ्रेंच, ब्रिटिश आणि भारतीय असे तिन्ही इतिहास शाळा बदलली तसे शिकावे लागले, तो मात्र त्यांना वेळेचा अपव्यय वाटला. फ्रान्समध्ये साहित्य, चित्र, शिल्प, खेळ यांचा प्रसार खेडोपाडी झालेला असल्याने कुठेही गेले तरी फारसा फरक जाणवत नसे. भारतात मात्र प्रगत शहरे आणि मागास खेडी असा ठळक फरक होता. ते दहा वर्षांचे असताना पहिले महायुद्ध सुरू झाले. पॅरिसवरील हल्ले, नेहमीचे शांत पण कार्यरत शहरजीवन ढवळून काढत होते. भव्य असे फुग्याच्या सहाय्याने उडणारे 'झेपेलीन' आकाशातून एफेलवर बॉंब टाकायच्या उद्देशाने झेपावलेले दृष्य त्यांना कित्येक वर्षे आठवत होते. त्याकाळात सैनिकांच्या शौर्याच्या गाथा वर्तमानपत्रातून लिहून येत तसेच तोंडी गप्पांतून सतत चर्वण केल्या जात. आपले वय कमी आहे म्हणून आपण त्यात कुठेच नाही याचे वैषम्य वाटून त्यांनी आपल्या आईकडे तक्रार केली होती, 'तू सहा वर्षे आधी वडिलांशी लग्न केले असतेस तर मीही युद्धावर

जाऊन पराक्रम गाजवला असता.'

'निदान हे युद्ध मी मोठा होईपर्यंत चालावे म्हणजे तरी मला पराक्रम गाजवता येईल' असेही त्यांनी म्हटले होते.

पुढे चाळिसेक वर्षांनी त्यांची ही इच्छा अगदी वेगळ्या तऱ्हेने पूर्ण झाली. फ्रान्स सरकारने त्यांच्या हवाई सेनेचा सन्मान करण्यासाठी त्यांना 'लीजन ऑफ ऑनर' ही पदवी दिली. फ्रान्सच्या तत्कालीन हवाई मंत्र्यांनी हे पदक त्यांच्या छातीवर टाचले, आणि म्हटले की, ''मिस्टर टाटांनी पहिल्या महायुद्धात पायलट म्हणून बजावलेली कामगिरी प्रशंसनीय आहे.''

आता यावर 'हो' म्हणावे तर जेआरडींना खोटे बोलल्याचे पाप लागले असते आणि 'नाही' म्हणून वस्तुस्थिती सांगावी तर इतक्या मोठ्या पदावरील व्यक्तीला चारचौघांत खोटे पाडल्याचा प्रमाद हातून घडला असता. प्रत्यक्षात पहिले महायुद्ध सुरू झाले तेव्हा ते फक्त दहा वर्षांचे होते अन् संपले तेव्हा चौदा वर्षांचे होते, हा पेच अत्यंत शहाणपणाचा मार्ग काढून त्यांनी सोडवला. त्यांनी दुरुस्ती करण्याऐवजी मौन पत्करले.

जखमी सैनिकांनी भरलेल्या रेल्वेगाड्या पॅरिसच्या हॉस्पिटलात ओतल्या गेल्या की युद्धकाळाची भीषणता जाणवायची. सुनीचे तिथले काम दिवसेंदिवस वाढत चालले होते. इतक्या श्रमांची तिला सवयही नव्हती पण देशप्रेमाने सर्वच तरुण-तरुणी प्रेरित होऊन झपाटल्यासारखे काम करत होते. त्याच काळात तिला क्षयाची बाधा झाली, तेव्हा आरडींनी कुटुंबाला मुंबईला हलवले.

इथले ताजमहाल हॉटेलातले वास्तव्य सुखाचे होते. पण उत्तम हवा मिळावी म्हणून सर्व कुटुंब योकोहोमाला हलवले. तिथल्या जेसुईट मिशनऱ्यांनी चालवलेल्या इंग्रजी शाळेत ते जाऊ लागले. तिथे युद्धज्वर जवळजवळ नव्हता. शिवाय उत्तम हवा आणि मुबलक खाणे-पिणे, आरडींनी जोडलेली अनेक माणसे यांमुळे त्यांचे जपानमधील वास्तव्य सुखाचे झाले. सुटीला आसपासच्या खेड्यांतून फिरणे, तिथल्या 'छाया' नावाच्या ग्रामीण भागातील चहाच्या टपऱ्या, जपानी संस्कृती जपणारे आतिथ्यशील लोक... भाषेचा अडसर असला तरी दिवस आनंदात जात होते. सुनीच्या आग्रहाने सर्व भावंडांनी जपानी नाटकेही पाहिली. फक्त हावभावातून जमेल तसा अर्थ लावून त्यांचा आस्वाद घेतला. एका छान, भक्कम, एकमजली प्रशस्त घरात ते राहात असत. तिथे लहान लहान भूकंपाचे धक्के बसणे सर्वांना सवयीचे झाले होते. स्थानिक लोकांनी तो जीवनाचा एक भाग म्हणून स्वीकारला होता. जमिनीची थरथर सुरू झाली की स्वस्थ उभे राहून मनातल्या मनात प्रार्थना करायची आणि थांबली की आपले काम पुढे चालू करायचे हे अंगवळणी पडले होते. एकदा जोराचे चक्रीवादळ आले आणि त्या वादळाने आजूबाजूच्या घरांवरची

छपरे उडवून नेली पण ह्यांचे घर मजबूत असल्याने फक्त गदागदा हलले आणि तेवढी पडझड झाली नाही.

ज्यू लोकांचा द्वेष करणे हा ख्रिश्चन धर्मीयांचा अवगुण त्याकाळात सर्वत्र फैलावत चालला होता. शाळेमध्ये त्याची तीव्रता मुलांना जाणवेल एवढी स्पष्ट होती. जेआरडींच्या वर्गातील एका जाड्या ज्यू मुलाला त्यांचे जेसुइट शिक्षकही दुजाभावाने वागवत. त्याच्या हातून एवढीशीही चूक झाली तरी त्याला तुलनेने कठोर शिक्षा दिली जाई. बाकीची मुलेही त्याच्याशी दुष्टपणाने वागत. तो साधासुधा हुशार मुलगा बावचळून आणखी चुका करत असे. जेआरडींनी त्याच्याशी मुद्दाम मैत्री वाढवली. इतर जपानी मुलांच्या मानाने जेआरडी बलवान होते. या मैत्रीचा त्या मुलाला खरेच उपयोग झाला. ह्यांच्या घरापासून जवळ राहाणाऱ्या एका फ्रेंच कुटुंबाशी त्यांची चांगली मैत्री जमली. भाषेमुळे त्यांची पाच मुले या कुटुंबात मिळूनमिसळून गेली. मुलेही साधारण त्याच वयोगटातील असल्याने एकत्र खेळण्यात वेळ कसा भुर्रकन उडून जात असे. जेआरडी तेव्हा चौदा वर्षांचे होते. त्या कुटुंबातील अठरा वर्षांची मुलगी त्यांना फारच आवडू लागलेली होती. तिचे नंतर एका फ्रेंच सैनिकाशी लग्न झाले. 'तेव्हा माझा पहिला प्रेमभंग झाला' असे ते नंतर डोळे मिचकावत म्हणत असत. कित्येक वर्षे त्यांना तिचा जपानी आकड्यातला फोननंबर आठवत होता. पुढेही त्यांचा संपर्क राहिला. तिच्या नातवंडांची नावेही त्यांना बराच काळ आठवत होती. जपानहून भारतात परतताना बोटीवर त्यांनी त्याकाळात हातात अप्रूपाने आलेला टाईपरायटर मनसोक्त वापरला आणि टायपिंग शिकून घेतले.

बालवयात जेआरडी चांगलेच हूड होते. मित्रांसोबत खेळताना धोका पत्करण्याची, किंचित साहसाकडे वळणारे खेळ खेळायची त्यांना मनापासून आवड होती. ते उत्तम पियानो वाजवत होते. पण पुढे सतत शाळा आणि मित्र बदलत राहिल्याने त्यात सातत्य ठेवणे त्यांना जमले नाही. किशोरवयातील त्यांचे एक जिवलग मित्र म्हणजे लुई ब्लेरियट ज्युनियर. हाही मुलगा वडिलांप्रमाणे साहसी होता. विमानांची, आकाशात विहार करायची, धाडसी खेळांची आवड हा जेआरडी आणि ब्लेरियट ज्युनियरमधील समान धागा होता. हार्डेलॉटच्या किनारपट्टीवर धुडगूस घालणे तसेच लुई ज्युनियरच्या वडिलांचे विमान ढकलत हँगरमध्ये नेण्यापर्यंत सर्व कामांत दोघांनाही रस होता. १९२७ मध्ये चार्लस लिंडेनबर्गने न्यूयॉर्क ते फ्रान्स असे उड्डाण करून पहिल्यांदा अटलांटिक महासागर ओलांडला, तेव्हा कोवळा लुई ज्युनियर हाच विक्रम, पण उलट दिशेने म्हणजे फ्रान्समधून अमेरिकेला जाऊन करण्याच्या तयारीला लागला. त्याआधी त्याला अॅपेंडिक्सचा अॅटॅक आला. त्याचे ऑपरेशन करण्यात आले आणि त्यातच तो मृत्युमुखी पडला. त्याला आणखी थोडे आयुष्य

मिळाले असते तर वडिलांप्रमाणे नवे विक्रम करत त्यानेही नाव मिळवले असते.

जेआरडींचा त्यावेळचा दुसरा मित्र झेंट डी ॲलनाईस त्यांना अधिक जवळचा होता. भारतात राहणे झाले तरी दोघांचा पत्राद्वारे संपर्क राहिला. दुसऱ्या महायुद्धात तो ज्यू असल्याने पत्नीसह भूमिगत झाला. त्यावेळी मात्र संपर्क तुटला. पुढे जेआरडींना कळले की जर्मन गेस्टापोनी त्याला पकडले आणि कुप्रसिद्ध कॉन्सेंट्रेशन कँपला पाठवले. तिथून तो कधीच परतला नाही.

शाळेत एक चांगला खेळाडू म्हणून त्यांनी लौकिक मिळवला होता. शिवाय एका कथास्पर्धेत भाग घेऊन पहिले बक्षीसही मिळवले होते. युद्धावर नवरा मारला गेलेल्या विधवेची करुण कहाणी त्यांनी अगदी छान शब्दात कागदावर मांडली होती. त्यांचे नाव पुकारेपर्यंत त्यांना बक्षीस मिळेल असे कुणालाही वाटले नव्हते. रिकाम्या वेळातल्या खोड्याही नेहमी चालत असत. भावंडे आणि मित्र, वडिलांची अनुपस्थिती यामुळे व्रात्यपणाला भरपूर वाव होता, ''त्या वयात मैत्रिणी मात्र फारशा काय, जवळजवळ नव्हत्याच'' अशी मिश्कील टिपणी ते शालेय वयाबाबतीत करत असत.

फ्रान्सऐवजी इंग्लंडला जाऊन इंग्रजी शिक्षण घ्यावे असे त्यांना वाटत होते; पण त्यांच्या शालेय वयात सुनीची तब्येत ढासळत होती त्यामुळे वडिलांनी हा मोठा मुलगा आईकडे असला तर बरे होईल असा विचार करून त्यांना परवानगी दिली नाही. त्यांना स्वत: उद्योग जगभर पसरले असल्याने पत्नीकडे सतत राहणे शक्य होत नव्हते. त्या काळात सर्वच मुले, विशेषत: जेआरडी मनाने आईच्या अगदी निकट होते म्हणून त्यांच्यामध्ये, इतर भावंडामध्ये अनोखे भावबंध निर्माण झाले.

सुनीच्या मृत्यूनंतर जेमतेम एक आठवडा वडील मुलांसोबत राहू शकले. मुंबईला परतून लगेचच त्यांना टाटा इंडस्ट्रियल बँकेचे प्रकरण निस्तरणे भाग होते. पुढे ही बँक सेंट्रल बँक ऑफ इंडियामधे विलीन होऊन हा प्रश्न सुटला. त्या एका आठवड्यात सर्व मुलांना मुंबईला न्यायची तजवीज करून ते भारतात परतले. फक्त जेआरडींना इंग्लंडला शिक्षण पूर्ण करण्यासाठी पाठवण्यात आले. तिथल्या 'क्रॅमर स्कूल' या प्रसिद्ध शाळेत इंग्रजी भाषेची, आणि शिक्षणक्रमाची पक्की तयारी करून मग पुढे केंब्रिजला जाऊन इंजिनियरिंग शिक्षण घ्यायचा जेआरडींचा मानस होता. ही शाळा केंब्रिजसाठी मुलांची नीट तयारी करून घेते असा तिचा लौकिक होता. केंब्रिजच्या इंजिनियरिंग कॉलेजला श्री. रतन टाटा या जमशेदजींच्या पुत्राने मोठी देणगी दिलेली होती. त्यामुळे तिथेच जाऊन शिक्षण घेणे त्यांना उचित वाटत होते. त्या शाळेत इतर मुलांबरोबर अभ्यास, खेळ, बॉक्सिंग, पोहणे अशा अनेक गोष्टी त्यांनी त्या वयाला साजेल अशा उत्साहाने शिकून घेतल्या. वसतिगृहात राहून

तरुण वयातले स्वातंत्र्य उपभोगत मर्दानी खेळाचा आनंद मनमुराद लुटला. त्यांच्या बोलण्यात प्रथम फ्रेंच भाषेचे हेल येत असत म्हणून त्यांना 'फ्रेंची' या नावाने चिडवण्यात येई. पहिल्यांदा त्यांनी ही चेष्टा हसण्यावारी घालवली. मग त्यांची बॉक्सिंगमधली गती इतकी चांगली होती की एकदाच, एकाला अनुभव आल्यावर त्यांना इतर किशोरवयीन मुलांकडून आदर प्राप्त झाला. १६ ते २० या वयोगटांतील मुलांना, त्यातही हॉस्टेलला रहाणाऱ्या मुलांना शब्दांपेक्षा, गुद्द्यांची भाषा अधिक चांगल्या तऱ्हेने उमजते. योग्य तो संदेश इतरांपर्यंत पोचवू शकते हेही नैसर्गिकच आहे. जरी उंच बारीक शरीरयष्टी असली तरी भरपूर मैदानी खेळ, सकस आहार आणि नियमित व्यायाम यांमुळे ते चांगलेच काटक, चारजणांना सहजपणे भारी होते. त्यांच्या मुष्टीचे प्रहार वजनदार होते. त्यात त्यांच्या वडिलांनी किशोरवयीन मुलांना त्याकाळात अत्यंत अप्रूप वाटणारी रेसर सायकल घेऊन दिली आणि ते रातोरात 'स्टार' विद्यार्थी बनले. "तिच्यावर पाच मिनिटे बसायला दिल्यावर माझे मित्रमंडळ भराभरा विस्तारत गेले आणि मी विद्यार्थिप्रिय मुलगा बनलो" अशी टिपणी ते मिश्कील हसत करत.

केंब्रिजला प्रवेश घ्यायची वेळ आली, तेव्हा फ्रान्समध्ये एक नवाच कायदा झाला. वीस वर्षांवरील सर्व तरुणांनी सक्तीने लष्करात भरती व्हायचे आणि किमान दोन वर्षे तरी सेवा बजावायची असे त्या कायद्याने ठरले. फक्त कुटुंबातील सर्वांत मोठ्या मुलाला एक वर्षाची सूट मिळणार होती. फ्रेंच नागरिकत्व असल्याने जेआरडींना या कायद्याप्रमाणे कमीतकमी एक वर्ष तरी लष्करात जाणे भाग होते.

प्रत्यक्ष भरतीपूर्वीची सुटी त्यांनी आपल्या भावंडांबरोबर माथेरानला घालवली. ही सुटी अगदी संस्मरणीय अशी झाली. हिरव्यागार झाडीने गच्च वेढलेल्या, कोणतेही वाहन जाऊ न शकणाऱ्या त्या नयनरम्य हिलस्टेशनवर जाण्यासाठी छोटी अरुंद रेल्वेगाडी होती. सह्याद्रीच्या पर्वतराजीमध्ये उंचजागी वसलेल्या या छोट्याशा गावात सर दिनशा पेटिट यांचा सुंदर बंगला होता. पेटिट आणि टाटा कुटुंबाची अनेक वर्षांपासून घरगुती मैत्री होती. दोन्ही कुटुंबे कपड्याच्या उत्पादनात गुंतलेली, चांगलीच सधन, पारशी जमातीचीच असल्याने इतर व्यवहारही सारखे होते. ही सर्व भावंडे आणि बरोबर सर दिनशाचा मोठा मुलगा फली पेटिट, दादाभाई नौरोजींचा नातू जाल नौरोजी, इव्हा वाडिया वगैरे समवयस्क मुले सोबत असल्याने सर्वजण मिळून धमाल करत होते. पुढे याच फली पेटिट यांच्याशी जेआरडींच्या मोठ्या बहिणीचे सिल्याचे लग्न झाले.

फ्रेंच लष्करात सक्तीने भरती व्हायचे आहे तर निदान घोडदळात सामील व्हावे असे जेआरडींना वाटत होते. कारण मुंबईला त्यांनी किशोरवयात पोलोच्या मॅचेस

पाद्यल्या होत्या. घोड्यावरून सैर करत, धावत, उंच हॉकीसारख्या काठीने बॉल पळवत गोल करणे हा खेळ साहसी होताच पण घोडेस्वारी, हॉकी, फूटबॉल या तिन्ही खेळांचा अष्टावधानी सराव या एकाच खेळात होत होता... लष्करात घोडेस्वारीचा सराव झाला तर पोलो खेळणे नंतर सोपे जाईल असे त्यांना वाटत होते. जेआरडींच्या हुशार आजीने भरती करणाऱ्या फ्रेंच अधिकाऱ्याशी योग्य तऱ्हेने संधान बांधले आणि कमी धावणाऱ्या अल्जिरियन घोडस्वार तुकडीत त्यांची वर्णी लावली. जेआरडींना घोड्यावर बसणे ठाऊक होते. पण ते ब्रिटिश पद्धतीचे खोगीर होते. या तुकडीत अरबी घोडे होते. हे घोडे युद्धासाठी अधिक चांगले, जास्त दमाचे अन् उंचसखल डोंगराळ भागात फिरण्यासाठी योग्य असे असतात. त्यांची खोगिरे अधिक उंचही असतात. टाच मारून घोडा धावू लागला की पहिल्या उडीला खोगिराचा पुढील फुगीरभाग छातीच्या खालच्या भागाला आपटत असे. त्या धक्क्याने पुढे कलंडायला होई अन् प्रयत्न करून मागे येईपर्यंत घोड्याने पुढची उडी घेतलेली असल्याने खोगीराचा मागचा उंच भाग पार्श्वभागाला दणका देई. बेसावध असलेल्या घोडेस्वाराला चारच पावलात हैराण होण्याशिवाय पर्याय उरत नसे. पहिल्या दोन दिवसांत पार्श्वभागाला फोड उठल्याने जेआरडी असेच हैराण झाले. सार्जंटने त्यांना खास, अशा पद्धतीचा त्रास असलेले वापरतात ती बैठक वापरायचा सल्ला दिला. त्यावर बसल्याने फोडांच्या जागी आगआग होई पण त्यामुळे फोड चटकन भरून आले. तोवर हे आघात टाळत घोडेस्वारी करायचा जेआरडींना सरावही झाला.

ला सॅफिस नावाच्या त्या तुकडीत ट्युनिशिया, अल्जेरिया, मोरोक्को या तुलनेने मागास भागातील तरुणांचा अधिक भरणा होता. फार थोडे फ्रेंच होते. वेगळ्या आर्थिक, कौटुंबिक स्तरातील सहकारी असल्याने वातावरण एकदम वेगळे होऊन गेले. बहुसंख्यजण अशिक्षित होते त्यामुळे बराकीतील त्यांच्यासोबतचे आयुष्य चांगलेच खडतर होते. रोजची अंघोळ ठाऊक नसलेल्या त्या तरुणांच्या समूहात आठवड्यातून किमान दोनदा तरी सार्वजनिक न्हाणीघरात जाऊन पैसे खर्च करून स्नान करणाऱ्या जेआरडींची चेष्टाच होत असे. या अवघड परिस्थितीतून त्यांची अनपेक्षितपणे सुटका झाली. त्यांच्या सार्जंटला कळले की हा शिकलेला, टायपिंग येणारा तरुण आहे. त्याने चटकन जेआरडींना आपल्या कचेरीत मदतनीस म्हणून घेतले. त्यांना थोडे उच्चदर्जाचे काम करायला लागले, थोडी सवलत मिळाली. त्यातला महत्त्वाचा फायदा म्हणजे पहाटे साडेपाचला उठून घोड्यांची अंघोळ आणि खरारा करणे टळले. ते काम दुसऱ्याने केलेले असे आणि हातात तलवार घेऊन त्या घोड्यावर बसून रपेटीचा सराव करणे हे आवडते काम जेआरडींना करावे लागे. त्याशिवाय बराकीच्या कोंडवाड्यात अनेक अडचणी येत

असत. या कामामुळे कोंदट का होईना सामानाच्या छोट्याश्या खोलीत त्यांची झोपायची सोय झाली. त्यांच्या सोबत एक वयस्क अरब गृहस्थ होता. तो रात्रभर हुक्का ओढत खोकत राही. तरीही ते तुलनेने सुसह्य होते. मग सार्जंटला ज्याची भीती वाटत होती तेच घडले. आपल्या हाताखालच्या सार्जंटकडे एक उत्तम फ्रेंच अन इंग्रजी येणारा, टायपिंग करू शकणारा क्लार्क आहे हे कर्नलला कळले आणि त्याने जेआरडींना आपला सहाय्यक म्हणून बोलावून घेतले. ही चांगलीच बढती होती. कचेरी आणखी मोठी, आरामदायी होती आणि सोबत झोपण्यासाठी गादीसह बारकीशी स्वतंत्र खोलीही होती.

सर्व अधिकाऱ्यांचे रजेचे अर्ज जेआरडी टाईप करून देत असल्याने लवकरच ते अधिकाऱ्यांमधे ते लोकप्रिय झाले. अधेमधे त्यांना एखादा फ्रँक टीपही मिळू लागली. इथे त्यांना क्लार्कचे काम करायचे चांगले प्रशिक्षण मिळाले, त्यामानाने लष्करी प्रशिक्षणाच्या नावाने आनंद होता. एकूण वर्षभरात त्यांना फक्त पाच गोळ्या बंदुकीतून झाडायला मिळाल्या. अरबी घोड्यावर बसणे मात्र नीट जमू लागले होते. हे प्रशिक्षण इतके वरवरचे होते की जेआरडींच्या मते खरेच युद्ध झाले तर अशा सैनिकांच्या सहाय्याने लढणारी फ्रेंच आर्मी नक्कीच हरेल.

बारा महिन्यांच्या सक्तीच्या कालानंतर आणखी सहा महिने हा काळ लांबवला की अधिकारी गटात जाता येईल, असे त्यांना सांगण्यात आले. अधिकारी प्रशिक्षण संपल्यानंतर त्यांना अश्वारोहण शिकवणाऱ्या त्यावेळच्या जगातील उत्कृष्ट संस्थेत थेट प्रवेश मिळू शकत होता. या मधाच्या बोटाने तरुण, साहसी जेआरडींना मोह घातला आणि त्यांनी अर्ज करायचे ठरवले. सुदैवाने अर्ज करण्यापूर्वी त्यांना वडिलांना विचारायची सुबुद्धी झाली. आरडींनी जोरदार निषेध करत परत बोलावले. आता परतून केंब्रिजच्या इंजिनियरिंग कॉलेजात प्रवेश घेऊन पदवी घ्यायची या विचाराने ते माघारी आले. एका अर्थाने ही घटना सुदैवाची ठरली असेच म्हणावे लागेल, कारण लगेच मोरोक्कोमध्ये अब्दुल करीम नावाच्या बंडखोराने उठाव केला आणि त्याचा नायनाट करण्यासाठी या 'ला सॅफिस' तुकडीला पाठवण्यात आले. त्यावेळी झालेल्या चकमकीत जवळजवळ सर्व बटालियन कामी आली.

वडिलांनी जेआरडींना केंब्रिजला पाठवण्याऐवजी टाटासन्समधे उमेदवारी करायची जवळजवळ आज्ञा केली. ते स्वत: सत्तरीला पोचले होते. टाटासन्सच्या वाढत्या पसाऱ्यात घरच्या माणसांची गरज होतीच. त्यातही स्वत:च्याच कारखान्यात काम करण्यासाठी पदवीची आवश्यकता आहे असे वडिलांना वाटत नव्हते. जेआरडींनी वडिलांचा हा निर्णय शिरोधार्य मानला आणि केंब्रिजच्या पदवी अभ्यासक्रमावर पाणी सोडले. या पदवीच्या अभावामुळे तज्ज्ञांच्या समोर आपल्याला सतत एकप्रकारचा न्यूनगंड वाटत राहिला असे पुढे ते मोकळेपणाने कबूल करतात. त्यावेळी मात्र ते

लगेच भारतात परतले आणि घरच्या उद्योगातील लोखंड उत्पादनाकडे लक्ष द्यायचे असे ठरवून कामाला लागले.

जमशेदपूरचा लोखंडाचा कारखाना हा भारतातील पहिला महत्त्वाचा अवजड उद्योग आहे. देशाच्या औद्योगिक प्रगतीला हातभार लावणारा पहिला कारखाना असे त्याला म्हणता येईल.

'स्टील असेल त्या देशाकडे सोने असेल', सोप्या शब्दात तो देश बलवान होईल', या भाकितावर श्री. जमशेदजी टाटांच्या द्रष्ट्या वृत्तीने विश्वास ठेवला. कापड्याच्या व्यवसायाचा विस्तार करण्याऐवजी या नव्या उद्योगात उडी घ्यावी हा विचार दिवसेंदिवस त्यांच्या मनात बळकट होऊ लागला. ऐन चाळिशीच्या भरात त्या दिशेने त्यांनी प्रत्यक्ष कामाला सुरुवात केली. पुढील सतरा वर्षे 'स्टील' हा शब्द छापलेले सर्व काही जमवत-वाचत, पचवत त्यांनी विचार नक्की केला. ब्रिटिशांनी परवानगी देईपर्यंत ते प्रयत्नाच्या धडका देत राहिले. १८९९ मध्ये पूर्व भारतात दगडी कोळसा मुबलक प्रमाणात उपलब्ध होईल असे परीक्षणांनी आढळून आल्याचे छापलेले वाचले आणि जमशेदजींनी इंग्लंडचे तिकीट काढले. तिथे त्यांनी लोखंड निर्मितीचा कारखाना पाहण्यासाठी श्री. हॅमिल्टन यांची भेट घेतली. त्यावेळी त्यांनी काढलेले बोल त्यांच्या व्यक्तिमत्त्वाचा एक महत्त्वाचा पैलू दर्शवतात. "मी चाळिशीत तरुण आणि महत्त्वाकांक्षी असताना हा कारखाना काढायचा विचार मनात आला. तेव्हा माझ्यासाठी मला हा प्रकल्प हवा होता. आता मी साठी पार केली आहे. मिळवायचे ते सर्व मिळवले आहे. आता मला माझ्या देशासाठी हा प्रकल्प काढायचा आहे."

या शब्दांनी हेलावलेल्या श्री. हेमिल्टन यांनी त्यांना सर्वतोपरी मदत केली. इंग्लंडमधील कारखाना बघून अन् योग्य त्या परवानगीसाठी पेरणी करून त्यांनी सरळ अमेरिका गाठली. तिथे या क्षेत्रातील अत्याधुनिक तंत्रज्ञान वापरात आहे हे त्यांना ठाऊक होते. युरोपला तंत्रज्ञानात मागे टाकते आहे असा अमेरिकेचा लौकिक त्याच काळात नुकता मूळ धरत होता. श्री जमशेदजींनी तज्ज्ञ गाठला आणि त्याला भारतात येऊन पाहणी करायचे निमंत्रण दिले. त्या तज्ज्ञाने हे निमंत्रण स्वीकारले आणि संपूर्ण देशाची भटकंती करून भारतीय भूगर्भशास्त्रज्ञ श्री. पी.एन.बोस यांच्या मदतीने पूर्व भारतातील 'दुर्ग' भागातील लोखंडाचे प्रमाण जास्त असलेल्या मातीच्या टेकड्या आणि दगडी कोळशाची उपलब्धता पाहून तोच भाग निश्चित करण्यात आला. खारकाई आणि सुवर्णरेखा या बारमाही पाणी देणाऱ्या नद्यांच्या संगमापासून जवळ कालीमाटी (आताचे टाटानगर) रेल्वे स्टेशनलगतच्या साकची या खेड्याजवळ जागा निश्चित करण्यात आली. दरम्यान जमशेदजींचा मृत्यू झाला तरी त्यांचा मुलगा सर दोराब आणि आरडी यांनी त्यांच्या इच्छेप्रमाणे काम पुढे नेले.

अथक परिश्रम आणि सुयोग्य नियोजन करून हिंस्र श्वापदांनी भरलेल्या दाट जंगलात सुरेख शहर वसवून कारखाना उभा राहिला. स्वतंत्रपणे नियोजन करून नवे शहर वसवल्याचे हे देशातील पहिले उदाहरण आहे. मग स्वातंत्र्यानंतर नवी दिल्ली आणि चंदीगड अशा पद्धतीने वसवली गेली. जमशेदजी टाटांनी आपल्या कल्पनेत जे आदर्श शहर पाहिले होते, ते तशाच रूपात दहाबारा वर्षांत समूर्त झाले. जमशेदपूर या नावाने देशात प्रसिद्धीस आले. या कारखान्याने देशाच्या औद्योगिक उभारणीत महत्त्वाची भूमिका बजावली. त्याच्या वाटचालीत काही चढउतार जरूर आले पण प्रत्येक वेळी त्यामध्ये काम करणाऱ्या लोकांनी आपल्या परिश्रमाने त्याला पुन्हा मार्गावर आणले.

जेआरडींनी वडिलांच्या सूचनेनुसार मुंबई सोडून जमशेदपूरची ट्रेन पकडली आणि या दीर्घ प्रवासात 'शेपिंग ऑफ द स्टील' हे पुस्तक वाचून काढले. या कारखान्याचा इतिहास जाणून घेतला आणि मगच कारखान्यात पाऊल टाकले. पुढे वर्षभर या कारखान्याच्या प्रत्येक विभागात उमेदवारी करत लोखंडाच्या उत्पादनाचे मर्म जाणून घेतले. वडिलांच्या मृत्यूनंतर ते परत मुंबईला आले. मोठा मुलगा या नात्याने त्यांना टाटासन्सचे संचालकपद वारसा हक्काने मिळाले. अवघ्या बाविसाव्या वर्षी ते संचालकमंडळात सामील झाले.

श्री. पिटर्सन यांनी जेआरडींना त्या बिकट काळात कारखान्याचे व्यवहार शिकवले आणि भावनिक आधारही दिला. आरडींचा आर्थिक पसारा प्रचंड गुंतागुंतीचा होता. जेआरडींना त्याची काहीच कल्पना नव्हती. चार भावंडे आणि जवळचे कुणी वडीलधारे नाही अशा तुटलेल्या अवस्थेत त्यांनी व्यवहार पाहायला सुरुवात केली आणि समोर आले ते सत्य कल्पनेतही कधी कल्पिले नव्हते. शेवटच्या दोनतीन वर्षांत स्टीलच्या कारखान्यामध्ये गंभीर प्रश्न उद्‌भवल्यामुळे आरडी भारतातच अधिक अडकून पडले होते. टाटा इंडस्ट्रियल बँकेचे व्यवहारही घसरत चालले होते. सुनीची प्रकृती ढासळत होती. या सर्व प्रकारात आरडींना स्वतःच्या निर्यात-धंद्याकडे अजिबात लक्ष देता आले नव्हते. याचा फायदा घेऊन लंडनच्या कचेरीतल्या कर्मचाऱ्याने स्वतःच्या धंद्यातील नुकसान शिताफीने कंपनीच्या माथी मारलेले होते. त्यामुळे त्या धंद्यात नुकसान झालेले होते. आरडींनी भरपूर पैसा मिळवला पण त्यांची रहाणीही तशी खर्चिक होती. पत्नी-मुलांना त्यांनी कधीही पैशाची चणचण भासू दिली नव्हती. त्यासाठी टाटासन्समधून मोठमोठ्या रकमा उचलल्या होत्या. सर दोराब टाटांकडून भरपूर वैयक्तिक कर्ज घेतले होते. ते कर्ज डोक्यावर होते. त्यांच्या मृत्यूमुळे त्यांचे भरभक्कम वेतन येणे थांबले होते. हार्डेलॉट, सुनीता आणि पुण्याचे गणेशखिंड येथील आलिशान घर यांच्या देखभालीचा खर्च अफाट होता. अवघ्या बाविसाव्या वर्षी एका दिवसात आपले सगळे जग उलटेपालटे झाल्याचा

अनुभव जेआरडी घेत होते. वडिलांचे वकील स्नेही श्री. दिनशा दाजी यांचा सल्ला त्यांनी घेतला आणि तिन्ही घरे विकून आधी सगळी कर्जे फेडली. सर्व भावंडे ताज हॉटेलमध्ये राहू लागली. यथावकाश चीन, जपानमधील निर्यात आवरती घेतली. वडिलांनी मृत्युपत्रात मोठा मुलगा म्हणून जेआरडींना अधिक भाग ठेवला होता. पण वयाच्या बाविसाव्या वर्षीही त्यांची विवेकबुद्धी शाबूत होती. त्यांनी मृत्युपत्र न मानता वडिलांच्या वाट्याचे पाच समान भाग केले आणि प्रत्येकाला एकेक दिला. सर दिनशा दाजी यांनी त्यांना या सर्व व्यवहारात कायदेशीर मदत केली. वडिलांच्या मृत्यूनंतर जेआरडींच्या वृत्तीत भावंडांबाबत जी जबाबदारीची जाणीव रुजली ती शेवटपर्यंत राहिली. कोणत्याही क्षेत्रात निर्णय घेण्यापूर्वी त्या त्या क्षेत्रातील तज्ज्ञांचा सल्ला घेणे, त्यांच्याशी चर्चा करून समस्या समजून घेणे हा संस्कार ते याकाळात शिकले. पदवी नसल्याचा न्यूनगंड बराच काळ त्यांच्या मनात ठाण मांडून होता. त्यासाठी त्यांनी सर विस्टन चर्चिल यांचा आदर्श डोळ्यांपुढे ठेवलेला होता. पुस्तके वाचून, अभ्यासून आपल्याला हव्या त्या क्षेत्रातील ज्ञान मिळवता येते, असे चर्चिल उघडपणे म्हणत. पदवी नसल्याची भरपाई जेआरडींनी उत्तमोत्तम पुस्तके वाचून केली. वडिलांचा आदर्श त्यांनी आपल्यासमोर ठेवला होता. श्री जमशेदजींसारख्या अद्वितीय पुरुषसिंहाचे उदाहरण पावलोपावली त्यांना प्रेरणा देत होते. आपण आपल्या कर्तृत्वाने या पंगतीत बसायला हवे अशा जिद्दीची ठिणगी त्या तरुण वयात मनात पडली. पुढे त्याची ज्वाला होऊन त्यांना वाट दाखवत, मार्गदर्शक झाली. ही वाट सोपी नव्हती. टाटा या नावाला साजेसे कर्तृत्व गाजवायला हवे ही प्रेरणा सोबत घेऊन त्यांना पुढे जायचे होते.

टाटासन्स मधे काही काळ व्यतीत केल्यावर त्यांच्या लक्षात प्रकर्षाने एक गोष्ट आली. ती म्हणजे आपली जागा भारतातच आहे. त्यांनी आपले फ्रेंच नागरिकत्व सोडून ब्रिटिश-भारतीय हे स्थान स्वीकारले. श्री. पिटर्सनच्या ऑफिसातील बाजूला ठेवलेले डेस्क, साडेसातशे रुपये दरमहाचा पगार हे आपल्या भरारीसाठी ठेवलेले लाँचपॅड आहे असे समजून परिस्थितीचा आनंदाने स्वीकार केला.

श्री. जमशेदजी टाटांनंतर त्यांचा मुलगा सर दोराब टाटा हे चेअरमनपदी होते. आरडी गेले त्यासुमारास त्यांना मधुमेहाची बाधा झाली आणि मग एकएक तक्रारी उद्भवून प्रकृती खालावू लागली. अतिशय धोरणी, व्यवहारी वृत्तीच्या सर दोराब यांनी भरपूर वैयक्तिक संपत्ती गोळा केली होती. आरडींनी त्यांच्याकडून घेतलेले कर्जदेखील त्यांनी वसूल केले. त्यांना मूलबाळ नव्हते. जून १९३१ मध्ये त्यांची पत्नी मेहरबाई ल्युकेमियाने, वारली तेव्हा त्यांनी आपल्या सर्व वैयक्तिक संपत्तीचा ट्रस्ट केला. या रकमेतून कॅन्सर हॉस्पिटल काढायचे असे ठरवून ते पाहणीसाठी युरोपला गेले अन तिथेच हृदयघाताने त्यांचा अकस्मात मृत्यू झाला. सर दोराब

टाटा आणि पत्नी मेहेरबाई यांच्या कबरी इंग्लंडमधील नॉर्थ वेल्स परगण्यातील ब्रुकवुड कबरस्थानात आहेत. त्यावर एक मशाल आणि तीन शब्द कोरलेले आहेत. हुमाना (चांगले विचार), हूवस्ता (चांगले शब्द) आणि हवर्स्था (चांगले कृत्य). पारशी धर्मग्रंथ झेंद अवेस्तामधील हे महत्त्वाचे शब्द पुढे टाटांच्या बोधचिन्हावर घेण्यात आले. मशाल म्हणजे 'अग्नी'; ही तर पारशी देवता आहे. मशाल हातात धरून या तीन शब्दांच्या साथीने टाटा उद्योगसमूहाची वाटचाल होत राहावी अशी जमशेदजींची इच्छा समूहाने आजवर पाळलेली आहे. सर दोराब आणि मेहरबाई ट्रस्टचे संचालकपद पुढे जेआरडींकडे आले आणि त्या पैशातून त्यांनी देशामध्ये अनेक समाजोपयोगी प्रकल्प उभे केले.

सर दोराब टाटांनंतर श्री. नौरोजी सकलातवाला हे ज्येष्ठ संचालक चेअरमनपदी आले. नौरोजी हे जमशेदजी टाटांच्या वीराबाई या बहिणीचे सुपुत्र. पासष्टी ओलांडलेले नौरोजी अनुभवाने समृद्ध, सहृदय वृत्तीचे होते; पण त्यांच्या वृत्तीत वयानुसार आलेला सावधपणा होता. इतक्या मोठ्या समूहाचा भार पेलणे म्हणजे हजारो लोकांच्या रोजीरोटीशी संबंध आहे. म्हणून त्यांनी कार्यक्षमपणे पण सावध वृत्तीने चेअरमनपदाची कर्तव्ये पार पाडली. नवे प्रकल्प, थोडी जोखीम, प्रयोगशीलता यांच्या वाट्याला ते फारसे गेले नाहीत. जेआरडींनी आपले ऑफिस त्यांच्या शेजारी नेले आणि त्यांना सर्वतोपरी मदत करताना टाटासन्सच्या व्यवहाराची माहिती डोळसपणे करून घेतली. अत्यंत प्रामाणिक, कर्तव्यदक्ष नौरोजींकडून जेआरडी एकएक जबाबदाऱ्या आपल्याकडे घेत, पेलत आपल्या कार्यक्षमतेच्या मिती वाढवत राहिले. १९३२ ते ३८ या त्यांच्या कार्यकाळात जागतिक मंदीतून बाहेर येऊन स्थिरस्थावर होण्याच्या दिशेने व्यापार आणि उद्योग वाटचाल करत होते. आपला देशही त्याला अपवाद नव्हता. नवे काही सुरू करून धोका पत्करण्यापेक्षा झालेली पडझड सावरून सचोटीने व्यवहार संभाळण्यावर नौरोजींचा जास्त भर होता. कंपन्याचा योग्य तऱ्हेने विकास करत त्यांनी त्या आर्थिक सुस्थितीत आणल्या. सुरक्षित ठिकाणी गुंतवणूक करून टाटासन्सचा आर्थिक पाया मजबूत केला. नवी आव्हाने पेलायचा जोश वयामुळे त्यांच्यापाशी तेवढा नव्हता पण टाटासन्सवरची निष्ठा वादातीत होती. एवढा मोठा पसारा संभाळायची कुवतही होती. याही जोडप्याला मूल नव्हते. त्यांनी आपल्या भावाचा मुलगा मिनू सकलातवाला याला दत्तक घेतले होते. १९३८ मधे युरोपला असताना त्यांनाही हार्ट अटॅकने मृत्यू आला. यांच्यानंतर त्यांचा वारस मिनू सकलातवाला यांनी आपले नाव मिनू टाटा असे बदलून घेतले.

आरडी, सर दोराब, नौरोजींसारखे अनुभवी ज्येष्ठ संचालक अल्पकाळात काळाच्या पडद्याआड गेले हा टाटासन्सवर मोठाच आघात होता. सर नौरोजी

सकलातवाला यांना श्रद्धांजली वाहण्यासाठी संचालक मंडळाची सभा भरली; तेव्हा सर होमी मोदी, जमशेदजींची आणखी एक बहीण जेरबाई यांचे सुपुत्र श्री. सोराबजी सकलातवाला, श्री. अर्देशीर दलाल आणि स्वत: जेआरडी होते. इतर सर्व अनुभवाने आणि वयाने जेआरडींपेक्षा ज्येष्ठ होते. पण या बारा वर्षांत जेआरडींच्या कामाचा झपाटा आणि तडफदारपणा इतरांनी अनुभवला होता. मंदीनंतरच्या विकासाच्या वाढत्या संधी, आणि जवळ येत असलेले स्वातंत्र्य याच्या पार्श्वभूमीवर धडाक्याने निर्णय घेत पुढे जायची गरज होती. या सर्वांचा विचार करून इतरांना विचारत पुढे जाणाऱ्या तरुण रक्ताची गरज इतर संचालकांना पटलेली होती. सर्वांनी एकमताने चेअरमनपदी जेआरडींची निवड केली.

अवघ्या चौतिसाव्या वर्षी ही खुर्ची त्यांच्या वाट्याला आली आणि पुढील पन्नासहून अधिक वर्षे आपल्या कर्तृत्वाने त्यांनी या संधीचे उज्ज्वल यशात रूपांतर केले.

❑

माणसे पेरणारा नेता

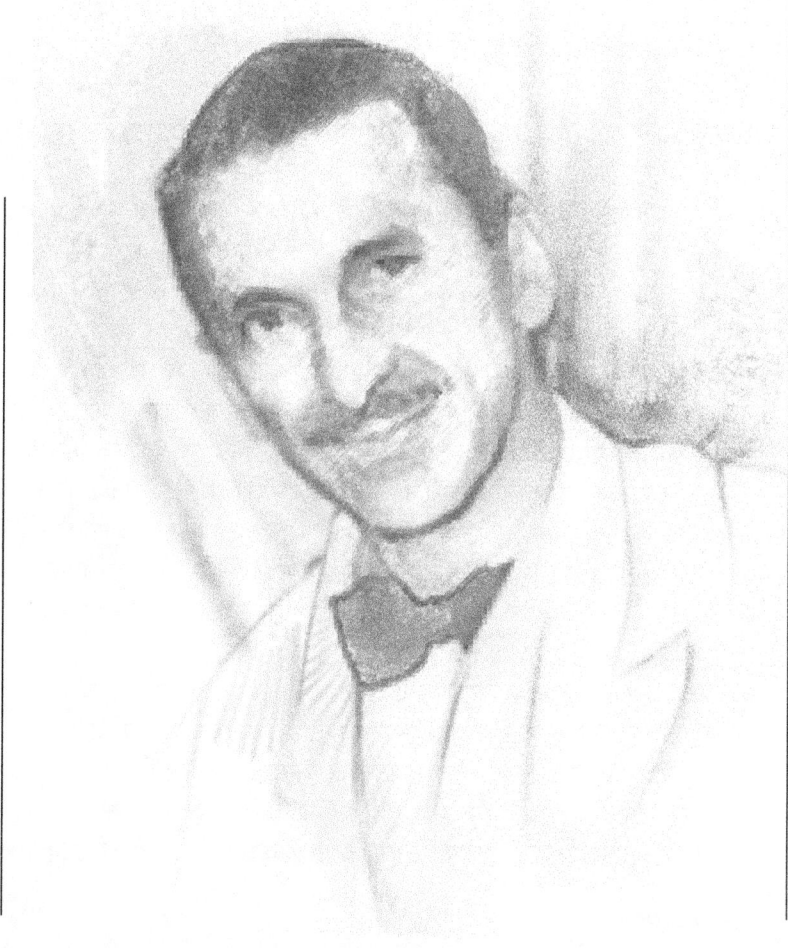

माणसे पेरणारा नेता

कोणत्याही उद्योगात, संस्थेत चल-अचल संपत्तीपेक्षा उत्तम माणसे महत्त्वाची, अमोल असतात अशी जेआरडींची धारणा होती आणि ती अनुभवाने बनलेली होती. त्यांना माणसांची उत्तम पारख करता येत असे. उत्तम कुवतीची बुद्धिमान माणसे हेरणे ही यशस्वी उद्योगसमूहाच्या नेतृत्वाची पहिली कसोटी आहे. नंतर या माणसांना आपल्याकडे आकृष्ट करून घेणे, वा येण्यासाठी सुविधा देऊ करणे ही दुसरी पायरी आहे. तुलनेने या दोन्ही सोप्या पायऱ्या आहेत. आज सर्व मोठे उद्योग मानवसंसाधन हा उद्योगाचा खास विभाग स्थापून त्यातर्फे तज्ज्ञ माणसे नेमून निवड करतात. या विषयावर आज अभ्यास होऊन अनेक निकष, परीक्षापद्धती यांचा विकास झाला आहे. पण जेआरडींनी तेव्हा उद्योगाची जबाबदारी आपल्या खांद्यावर घेतली, तेव्हा मानवसंसाधन हा शब्दही निर्माण झालेला नव्हता.

उत्तम माणसे निवडणे आणि त्यांना आपल्याबरोबर ठेवून त्यांच्यातील मानवी गुणावगुणांची पारख करणे जेआरडींचा उपजत गुण होता. एकदा का माणसाची पारख झाली, की त्यांना आपल्या उद्योगसमूहात योग्य काम देणे, किंबहुना कामाची संपूर्ण जबाबदारी टाकणे, त्यांनी घेतलेल्या निर्णयावर विश्वास ठेवून त्यांना सतत प्रोत्साहन देणे, उत्तम कामाची पावती म्हणून बढत्यांबरोबर इतर सुविधा देणे असे अनेक उपाय योजून त्यांना समूहात टिकवणे ही तिसरी सर्वांत कठीण कसोटीही जेआरडींनी आपल्या आयुष्यात लीलया पार पाडलेली आढळते. या निवडलेल्या गुणवान व्यक्तींशी जेआरडींचा मैत्रीपूर्ण व्यवहार राही. वैयक्तिक नाती जोडली जात. त्यांच्या सहवासाचा, मैत्रीचा आनंद ते मनापासून लुटत असत. वर्षानुवर्षे ही नाती जोपासत घट्ट होत गेली आणि त्यामुळे उद्योगसमूहात एक प्रकारची कुटुंबभावना पसरत गेली. अशी कुटुंबभावना मग अधिकाऱ्यांपासून तळाच्या कामगारापर्यंत झिरपत जाई आणि कामाच्या ठिकाणी वातावरण सौहार्दाचे राही.

या उच्च निवडक अधिकाऱ्यांशी मैत्री राखताना जेआरडी त्यांच्याशी मोकळेपणाने बोलत. श्री. जमशेदजी टाटा यांनी उद्योगाचा पाया रचताना जो मूल्यविचार सोबत ठेवला, तो त्यांच्यापर्यंत घरगुती गप्पातून जेआरडी पोचवत राहात. त्यामुळे त्यांची ही खास माणसे कोणताही निर्णय घेताना ती नीतिमूल्ये विचारात घेत. त्यांचा अंमल करताना हे जेआरडींना आवडेल ना, असा विचार करूनच पुढे जात. याचा

परिणाम असा झाला की कंपनीचे रोजचे व्यवहार, तसेच विकसन, नवे प्रकल्प आदी विस्तार जेआरडींना हव्या त्या मार्गाने टाटासमूहाची संस्कृती जपत होत राहिला. टाटासमूह आणि इतर उद्योग यांच्यातील हा फरक जाणवेल इतका स्पष्ट होता. कधीकधी एखाद्या क्षेत्रातील माणसाची असामान्य कर्तबगारी जेआरडींना आढळून आली तर जेआरडी त्यांना सरळ आपल्याकडे येण्यासाठी निमंत्रण देत. त्यांनी येण्याची इच्छा दर्शवली तर आपल्याकडे त्या व्यक्तीला देण्यासारखे सुयोग्य काम आहे की नाही, याचा विचार न करता आधी नेमणूक करत आणि मग त्याच्यायोग्य काम 'शोधून' ते सुपूर्द करण्यात येई. उत्तम माणसे आपल्या सेवेत हवीत हा त्यांचा सोस इतर संचालकांना काहीवेळा हास्यास्पद वाटे. काम नसताना हे पांढरे हत्ती कशाला पोसावेत, असा धंद्याला योग्य विचार ते करत पण जेआरडी मात्र गुणवत्तेची कदर करण्याबद्दल ठाम असत. अनेकदा त्यांनी निवडलेली, प्रशिक्षित केलेली माणसे सरकार व परदेशी आस्थापना थोड्या काळापुरती मागून घेत. त्यांच्यासाठी छानदार निरोप समारंभ आयोजित करण्यात येई आणि त्याच प्रसंगी जेआरडी स्वतःच्या भाषणात 'काम संपले व तुम्हाला परत यावेसे वाटले तर परत या' असे निमंत्रण देऊन ठेवत. ही माणसेही न संकोचता या निमंत्रणाचा स्वीकार करत. सर होमी मोदी, श्री. नानी पालखीवाला आणि अशा इतर उच्चपदस्थ अधिकाऱ्यांनी जेआरडींच्या या लवचिक वृत्तीचा आदरपूर्वक स्वीकार केला आणि बाहेरची कामे संपल्यावर ते घरी परतायच्या ओढीने पुन्हा टाटाच्या सेवेत हजर झाले.

अशा वेचक माणसांनी आपापल्या कंपन्या चालवताना घेतलेले निर्णय संचालकमंडळ चर्चा करून संमत करत असे. अनेकदा इतर संचालकांना ते पसंत नसत. अशावेळी जेआरडी 'या आपल्या' माणसाच्या पाठीशी खंबीरपणे उभे राहात, इतर संचालकांना पटवून द्यायचे काम करत, कारण आधी अशा वादग्रस्त निर्णयाविषयी त्यांनी त्या त्या माणसांकडून नीट माहिती घेऊन ठेवलेली असे. त्यांचे म्हणणे तरीही इतरांना पटले नाही तर इतर संचालकांचा रोष पत्करूनही ते या माणसांना सांभाळत. प्रसंगी आपले वजन खर्ची घालत. बैठकीत कडवटपणा येतो आहे असे वाटले तर हजरजबाबी, विनोदी बोलून त्याची धार बोथट करून टाकत. बुद्धिमान माणसांना आपापल्या हट्टाग्रहासह सांभाळणे तसे कठीण असते पण वैयक्तिक मैत्री हे अशावेळी हत्यार म्हणून जेआरडींना वापरता येई.

नवा प्रकल्प उभा करतानाच त्यासाठी योग्य माणूस नेमायच्या हालचाली सुरू होत. टेल्कोच्या स्थापनेबद्दल ठरले तेव्हा तरुण, सळसळत्या उत्साहाने भारलेले श्री. सुमंत मुळगावकर जेआरडींनी असेच हेरले. भारतात १९१२ मध्ये पहिला सिमेंट कारखाना टाटांनीच सुरू केला होता. पुढे चार कारखाने एकत्र करून 'एसीसी'ची उभारणी झाली. बिहारमधील चायबासा येथे काम सुरू झाले आणि

दुसऱ्या महायुद्धामुळे सिमेंट निर्मितीच्या यंत्रसामग्री आयातीवर बंधने आली. अशा कठीण काळात न डगमगता श्री. मुळगावकरांनी यंत्रांचे आरेखन, उभारणी, प्रत्यक्ष काम स्वत: करून हे आव्हान स्वीकारून दाखवले आणि भारतात स्वतंत्रपणे उभारलेला पहिला कारखाना अशी या प्रकलपाची नोंद झाली. एकदा उत्पादन सुरू झाले तर रुटीन कामे करण्यात लंडनच्या प्रतिष्ठित कॉलेजात इंजिनियर झालेल्या मुळगावकरांना 'फुकट' घालवणे जेआरडींना चुकीचे वाटले. 'ते विटा पाडायचे काम कुणीही करेल, तुम्ही इथे या' अशा शब्दात त्यांनी मुळगावकरांना बोलावून टेल्कोचा भार त्यांच्या खांद्यावर सोपवला पहिली काही वर्षे आर्थिकदृष्ट्या टेल्को डळमळीत राहिले; पण मुळगावकरांनी कारखान्याची स्वच्छता आणि नीटनेटकेपणा यांवर इतका भर दिला होता की, गमतीने जेआरडी म्हणत, 'फायदा नसला म्हणून काय झाले, पाहुण्यांना ही फॅक्टरी एखादा शोपीस असावा म्हणून आपण नक्कीच दाखवू शकतो.'

पुढे टेल्कोने इतर अनेक इंजिनियरिंग उत्पादने विकसित करून निर्मितीला प्रारंभ केला तसे फायद्याची रेषा वरवर चढत गेली. टेल्कोच्या उत्पादनाचे प्रमुख खरेदीदार सरकार असल्याने अनेक तऱ्हेने मर्यादा येत गेल्या. त्यातुन वाट काढण्यासाठी टेल्कोने इतर वाहने बनवायचा निर्णय घेतला. भारतीय माणसांच्या कामाबद्दल इतरांच्या मनात अनेक गैरसमज आहेत. ते देवावर अतिविश्वास ठेवतात म्हणून कामाच्या बाबतीत नशिबावर हवाला ठेवतात. कामाची गुणवत्ता सतत उंचावती ठेवण्याबद्दल बेफिकीर असतात. पण मुळगावकरांनी हे समज खोटे ठरतील अशा गुणवत्तेचे काम त्यांच्याकडून करून घेतले. ते नेहमी म्हणत 'इथल्या सामान्य माणसातही असामान्यत्व वास करत असते. फक्त त्याला योग्य वाव देत, खतपाणी घालत काम करून घेता यायला हवे.' त्यांचे हे बोल अनुभवावर आधारित होते. पुढे संशोधन, विकसन विभाग सुरू करताना टेल्को पुण्याला विस्तीर्ण परिसरात हलवण्यात आली. वाहनामधील सुधारणा इथल्या परिस्थितीला अनुकूल होतील अशा पद्धतीने होऊ लागल्या. टेल्कोच्या यशामुळे भारतात उत्तम प्रतीची इंजिनियरिंग उत्पादने निर्माण करता येतात असा विश्वास इतर उद्योगांतही पसरला. भारतातील इंजिनियरिंग उद्योगाचे स्वरूप टेल्कोमुळे पालटले. पुढे श्री. मुळगावकरांनी विस्तारित टेल्कोची जबाबदारी घेतली. पुण्याच्या विशाल खडकाळ जागेत ओसाडपणा आला होता. तिथे झाडे लावली तर हा परिसर हिरवागार होईल. झाडांसाठी पाणी हवे म्हणून खडक फोडून तिथे कृत्रिम तलाव खोदण्यात आला. त्यासाठी भरपूर खर्चही झाला. या खर्चाची मंजुरी घेताना इतर संचालकांनी 'हे कशाला हवे?' अशी विरोधी कुरकुर सुरू केली. पण जेआरडी मुळगावकरांच्या याही निर्णयाच्या पाठीशी उभे राहिले. या टाटालेक मुळे आसपासची खेडी हिरवीगार

झाली आणि त्या परिसराचे रूपच पालटून गेले. इथे आजही अनेक पक्षी थंड कटिबंधातून उष्ण कटिबंधात स्थलांतर करताना आसरा घेतात. हजारो पक्ष्यांनी टाटालेक झाकून जाते.

'ट्रक निर्माण करण्यासाठी झाडे वा पक्ष्यांची गरज नसते हे मला मान्य आहे; पण आम्ही तसे केले याचा मला अभिमान वाटतो.' या शब्दांत जेआरडींनी मुळगावकरांच्या या खटाटोपाचे समर्थन केले. मुळगावकरांच्या व्यक्तिमत्त्वाची उंची, त्यांचे कौशल्य यांचे मूल्यमापन करताना जेआरडी म्हणतात 'माझ्या आदर्शांजवळ, श्री. जमशेदजी टाटा यांच्याजवळ पोहोचणारा, त्यांच्या द्रष्टेपणाशी तुलना करता येण्यासारखा माझा एकमेव सहकारी' अशी दाद देतात. 'मी चेअरमनपद स्वीकारल्यावर फक्त ही एक नेमणूक केली असती तरी मी त्या खुर्चीला न्याय दिला असे समजलो असतो. ही माझी सर्वांत मोठी कामगिरी आहे.' श्री. नानी पालखीवाला, टाईम्स ग्रुप आदींनी मुळगावकरांना श्रद्धांजली देताना 'नेशन बिल्डर' म्हणजे 'राष्ट्रउभारणी करणारा' या शब्दात वर्णन केले. 'टाटा हे नाव भारताशी निगडित व्हावे' हे मिशन समोर ठेवून काम करणाऱ्या मुळगावकरांना एकदा एकाने म्हटले, 'तुम्ही इतके प्रसिद्धी पराङ्मुख आहात की रस्त्यातून चाललात तर लोक तुम्हाला ओळखणार नाहीत.' श्री. मुळगावकरांना आपला पेशा, आपल्या हातून होणाऱ्या कामाबद्दल इतका अभिमान होता की चटकन ते उत्तरले 'लोकांनी मला ओळखण्यापेक्षा मी निर्मिलेली वाहने ओळखावीत अशीच माझी इच्छा आहे.'

जेआरडींनी आपल्या पदाचा त्याग केला तेव्हा वयाच्या चौऱ्याऐंशिव्या वर्षी त्यांच्या या खंद्या सेनापतीने आपल्या अंगावरची चेअरमनपदाची जबाबदारी श्री. रतन टाटा यांच्यावर सोपवली आणि त्यानंतर आपले जीवितकार्य संपल्यासारखे वर्षाच्या आत शांतपणे आपली इहलोकीची यात्रा संपवली. टेल्कोचे कामकाज हा जणू त्यांना संजीवनी देणारा प्राणवायूच होता.

सौराष्ट्रात समुद्रकिनाऱ्याजवळ बाभळीचे रान असलेल्या ओखामंडल परिसरात १९३९ साली जेआरडींनी 'टाटा केमिकल्स'ची नेटाने उभारणी केली. समोर अनंत अनपेक्षित अडचणी उभ्या राहिल्या. स्टील, पॉवर, वाहने या अवजड, प्रचंड मोठ्या निर्मितिक्षेत्रात आणि विमानसेवा, हॉटेलव्यवसाय अशा सेवाक्षेत्रात यशस्वी झालेल्या टाटासमूहाने देशाची आणखी एक गरज भागवू शकेल या हेतूने हे रसायन निर्मिति-संकुल उभे केले. काच, कपडा, कृत्रिम फरशा, खते आणखी अशी अनेकविध उत्पादने वेगवेगळ्या रसायनाचा उपयोग करतात. सोडा-ॲश सह अनेक रसायने परदेशातून आयात करावी लागू नयेत आणि अनेक नव्या उद्योगाची गरज भागवली जावी म्हणून ही महत्त्वाकांक्षी योजना आखली गेली. जेव्हा एकापाठोपाठ एक अडचणी उभ्या राहिल्या, तेव्हा जेआरडींनी रसायनक्षेत्रातील तज्ज्ञ व्यक्तींची तुकडी

नेमून या कारखान्याचे मूल्यमापन, सर्वेक्षण करवले. त्यांनी अहवाल दिला की इथे रसायननिर्मिति-संकुल यशस्वीरीत्या चालवणे शक्य होणार नाही. पहिली दहा वर्षे ही कंपनी भागधारकांना पैसे देऊ शकली नाही. आता एखाद्या परदेशी ग्राहक कंपनीला हा कारखाना सुपूर्द करायचा असा निर्णय घ्यायची वेळ आली. यासाठी मंजुरी देणे भाग होते. हा प्रयोग फसला अशा नकारात्मक भावनेत संचालकमंडळाची बैठक सुरू झाली. त्या बैठकीत श्री. दरबारी सेठ या तरुण केमिकल इंजिनियरने आपले म्हणणे मांडायला सुरुवात केली तसे जेआरडींनी चाणाक्ष नजरेने त्याला टिपले. उत्तम शैक्षणिक गुणवत्ता असलेले श्री. दरबारी सेठ यांनी कंपनी फायद्यात कशी चालवता येईल, याविषयी परदेशी काम करायच्या अनुभवाचा दाखला देत सूचना केल्या. कंपनीचे उत्पादन दुप्पट करायला हवे आणि ते शक्य आहे असा आत्मविश्वासाने दावा केला. सोळा संचालकांपैकी फक्त एकुलते एक संचालक म्हणजे श्री. जेआरडी टाटा यांनी त्यांच्या विचारांना पाठिंबा दिला आणि श्री. सेठ यांच्या हाती प्रकल्पाची सर्वांशाने सूत्रे सोपवली. त्यानी हे आव्हान स्वीकारले. त्या भागात पाण्याचे दुर्भिक्ष्य होते त्यासाठी पाणी (रिसायकल) पुनर्वापराच्या योजना आखल्या जाऊन जवळच मिठापूर येथे टाटांचे नवे रसायनसंकुल उभे राहिले. परदेशी सल्ला वा मदत न घेता आपण हे करू शकतो असा विश्वास त्यांनी जेआरडींना दिलाच; पण हाताखालच्या लोकांनाही दिला. नवे तरुण भरती केले. अत्यंत कमी खर्चात दिवसरात्र मेहनत करून हे संकुल उभे राहिले अन् निर्मितीही सुरू झाली. त्यावेळी टाटा केमिकल्सच्या कामगाराचे सरासरी वय अठ्ठावीस, एकोणतीसच्या दरम्यान होते. नियोजित चारशे टनांऐवजी रोजच्या उत्पादनाने पाचशेचा आकडा ओलांडला. जेआरडी श्री. सेठ यांच्या पाठीशी खंबीरपणे उभे राहिले आणि त्यांनी केलेली प्रत्येक सूचना अमलात आणली. टाटासमूहाची संस्कृती आणि देशाची वेगळ्याप्रकारे केलेली सेवा या दोन्ही भावना जेआरडींच्या सहवासात आलेल्या प्रत्येकाला आपल्या कब्जात घेऊन प्रेरणा देत असे. श्री. दरबारी सेठ याला अपवाद नव्हते. पुढे काही वर्षे कंपनी उत्तम फायदा करू लागली. १९६२ मध्ये पावसाने दडी मारली आणि मिठापूर प्रकल्प बंद होईल अशी चिन्हे दिसू लागली. 'त्याआधी तुम्हाला माझे शव ओलांडावे लागेल' अशा शब्दांत श्री. दरबारी सेठ यांनी हेही आव्हान स्वीकारले. पाण्याचा वापर कमी करण्यासाठी कल्पना सुचवायचे आवाहन केले आणि त्यातल्या व्यवहार्य वाटलेल्या कल्पना प्रत्यक्षात आणल्या. हा प्रयोग इतका यशस्वी झाला की रोजची बावीस लाख गॅलन पाण्याची गरज होती; ती तेच उत्पादन ठेवून पाच लाख गॅलनवर आणली. पाण्याचा पुनर्वापर इतक्या काटकसरीने केला की पुढे तीन वर्षे पावसाने दगा दिला तरी रोजचे उत्पादन २२०० टनांवर पोचले. शेवटी पावसालाच श्री. सेठ यांची

जिद्द पाहून त्यांच्यावर कृपा करावी असे जणू वाटले अन् चौथ्या वर्षी पाऊस पडला.

श्री. दरबारी सेठ यांच्या प्रयत्नाने त्या सर्व परिसराचे रूपच पालटून गेले. पार द्वारकेपर्यंतचा पट्टा हिरवागार झाला. नंतर टाटा केमिकल्सचा झपाट्याने विस्तार होऊन देशभरात ठिकठिकाणी वेगवेगळ्या रसायनांची निर्मिती सुरू झाली. आजही हा प्रकल्प देशातील पहिल्या दहा कारखान्यांत गणला जातो. जेआरडींच्या शब्दात सांगायचे तर टाटांच्या सर्व कंपन्यांमधे सर्वांत कठीण वाटचाल या प्रकल्पाची झाली. इतके अडथळे आले की दुर्दैव जणू पाठच सोडत नव्हते. पण दरबारी सेठ यांच्या जिद्दीमुळे त्यातून बाहेर पडून देशाची गरज टाटांना भागवता आली.

याच दरबारी सेठ यांच्यावर मग जेआरडींनी जेव्हा जेव्हा इतर प्रकल्पांत मोठ्यामोठ्या अडचणी उभ्या राहिल्या, तेव्हा त्या त्या प्रकल्पाचा भार सोपवला आणि प्रत्येक वेळी नव्यानव्या कल्पना लढवत त्यातून श्री. सेठ यांनी वाट काढली. केरळमधील टाटा-फिनलेचे चहा-कॉफीचे मळे असोत, आसाममधील त्या कंपनीचे प्रचंड मोठे विस्तारीकरण असो वा १०० टक्के निर्यात करणाऱ्या 'इन्स्टन्ट टी'चा कारखाना असो, दरबारी सेठ यांना आव्हाने पेलणे हा आता हातचा मळ बनावा इतके सोपे होत गेले. परत टाटांची संस्कृती, विशेषत: निसर्गप्रेम आणि आसपासच्या भागातील जनतेमध्ये समाजकार्य ही मूल्येही श्री. सेठ सतत ध्यानात ठेवत. केरळमधील मुन्नारजवळचे हत्तीसाठी असलेले आरक्षित जंगल अन हजारो एकर पसरलेले चहाचे मळे हे वैभव जेआरडींच्या दूरदृष्टींतून उभे राहिलेले आहे. तिथे काम करणाऱ्या हजारो कामगारांच्या वसाहती 'टाटा टी' ने इतक्या चांगल्या ठेवल्या आहेत, त्यांना सोयी-सुविधा पुरवल्या आहेत, की दारूचे प्रमाण तिथे नगण्य आहे. कुटुंबनियोजनाचे कार्यक्रम दक्षतेने राबवले जातात. तिथल्या कामगारांमध्ये चांगले आयुष्य जगण्याची ऊर्मी ही दुर्मिळ गोष्ट रुजवली गेली आहे.

'कृतीचे स्वातंत्र्य असणे' ही बाब माणसे घडण्यामध्ये महत्त्वाची भूमिका बजावते. त्याचवेळी आपल्या पाठीशी कुणीतरी खंबीरपणे उभे आहे हा विचार, हा विश्वास माणसाला थोडा धोका पत्करून मोठमोठी साहसे अंगावर पेलायला उद्युक्त करतो आणि प्रत्येक साहसानंतर त्याचे व्यक्तिमत्त्व फुलते. कर्तृत्वाला नवे धुमारे फुटतात. जेआरडींनी निवडलेल्या अनेकांना हे कृतिस्वातंत्र्य त्यांना दिले. त्यांच्या कल्पनांना जेव्हा व्यवहाराचे कुंपण घालून इतर संचालकांनी विरोध केला, तेव्हा जेआरडींनी त्यांची पाठराखण केली. त्यांच्या अशा प्रयत्नांना क्वचितच अपयश आले. टाटांच्या सेवेत जेआरडींपेक्षा आधी काम करणारी ज्येष्ठ मंडळीही ते चेअरमनपदी आल्यावर त्यांनी राबवलेल्या नव्यानव्या कल्पनांना साथ देत राहिली. सर अर्देशीर दलाल यांचा टाटांशी संबंध १९०५ मधे आला. श्री. जमशेदजी टाटा यांना बुद्धिमान भारतीय तरुणांनी परदेशी जाऊन उच्च शिक्षण घ्यावे या उदात्त

विचाराने शिष्यवृत्त्या ठेवल्या होत्या. श्री. दलाल यांनी या शिष्यवृत्तीचा लाभ घेऊन आयसीएस परीक्षा यशस्वीरीत्या पूर्ण केली अन् पुढे १९३१ मधे ते टाटांच्या सेवेत आले. पुढील तीस वर्षे त्यांनी टाटांच्या अनेक कंपन्यांचे धुरीणत्व स्वीकारले. त्यांची भरभराट केली. त्यांचे कर्तृत्व ओळखून भारत सरकारने त्यांना नियोजन समितीवर बोलावले तेव्हा देशाची गरज म्हणून ते गेले अन काम संपताच घरी परतावे तसे टाटांकडे परतले. अत्यंत कार्यक्षम अन चौफेर दृष्टीचे असा त्यांचा लौकिक होता. त्यांच्या कर्तृत्वाला जेआरडींनी मुक्तपणे वाव दिला. जेआरडींच्या सुरुवातीच्या कार्यकालात अडीअडचणीतून वाट काढण्यासाठी ते स्वत: श्री. दलाल यांचा सल्ला घेत. स्वत:चे कर्तृत्व फुलवत श्री. दलाल जेआरडींचा वैचारिक आधार बनले.

अर्थतज्ज्ञ डॉ. जॉन मथाय यांना १९४० मधे जेआरडींनी, टाटा केमिकल्सचे आर्थिक व्यवहार सांभाळण्यासाठी निमंत्रण दिले. बॉंबे प्लॅनची आखणी करताना डॉ. मथाय यांनी महत्त्वाची भूमिका बजावली. टाटासमूहाची आर्थिक नीती ठरवताना दोघेजण चर्चा करून निर्णय घेत. डॉ. मथाय यांनी सुचवलेले मार्ग समूहाच्या अंतिम हिताचे ठरले. पुढे मथाय यांचे अर्थशास्त्रावरचे प्रभुत्व आणि नियोजनाची सफाई बघून ४६ मध्ये पंडित नेहरूंनी त्यांना केंद्रीय मंत्रिमंडळात सामील होण्यासाठी निमंत्रण दिले आणि १९४८ मध्ये ते देशाचे अर्थमंत्री झाले. आधी सरकारने उत्पन्नाचे स्रोत वाढावेत अशा तऱ्हेने गुंतवणूक करावी आणि मग मोठे प्रकल्प हाती घ्यावेत या मुद्द्यांवर त्यांचे पंडित नेहरूंशी मतभेद झाले. टाटामध्ये रुजलेली 'व्यवहार सांभाळून देशहित पाहावे' ही नीती डॉ. मथाय यांचा दृष्टिकोन घडवणारी होती तर नेहरूंना समाजवादी आदर्श विचार महत्त्वाचे वाटत होते. पुढे काळाने डॉ. मथाय बरोबर होते हे नि:संशय दाखवून दिले. १९५० मधे ते मंत्रिमंडळातून बाहेर पडले आणि टाटामध्ये परतले. त्या सुमारास जेआरडींना देशापुढचा लोकसंख्यावाढीचा धोका जाणवला होता. त्याचा अभ्यास आर्थिक दृष्टिकोनातून स्वतंत्रपणे व्हावा अशी जेआरडींची इच्छा होती. डॉ. मथाय सर दोराबजी टाटा ट्रस्ट या संस्थेचे चेअरमन होते. त्यांनी १९५६ साली ट्रस्टतर्फे देशातील पहिली 'लोकसंख्या संशोधन' करणारी संस्था स्थापन केली. पुढे टाटांतर्फे आंधळ्या लोकांसाठी ग्रामीण प्रशिक्षण सेवा तसेच शेतकी ज्ञान देणारी सेवा सुरू केली. तिचेही नियोजन डॉ. मथाय यांनी जेआरडींच्या सूचनेवरून केले. निवृत्त होईपर्यंत टाटामध्ये त्यांनी अनेक जबाबदारीची पदे भूषवली आणि सामाजिक कार्याचा स्पर्श देऊन कामे पार पाडली.

श्री. जे.डी. चोक्सी या वकिलांनी जेआरडींच्या निमंत्रणावरून १९३८ मध्ये टाटांच्या सेवेत प्रवेश केला. टाटा इलेक्ट्रिक कंपनीचे चेअरमनपद भूषवत त्यांनी

कायदेशीर सल्लागार ही महत्त्वाची भूमिका पार पाडली. टाटांनी स्वच्छ व्यवहार आणि नैतिकता या गुणांना नेहमीच प्राधान्य दिले. श्री. चोक्सी यांनी वकिली सल्ला देतानाही फायद्यापेक्षा नैतिकता मोठी मानली आणि त्याप्रमाणे आपला सल्ला असावा अशी दक्षता घेतली. मुंबई शहराची विजेची वाढती गरज लक्षात घेऊन त्याप्रमाणे टाटा इलेक्ट्रिकचा विस्तार करण्यात त्यांनी महत्त्वाची भूमिका बजावली. अवघड प्रसंगांतून सुटका करण्यासाठी मार्ग शोधताना श्री. चोक्सी आपल्या निर्णयात विलक्षण चमक दाखवत. हे लक्षात आले तेव्हा जेआरडींनी त्यांच्यावर अनेक कसोटीच्या प्रसंगी जबाबदाऱ्या टाकल्या. त्यांनीही हा विश्वास सार्थ ठरावा अशीच कामे पार पाडली. १९५८मध्ये कम्युनिस्ट नेत्यांनी जमशेदपूरच्या स्टील कारखान्यात संप घडवुन आणला. तेव्हा श्री. चोक्सी यांनी कामगारांची संघटना स्थापून या संपाला योग्य दिशा देऊन कामगारांचे तसेच व्यवस्थापनाचेही हित साधले आणि कटुता न येऊ देता अवघड प्रसंगांतून वाट काढली. कायदा, अर्थशास्त्र, व्यावसायिकता आणि प्रशासन अशा सर्वच क्षेत्रांत ते विलक्षण म्हणाव्या अशा बौद्धिक ताकदीने संचार करत. त्यांचा सुयोग्य उपयोग करून घेण्यात जेआरडींनी आपल्या उद्योगसमूहाचे हित साधले. तीस वर्षे त्यांनी अनेक अवघड जबाबदाऱ्या जेआरडींच्या पाठिंब्याने सांभाळल्या आणि टाटा उद्योगसमूहाच्या विस्ताराला हातभार लावला. बुद्धिमान माणसे प्रचंड असतात त्याप्रमाणे ते थोडे विक्षिप्तही होते. पण जेआरडींनी त्यांना मैत्रीपूर्ण सहजतेने सांभाळून घेतले. कुटुंबातील एक सदस्य असावा असे त्यांचे वर्तन होते. थोडी सहनशीलता दाखवून फार मोठे काम साधून जेआरडींनी त्यांच्या कर्तबगारीला वाव देत उद्योगसमूहाचा फायदा करून घेतला.

श्री. नवल टाटा हे विद्यमान चेअरमन श्री. रतन टाटा यांचे वडील, जेआरडींचे दूरचे बंधू लागतात, तेही टाटासमूहात जेआरडींच्या बरोबरीने अनेक जबाबदाऱ्या पेलत होते. प्रत्येक उपक्रमात सावलीसारखे तेही जेआरडींच्या पाठीशी होते. जेआरडींनी कर्तृत्वाला वाव देऊन अनेक माणसे घडवली. त्यांत सर होमी मोदी, श्री. रूसी मोदी, श्री. द.रा. पेंडसे, श्री. पंडित यांपासून श्री. अजित केरकरांपर्यंत अनेक नावे समाविष्ट करता येतील. यांतील बहुसंख्य जेआरडींच्या वैयक्तिक मैत्रीचेही धनी होते. त्यांच्या विचाराच्या प्रभावाखाली येऊन स्वतःपुरते न पाहाता देशाचे हित प्रधान मानायला ह्या व्यक्ती आपोआप शिकत गेल्या. टाटासमूह हा देशाचा मानबिंदू आहे हा विचार त्यांच्या कामामध्ये प्रधान होता. आपापले हट्टाग्रह सोडून ही सर्व आपली बौद्धिक ताकद टाटा समूहाच्या, पर्यायाने प्रचंड मोठ्या मानवी समूहाच्या भल्यासाठी राबवत स्वतःही मोठी झाली.

आपल्या म्हटलेल्या या माणसांना निवृत्त होऊ देणे जेआरडींना रुचत नसे.

अगदी पंचाहत्तरी ओलांडली तरी त्यांना निवृत्तीचे वेध लागले नाहीत. जेआरडींचा हा हट्ट इतर संचालकांना प्रसंगी तापदायक वाटे. उत्तम प्रतीचे काम आणि वैयक्तिक आयुष्य लाभल्याने ही सर्व माणसे बराच काळ कार्यक्षमही राहिली. कामामध्ये भरपूर स्वातंत्र्य आणि जेआरडींचा पाठिंबा या दोन महत्त्वाच्या घटकांची साथ असल्याने त्यांच्याकडून कंपन्यांसाठी आणि पर्यायाने देशासाठी उत्तम कार्य घडले तरी काळ बदलत होता. धंद्यामध्ये, उत्पादनामध्ये, नवेनवे बदल होत होते. त्या बदलांचा वेगही वाढत होता. त्यामुळे इतर तरुण बुद्धिमंत सेवेत असूनही त्यांना आपली कार्यक्षमता दाखवायची संधी मिळत नव्हती. अशातून संचालक मंडळात नाराजी उद्‌भवत होती. शेवटच्या काही वर्षांत जेआरडींच्या अत्यंत मर्जीतील श्री. नानी पालखीवाला टाटासमूहाचे चेअरमन होतील असा अंदाज व्यक्त होत असताना श्री. नवल टाटा यांचे पुत्र श्री. रतन टाटा यांचे नाव पुढे आले आणि त्यांच्यावर नव्यानव्या जबाबदाऱ्या सोपवल्या जाऊ लागल्या. इतर उद्योगसमूहाच्या तुलनेत टाटासमूहाच्या विकसनाचा वेग मंदावतो आहे असे नव्या तरुणांना वाटू लागले होते. काही वेळा गरज असो वा नसो, कार्यक्षम माणूस आपल्या सेवेत हवा हा जेआरडींचा आग्रह कालबाह्य ठरला आहे असे इतरांना वाटत होते. जेआरडीही श्री. रतन टाटांवर अधिकाधिक जबाबदारी टाकत राहिले अन् त्यांनी घेतलेल्या सर्व निर्णयांना जेआरडींनी कधी विरोध केला नाही. समूहाचा विस्तार होऊन कौटुंबिक वातावरण लोप पावत होते. तसेच अधिक उंची उपलब्ध झाल्याने कार्यक्षम, बुद्धिमान तरुण इतर ठिकाणी आकर्षले जाण्याचे प्रमाण वाढत चालले होते. एकाच कंपनीत सर्व काळ राहणे ही संकल्पना बदलत चालली होती. अशा अनेक कारणांनी मग ही माणसे हळूहळू निवृत्त करण्यात आली.

जेआरडींनी जी माणसे घडवली, त्यांनी मात्र टाटामध्ये रुजलेली संस्कृती पाळत, कायदे, परवाने, नैतिकता यांची बूज ठेवत सर्वकाळ टाटासमूहाची आणि पर्यायाने देशाची सेवा केली हे जेआरडींचे मोठेच यश मानावे लागेल. एक चिनी वचन आहे, 'तुम्हाला एक वर्षाची विकासयोजना आखायची असेल तर मका पेरा, पंचवीस वर्षे पुढे पाहायची असतील तर झाडांच्या बिया पेरा आणि शंभर वर्षे विकास साधायचा असेल तर माणसे पेरा.'

जेआरडींनी अशी माणसे पेरली. तुकोबारायांच्या उक्तीप्रमाणे त्यांनी वेचलेल्या 'शुद्ध बीजापोटी, फळे रसाळ गोमटी' उगवली आणि त्यांनी आपापले भोवताल हिरवेगार, समृद्ध केले.

❑

आकाशाचा महाराजा

आकाशाचा महाराजा

डिसेंबर १९०३ मध्ये राईट बंधूंनी किटी हॉक किनाऱ्यावरील वाळूच्या प्रशस्त पट्ट्यावर पहिले विमान उडवले आणि त्यानंतर सात महिन्यांनी फ्रान्सला जेआरडींचा जन्म झाला. १९०९ मधे श्री. लुई ब्लेरियट या साहसी तरुणाने विमानाने इंग्लिश खाडी ओलांडली. श्री. ब्लेरियट यांचे हार्डेलॉट येथील समुद्रकिनाऱ्यावर घर होते. त्याच्या जवळच टाटा कुटुंबीयांचे उन्हाळी घर होते. या अपघाती सुयोगामुळे जेआरडींच्या कोवळ्या वयात त्यांनी आकाशात उडणारी छोटी विमाने पाहिली आणि आपणही उडावे या स्वप्नाचे बीज मनात पेरले गेले. त्याकाळात विमान हा साहसी, माथेफिरू लोकांचा खेळ होता. गावाजवळच्या शेतात वा किनाऱ्यावर उतरून हौशी प्रवाशांना फिरवून आणणे आणि आपला व विमानाचा खर्च भरून काढणे असा आतबट्ट्याचा, बेभरवशाचा व्यवहार खेळ म्हणून चाले.

जेआरडींच्या आयुष्याबाबत पहिला विमानप्रवास हा हार्डेलॉटच्या समुद्रकिनाऱ्यावर हौशी प्रवाश्यांना फिरवणाऱ्या विमानातून झाला. त्यांना घेऊन उडणारे विमान जमिनीवर सुखरूप येईपर्यंत त्यांचे वडील त्यांच्या सुरक्षेसाठी प्रार्थना करत राहिले. त्या फेरीतच आपण विमान चालवायचे असे त्यांनी मनोमन ठरवून टाकले. त्यासाठी त्यांना सहा वर्षे वाट पाहावी लागली. मुंबईत फ्लाईंग क्लब स्थापन झाल्यावर बारा दिवसांनी ३ फेब्रुवारी १९२९ या दिवशी सोबत्यासह तीन तास पंचेचाळीस मिनिटांच्या उड्डाणानंतर त्यांना स्वतंत्र विमान उडवायची परवानगी मिळाली आणि आठवड्याने 'ए' परवाना मिळाला.

'१० फेब्रुवारी १९२९ ही तारीख असलेला, निळ्या जाडसर कागदावर सोनेरी अक्षरात लिहिलेला परवाना हा माझ्या आयुष्यातला मला सर्वाधिक रोमांचित करणारा कागद आहे. तेवढा आनंद मला आजवर कोणत्याही कागदाने दिलेला नाही.' या शब्दात जेआरडींनी या छोट्या घटनेची नोंद केलेली आहे. भारत आणि ब्रह्मदेश यांनी संयुक्तपणे स्थापन केलेल्या 'फेडरेशन एरोनॉटिक इंटरनॅशनल' या संस्थेने दिलेला तो पहिला चालक-परवाना आहे. पुढे जेआरडींनी आपल्या आयुष्यातील एकूणएक विमानफेऱ्या एका वहीत नीट नोंदून ठेवलेल्या आहेत. त्या 'लॉगबुक'मध्ये अटलांटिक महासागर पार करणाऱ्या साहसी विमानपटू श्री. लिंडेनबर्ग यांच्या विमानाचे रेखाचित्र त्यांनी स्वत: रेखाटलेले आहे आणि या घटनेवर फ्रेंच कवी

मॉरिस रोस्टँड याने लिहिलेली 'स्पिरिट ऑफ सेंट लुई' ही कविता आहे. 'उडण्यावर प्रेम असणारेच त्याकाळात विमाने उडवत असत' अशा शब्दांत त्या भारलेल्या दिवसांबद्दल ते बोलत असत.

श्री. कमिंग्ज हा जेआरडींचा विमानशिक्षक नौदलाचा माजी वैमानिक होता. आपल्याला विमानाच्या कसरती शिकायच्या आहेत असे जेआरडींनी त्यांना सांगताच आपल्याला वेळ नाही अशी सबब त्यांनी सांगितली. पण एक महत्त्वाचा कानमंत्र त्यांनी जेआरडींना दिला. कोणतीही कसरत करण्यापूर्वी पुरेशी उंची गाठायला हवी. मग जेआरडींनी विमाने, त्यांचे उडणे याबद्दल छापलेले मिळेल ते वाचून स्वत:च अभ्यास केला आणि हवेत कसरती करायला सुरुवात केली. विमानाने हवेत गिरक्या घेण्याच्या प्रयत्नात एकदोन वेळा जीवघेणे अपघात होता होता टळले; पण शेवटी सहा हजार फूट उंची गाठून त्यांनी जमिनीला समांतर गिरकी घेत अलगद विमान जमिनीला टेकवले आणि स्वत:हून असे साहस पूर्णत्वाला नेण्याच्या रोमांचक आनंदाने ते नाहून गेले.

परवाना मिळाल्यावर तीनच महिन्यांनी त्यांनी १२०० पौंडाला जिप्सी मॉथ, स्वत: इंग्लंडला जाऊन विकत घेतले आणि हौशी वैमानिकाची भूमिका अधेमधे करून प्रवाश्यांना फिरवून आणले. सुटीमध्ये विमान चालवणे या छंदाला त्यांनी चांगलेच खतपाणी घातले. एकदा आपल्या धाकट्या भावाच्या (दोराब टाटा) कॉलेजजवळच्या शेतात उतरून त्यांनी त्याच्या मित्रांनाही फिरवून आणले. वैमानिक बनणे, आकाशात विहार करणे हे त्याकाळी खरोखर धाडसाचे, कौशल्याचे होते. त्यांच्या 'पस मॉथ' विमानात एक दिशादर्शक म्हणून साधा लोहचुंबकाचा कंपास, जमिनीपासूनची उंची मोजणारा अल्टिमीटर, इंजिनच्या दर सेकंदाला होणाऱ्या फेऱ्या मोजणारा मापक, विमानाचा वेगमापक इतकीच यंत्रणा होती. रेडियोने संपर्क साधणे, विमान थांबवण्यासाठी ब्रेक असणे या साध्या सुविधाही नव्हत्या. धावपट्ट्या अस्तित्वातच नसल्याने विमाने शेतात वा समुद्रकिनाऱ्यावर उतरावी लागत. जमिनीच्या घर्षणाने विमानाचा वेग कमी होऊन ते आपोआप थांबे. तसेच वर उडताना जमीन कठीण असेल त्याठिकाणी दाब देऊन इंजिन वर उचलावे लागे. एकदा पॅरिसला लाबोर्ग विमानतळावर पहिला वेग घेताना बाजूच्या मोठ्या विमानातील एक्झॉस्ट झोतामुळे त्यांचे विमान छोटे असल्याने मार्ग सोडून सरकत गेले. दुसऱ्या एका थांबलेल्या विमानाला ते धडकणार होते; पण प्रसंगावधान राखून त्यांनी वेग देणे थांबवले आणि मोठा अपघात टाळला. दोन्ही विमानांना किरकोळ खरचटण्यावर भागले. नुकसान-भरपाई म्हणून त्यांना पंचवीस पौंडाचा दंड भरावा लागला.

एकदा मुंबईहून जमशेदपूरला विमानाने जाताना त्यांच्यासोबत दादाभाई नौरोजी यांचा नातू किश नौरोजी होते. नागपूरजवळ अरवली डोंगररांगांजवळून उडताना

आपल्या कंपासाचा काटा वेडावाकडा झालेला जेआरडींना दिसला. तासाभराने आपण दिशा चुकल्याचे त्यांच्या लक्षात आले. एका शेतात उतरून शेतकऱ्याजवळ चौकशी केली तेव्हा त्यांना उमजले, की ते रामटेकजवळ म्हणजे जवळजवळ शंभर मैल उजवीकडे सरकलेले आहेत. पण जेआरडींचे दिशांचा अंदाज घेण्याचे भान पक्के होते. कंपासाशिवाय ते मुंबईला नीट पोचू शकले.

नोव्हेंबर १९२९ मधे 'रॉयल एरो क्लब' या संस्थेतर्फे आगाखान यांनी इंग्लंड ते भारत किंवा उलट जो कुणी भारतीय नागरिक विमानाने जाईल, त्याला पाचशे पौंडांचे बक्षीस जाहीर केले होते. हे साहस एकट्याने पार पाडायचे होते. ३ मे १९३० ला त्यांनी कराचीहून प्रस्थान ठेवले आणि त्याचवेळी ॲस्पी इंजिनियर यांनी लंडनहून भारतात येण्यासाठी उड्डाण केले. दोन वर्षांपूर्वी लॉर्ड टेंपलवुड यांनी लंडन ते कराची असा नागरी प्रवास केला होता. तेव्हा वापरलेला मार्ग जेआरडीं यांनी निवडला होता. वाटेत 'जस्क' या गावी त्यांनी बर्माशेल या पेट्रोलकंपनीच्या अधिकाऱ्याकडे मुक्काम केला. त्यांच्या लॉगबुकात त्यांनी जस्कबद्दल मजेशीर नोंद केलेली आहे. 'हे गाव इतके दुर्गम आहे की आजही तिथे जाण्यासाठी अलेक्झांडर द ग्रेटने वापरलेले वाहन म्हणजे उंट वापरावे लागतात. प्रचंड उकाडा असल्याने गरमी होऊन माश्या मरतात आणि फक्त दोन इंच पाऊस पडतो, गवत नाही म्हणून गाई पोस्टऑफिसातले कागद खातात.'

जस्कहून, होरमझ, लिंगेह, बुशायर अन् बसरा असा मुक्काम त्यांनी केला. टायग्रीस, युफ्रेटीस नदीच्या वाळवंटातून हा मार्ग जात होता. पर्शियन आखातात बुशायर हे एक ओॲसिस आहे. 'पिवळसर वाळूच्या पट्ट्यावरचे एकुलते हिरवे टिंब' अशी जेआरडींनी नोंद केली आहे. मध्ये गुलाबी पंखांचे मोठे फ्लेमिंगो पक्षी आणि पांढरे पेलीकन पक्ष्यांचे थवे पाणथळ जागेत जमिनीत चोची खुपसून कीटक शोधताना दिसत होते. समुद्रात किनाऱ्यालगत पॉरपाईज, कासवे आणि शार्क माशांची हालचाल जाणवत होती. राखाडी तपकिरी डोंगर, पांढरे वाळवंट आणि निळा समुद्र यांशिवाय काही दिसत नव्हते. गवताचे हिरवे पाते तासाभराने दिसले. पुढे पॅलेस्टाईनला गाझा येथे थांबून पेट्रोल भरताना त्यांना या स्पर्धेतील आणखी एक वीर श्री. मनमोहनसिंग यांचे 'जिप्सी मॉथ' त्यांना दिसले.

बगदादपासून भूमध्य समुद्राकडे जाताना जेआरडींच्या विमानाला दक्षिणवाऱ्याने ढकलत उत्तरेला नेले. लंबगोल मृत समुद्राऐवजी त्यांना खाली गोल गॅलिली समुद्र दिसला म्हणजे ठरवलेल्या मार्गापासून ते १०० मैल उत्तरेकडे होते. पुन्हा एकदा त्यांना कंपासने दगा दिला होता. एका वैराण जागी विमान उतरवल्यावर त्यांना उंचउंच वारुळे दिसली अन् एक शेतकरी बैलगाडी घेऊन आला तेव्हा ते हैफा या गावी असल्याचे त्यांना कळले.

तिथून ते कैरोला आले तेव्हा त्यांचा कंपास पंचवीस अंशाने चुकीची दिशा दाखवत असल्याचे तिथल्या इंजिनियरने सांगितले. सकाळी उठून पाहातात तर शेजारी ॲस्पी इंजिनियर यांचे विमान उभे होते. ते या स्पर्धेतील तिसरे उमेदवार होते. ते जेआरडींना भेटायला येताच "इथे कशासाठी थांबला आहात?" अशी जेआरडींनी चौकशी केली तेव्हा उत्तर मिळाले की इंजिनचा जादा प्लग नसल्याने ते थांबले आहेत. खिलाडू वृत्तीने जेआरडींनी त्यांना आपल्याकडचा प्लग दिला. ते इतके खूष झाले की त्यांनी आपले लाईफ जॅकेट जेआरडींनी घ्यावे अशी विनंती केली. त्यांनी समुद्र पार केल्याने आता त्यांना त्याची गरज नव्हती. लाईफ जॅकेट घेतले; पण निघताना जादा प्लग घेतला नाही हे चांगल्या नियोजनाचे लक्षण नव्हे असे जेआरडींच्या मनात आले.

आपले दोघे स्पर्धक उलट दिशेने चालले आहेत, हे उमगल्यावर त्यांनीही घाई केली. पुढचा मुक्काम नेपल्सला होता. हे लष्करी केंद्र असल्याने पहाटे सहापूर्वी उड्डाण करायला त्यांना परवानगी मिळाली नाही. तिथे त्यांचा वेळ गेला. ते पॅरिसला पोचले तेव्हा ॲस्पी इंजिनियरनी कराची गाठून शर्यत जिंकली होती. पुढे ॲस्पींनी वैमानिकाचा पेशा पत्करून हवाई दलात मोठमोठी जबाबदारीची पदे भूषवली. १९२९ मध्ये जेआरडींनी विमानाचा परवाना मिळवला आणि १९३० मध्ये ते थेली विकाजी या अत्यंत सुंदर तरुणीशी विवाहबद्ध झाले. यावर मिश्कील हसत ते टिपणी करतात, 'मी आगाखान शर्यत जिंकली नाही तरी कराचीहून लंडनला जाणारा पहिला भारतीय ठरलो. मुंबईला परतलो तेव्हा 'हिरो' झालो होतो, थेलीने मला लग्नासाठी होकार द्यायला हेही एक कारण होते.' पुढे थेलीने आपल्या एका मैत्रिणीला पत्रात लिहिले होते की "मी एका सुप्रसिद्ध वैमानिकाशी लग्न करते आहे."

उत्तम वैमानिक होण्यासाठी तुमच्या प्रतिक्षिप्त क्रिया झटकन व्हायला हव्यात. निर्णय झटपट आणि बरोबर घ्यायला हवेत कारण चूक म्हणजे मृत्यू ठरलेला असतो. वैमानिकाची दृष्टी तीक्ष्ण हवी. अंतरांचा अंदाज आणि दिशांची समज चांगली हवी. सर्वांत महत्त्वाचे म्हणजे डोके शांत ठेवता यायला हवे, कारण आणीबाणीच्या वेळी एकापाठोपाठ एक अचूक निर्णय घेऊन ते झटपट अमलात आणावे लागतात. तुमचा मार्ग चुकला वा हवेत तुम्ही कसरती करत असलात तर मनापेक्षा उपकरणांवर विश्वास ठेवा कारण गोंधळलेल्या अवस्थेत मने भरकटू शकतात, उपकरणे नाहीत. त्यांची ही उत्तम वैमानिक होण्याबद्दलची मते पुढे जेआरडींना उद्योगविश्वात अद्वितीय स्थान मिळवण्यासाठी नि:संशय उपयोगी पडली.

त्यांना जेव्हा जीवनातील कोणते अनुभव प्रथम क्रमांकावर आहेत असे विचारण्यात येई, तेव्हा क्षणाचाही विलंब न लावता उत्तर येई 'आकाशात विहार'.

एकट्याने पहिल्यांदा केलेल्या स्वतंत्र उड्डाणाची रोमांचकता, दुसऱ्या कोणत्याही अनुभवाची बरोबरी त्याच्याशी होऊ शकत नाही.

ब्रिटिशांच्या 'रॉयल एअर फोर्स' या हवाई दलातील एक निळ्या डोळ्यांचा, हसरा देखणा, धाडसी वैमानिक श्री. नेव्हिल व्हिन्सेंट आपले 'हॅविलँड' विमान घेऊन भारत देश पाहायला आणि हवाई क्षेत्रातच आपली उपजीविका करायच्या संधी शोधण्यासाठी १९३० मध्ये भारतात आला. पहिला वैमानिक परवाना घेणाऱ्या जेआरडींची त्याने भेट घेतली आणि या पहिल्या भेटीतच 'टाटा एअर लाईन्स' नावाच्या साहसाची बीजे रोवली गेली. श्री. व्हिन्सेंट यांची एक थरारक घटना त्यावेळी सर्वांना मोहवत होती. पहिल्या महायुद्धात अरबटोळ्यांशी ब्रिटिशांचे युद्ध चालू असताना त्यांचे विमान एकदा सक्तीने वाळवंटात उतरावे लागले. विमानात नेव्हिल आणि एक व्यक्ती असे दोघेच होते. उतरताच त्यांना अरब टोळ्यांनी घेरले. श्री. नेव्हिल यांनी विमानाची शेपटी हातात पकडून ते १८० अंशात वळवले आणि उघड्यावर येऊन स्वतःचा जीव धोक्यात घालून तोफ डागली. अरब टोळीवाले घाबरून पांगले. रात्रभर विमानात सुरक्षित बसून दोघे सकाळी पुढील मुक्काम गाठण्यासाठी आकाशात झेपावले.

भारतात हौशी प्रवाशांना फिरवून आणताना भूभागाचे फोटो काढणे, सर्वेक्षण करणे अशी कामे करताना हवाई उद्योगाला इथे चांगला वाव आहे हे श्री. नेव्हिल यांच्या लक्षात आले. त्यावेळी 'इंपिरियल एअरवेज' या युरोपियन कंपनीने लंडन कराची हवाई टपालसेवा चालू केली होती. पुढे कोलकाता आणि ऑस्ट्रेलिया इथवर वाढवायची योजनाही आखली होती. हीच सेवा पुढे अहमदाबाद मुंबईमार्गे मद्रास आणि कोलंबोपर्यंत न्यायचा प्रस्ताव श्री. व्हिसेंट यांनी जेआरडी यांच्यासमोर मांडला. टाटासन्स त्यावेळी १९२५ च्या जागतिक मंदीतून नुकते बाहेर पडत होते. समूहाचे प्रमुख संचालक श्री. दोराब टाटा वृद्धत्वामुळे नवे साहसी उपक्रम करायला धजावत नव्हते. पण श्री. जॉन पिटर्सन हे एक संचालक जेआरडींच्या पाठीशी उभे राहिले आणि त्यांनी श्री. दोराब टाटांची समजूत घातली.

आपल्या प्रस्तावाला हिरवा सिग्नल मिळताच हा प्रस्ताव सरकारकडे मंजुरीसाठी पाठवण्यात आला. पुढेमागे लष्करी उपयोगासाठी ही सेवा वापरता येईल असे मधाचे बोट त्यामध्ये लावलेले होते. हा प्रवास पश्चिम समुद्रकिनाऱ्यालगत होणार होता. म्हणून समुद्रावरून उडू शकणारी महाग विमाने घेण्याऐवजी जमिनीवरून उडणारी स्वस्त विमाने घ्यायचा पर्याय निवडण्यात आला. सोबत उतारूही नेता यावेत अशी योजना आखली. सरकारकडे विमानांच्या खरेदीसाठी सबसिडी मागण्यात आली त्याला साफ नकार मिळाला. दोन वर्षे टाटा आणि सरकार यांमध्ये परवानगीसाठी पत्रापत्री चालू राहिली. शेवटी बारीकसारीक तपशील ठरून दहा वर्षांच्या सेवाकरारावर

सरकारने १९३२ साली सही केली. ब्रिटिश वैमानिक वापरावेत, फक्त ब्रिटिश विमाने वापरावीत अशा अटी घालण्यात आल्या. थोडी भवती न भवती होऊन श्री. होमी भरुचा नावाच्या वैमानिकाला टाटांनी आपल्या या उपक्रमात सामील करून घेतले. जनतेमध्ये अजूनही विमान, वैमानिक या गोष्टी अपूर्वाईच्या होत्या. श्री. होमी भरुचा या खटाटोपात समरसून सहभागी झाले. विमान चालवताना ते घोडेस्वार वापरतात तसे गुडघ्यांपर्यंतचे चामडी बूट घालून कॉकपिटमधे उडी मारून चढत. जमलेल्या बघ्यांना ते हिरोप्रमाणे घोड्यावर स्वार होत आहेत असे दिसे.

परवानगी मिळाल्यावर जेआरडी पत्नीसह विमानखरेदीसाठी इंग्लंडला गेले. सर जॉफ्रे हॅविलँड या विमान कंपनीच्या वृद्ध मालकाची त्यांनी भेट घेतली. सर हॅविलँडचे तीनही मुलगे पहिल्या महायुद्धात कामी आले होते. तरीही वैयक्तिक दु:ख बाजूला सारून, हिंमत न हारता त्यांनी विमान निर्मितिक्षेत्रात स्वत:ची मुद्रा उमटवली होती. त्यांच्याकडे खरेदी केलेल्या दोन विमानांपैकी एक स्वत: चालवत आणावे अशी जेआरडींची इच्छा ते आजारी पडल्याने पूर्ण होऊ शकली नाही. पुढे व्हिक्टोरिया या बोटीने ते विमानासह भारतात आले. ही विमाने थोडी मोठी होती. वैमानिक, मागे दोन प्रवासी आणि पत्रांचे गठ्ठे ठेवायला मागे जागा अशी त्याची रचना होती. पंख दुमडले तर त्यांचा आकार एखाद्या गाडीएवढा आटोपशीर होत असे. पट्ट्याने बोटीच्या डेकवर बांधून ठेवलेली ही विमाने बॅलॉर्ड पियरला उतरवली आणि बैलगाडीवर लादून जुहूच्या पाणथळ सपाट जागेत उतरवली. त्यावेळी कराचीत विमानतळ होता; पण मुंबईला सोय नव्हती. जुहू भागात कोळ्यांची झापांच्या घराची वसाहत आणि समुद्रकिनाऱ्यालगत काही श्रीमंत कुटुंबांचे उन्हाळी बंगले अशी तुरळक वस्ती होती. छोट्या झुडपांच्या गचपणाने भरलेली ही सपाट पाणथळ जागा, गलपक्षी थव्याने उडत अन गाईम्हशी चरत त्यामुळे तशी दुर्लक्षितच होती. जुहू बीचचा सोनेरी वाळूचा रुंद पट्टा लागेपर्यंत नारळीच्या सुंदर बागा पसरलेल्या होत्या. मध्ये छोट्या कौलारू बंगल्या आणि पोहोण्याच्या खाजगी जागा होत्या.

१५ सप्टेंबर १९३२ ला टपालसेवेचा शुभारंभ करायचे ठरवून तयारीला सुरुवात झाली. त्यावर्षी पावसाळा इतका जोरदार झाला की जुहूची नियोजित जागा पाण्याखाली गेली. त्यामुळे १५ आक्टोबरला उद्‌घाटन करायचे ठरले. त्यादिवशी पहाटे कराचीच्या विमानतळावर पांढऱ्या शर्टपँटमधील रुबाबदार देखणे जेआरडी उड्डाणासाठी सज्ज झाले. डोळ्यांवरती उन्हाळी चष्मा आणि सोबत सोपी गणिते भराभरा सोडवणारा 'स्लाईडरूल'. जेआरडी हा स्लाईडरूल नेहमी जवळ बाळगत असत. त्यांना पोचवायला कराची नगरपालिकेचे प्रमुख, पोस्टमास्तर जनरल असे काही निवडक लोक आले होते. सर्वांशी हस्तांदोलन करून, पत्रांची पिशवी सोबत

घेऊन जेआरडी विमानात चढले आणि ठीक साडेसहाला विमानाने आकाशात झेप घेतली. त्याकाळात प्रचंड वाटणारा ताशी शंभर मैल हा वेग विमानाने गाठला. आधी जेआरडींनी या नव्या साहसाच्या यशासाठी, त्यात सहभागी होणाऱ्या सर्वांच्या सुरक्षिततेसाठी प्रार्थना केली.

प्रत्यक्षात वाऱ्यामुळे विमान सारखे हेलकावत होते. अगदी दक्ष राहून कौशल्याने वाट काढावी लागत होती. वाटेत अहमदाबादला ते थांबले. बैलगाडीवर लादलेले पेट्रोलचे कॅन घेऊन बर्माशेलचा अधिकारी विमानाजवळ आला. विमानाच्या छोट्या टाकीत ते हाताने ओतताना जेआरडींनाही मदतीचा हात पुढे करावा लागला. वाटेत एक पक्षी केबिनमध्ये शिरला त्यामुळे त्याला हुसकावे लागले. दुपारी एक वाजून पन्नास मिनिटांनी विमान मुंबईला पोचले. स्वागतासाठी त्यांची पत्नी थेली, टाटांचे काही वरिष्ठ अधिकारी आणि मुंबईतील त्यांचे प्रसिद्ध उद्योगपती मित्र हजर होते. वाटेत आठ पौंड टपाल अहमदाबादला उतरले होते. मुंबईचे पंचावन्न पौंड टपाल नेण्यासाठी पोस्टमास्तर जनरल जातीने हजर झाले होते. नेव्हिल व्हिन्सेंट दुसऱ्या पसमॉथ विमानासह उरलेले सहा पौंड बल्लारीला तर सत्तेचाळीस पौंड टपाल मद्रासला नेण्यासाठी तयारीत होते. बल्लारीला विमानात पेट्रोल भरण्यासाठी थांबणे जरुरीचे होते. पुढचा प्रवास ठरवल्याप्रमाणे पार पडला. दुसरे दिवशी वृत्तपत्रातून शुभारंभाच्या या सेवेचे भरघोस कौतुक करण्यात आले.

दर शुक्रवारी संध्याकाळी युरोपहून इंपिरियल एअरवेजचे विमान कराचीला टपाल घेऊन येई. तीन दिवस तिथे राही आणि बुधवारी लंडनला परते. टाटांचे छोटे विमान शनिवारी सकाळी उडे अन् अहमदाबाद, मुंबई, बल्लारी, मद्रास असे करत परतीचा प्रवास नेमका मंगळवारी संध्याकाळी पूर्ण करे. वाटेत टपाल पोचवत, गोळा करत आणलेला गठ्ठा लंडनला जाणाऱ्या विमानात पोहोचे. ही आठवड्याची योजना कागदावर अचूक होती. लंडनहून येणारे विमान वेळाने आले की हे सारे वेळापत्रक कोलमडून जाई. पहिल्या पंधरा आठवड्यांत फक्त चार वेळा ते विमान वेळेवर आले.

हा सर्व खटाटोप जेआरडींच्या तारुण्याला रुचेल, आवडेल असा थरारक होता. वाट दाखवणारी, विमान उतवताना इशारे देणारी कोणतीही यंत्रणा नव्हती. रेडिओ संदेशवहन नव्हते. मुंबईला विमानतळ नसल्याने पावसाळ्यात भरती आली की जुहूची जागा पाण्याखाली जाई आणि विमान साखळीने अडकवून ठेवायच्या सुविधेसह वैमानिकाला पुण्याला जावे लागे. येरवडा जेलजवळ एका मोकळ्या मैदानावर विमान ठेवायची तात्पुरती सोय केलेली होती. एक वर्षानंतर टाटा सर्व्हिसेसना सरकारच्या हवाई खात्याकडून जे प्रशस्तीपत्रक मिळाले होते, त्यात लिहिले होते, "हवाई टपालसेवा कार्यक्षमतेने कशी चालवावी; याचे 'टाटा

सर्व्हिसेस' हे उत्तम उदाहरण आहे. पावसाळी हवा, मोसमी वारे, पश्चिमघाटातील दुर्गम डोंगररांगा यांसारखे अडथळे वाटेत असताना कराचीच्या पुढील सेवेची वेळ कधीही चुकली नाही. मद्रासलाही टपाल वेळेवर पोचले. या संस्थेने टपाल १०० टक्के वेळेवर पोचवायची जबाबदारी निष्ठेने पार पाडली. आमच्या अखत्यारीतील 'इंपिरियल एअरवेज' या संस्थेच्या कर्मचाऱ्यांनी या संस्थेकडे प्रशिक्षण घ्यावे आणि कार्यक्षमता कशी राखावी याचे धडे शिकावेत.''

हवाई सेवेचा शुभारंभ झाल्यावर शंभर दिवसांनी जेआरडींनी मुंबईच्या रोटरी क्लबमधे भाषण देताना म्हटले, ''हवाईसेवेच्या भवितव्याबद्दल मला पूर्ण विश्वास वाटतो. भारतात पहिली काही वर्षे कोणत्याही नव्या क्षेत्रातील उद्योगाप्रमाणे ही सेवाही रखडत होईल पण इतर सेवांपेक्षा यामध्ये असलेली साहसी आव्हाने स्वीकारून आम्ही यशस्वी होऊ याची मला खात्री आहे. तुम्हा सर्वांना जेव्हा आपण विमानाने जाणे सोयीचे आहे, आपली कागदपत्रे हवाईमार्गाने लवकर पोहोचावीत असे वाटेल, तेव्हा ही सेवा भरभराटीला येईल. त्यावेळी देशाच्या प्रगतीतील आपला वाटा उचलल्याचे समाधान टाटासन्सपाशी असेल.''

पहिल्या वर्षी टाटासन्सच्या हवाईसेवेला दहा हजार रुपयांचा फायदा झाला. सेवेचे भविष्य उज्ज्वल व्हायला हवे असेल तर प्रवासी सेवा हवी. ती दिवस-रात्र हवी. त्यासाठी चांगले विमानतळ, रेडिओ, संदेशवहन, जमिनीवरील सुविधा सरकारने पुरवायला हव्यात. खाजगीरीत्या कुणालाही हा भार उचलणे शक्य नाही. इतर सर्व देशांत सरकारने अशा सुविधा पुरवल्या आहेत. टाटांनी मात्र स्वतःच्या हिमतीवर धोका पत्करून हे यश मिळवले; असे उद्गार 'सिव्हिल एव्हिएशन' या खात्याच्या प्रमुखांनी एक वर्षानंतर काढले.

पुढच्या वर्षी इंपिरियल एअरवेजच्या बावन्नपैकी नऊ उड्डाणांनी वेळ चुकवली तर टाटांनी १०० टक्के वेळ पाळली. त्यावर्षी इंडियन नॅशनल एअरवेज, इंडियन कॉन्टिनेन्टल एअरवेज अशा दोन नव्या हवाई टपालसेवा सुरू झाल्या. टाटांनीही मुंबई-कलकत्ता मध्ये नागपूर, जमशेदपूर घेत उड्डाण चालू केले. दिल्ली व कलकत्ता जोडले. अनुभवी वैमानिकांना डोळ्यांनी खाली पाहून खुणा ओळखत विमान हाकावे लागे. अजूनही दिशा ओळखण्यासाठी साधा चुंबकीय कंपास वापरण्यात येई. पुढे हैद्राबाद, गोवा, त्रिवेंद्रम, कन्ननोर टाटाच्या मार्गावर आली. एका इंजिनाची छोटी विमाने रेडिओविना चालवणे पावसाळ्यात कठीण जाई. पण या हलक्या विमानांच्या छोट्या आकारामुळे ती शेतात, मोकळ्या मैदानात उतरवता येत. मग आसपासचे खेडूत नवलाने पाहात राहात. एकदा बल्लारीला लहानशा तळावर अवेळी पोचल्याने खुद्द जेआरडींना रात्रभर विमानाच्या पंखाखाली चादर पसरून झोपावे लागले. कारण इमारत, वॉचमन वगैरे कोणतीही सोय त्या

आडजागी नव्हती. पण विमान उडवण्यातील आनंद, थरार त्या सर्व गैरसोयींना पुरून उरे. कराचीहून मुंबईला पहिले विमान नेणे हा जेआरडींसाठी स्वप्नपूर्तीचा एक क्षण होता आणि कार्यक्षम हवाईसेवा देशात उभी करणे या महत्त्वाकांक्षेची ती सुरुवात होती.

त्या छोट्या पसमॉथ विमानाचे कॉकपिट इतके लहान होते की इंजिनची घरघर सोडली तर नजरेच्या टप्प्यात मानवी सोबत काय इतर आवाजही येत नसे. एकदा त्यांना विचारण्यात आले की असे एकटे आणि आजूबाजूला अनंत आकाश, सोबत अमर्याद निसर्ग पसरला असताना देवाचे अस्तित्व जाणवते का? यावर त्यांनी उत्तर दिले, ''लहानशा जागेत एकटे असताना विश्वाच्या अफाट पसाऱ्याची जाणीव होते आणि आपण किती क्षुद्र, नगण्य आहोत हे उमजते. देवाच्या अस्तित्वाच्या खुणा भोवतीच्या असीम निसर्गात भावतात आणि माणूस किती एकाकी आहे याचा प्रत्यय येतो.''

पहिली काही वर्षे टपालसेवा जलद, सुरळीत व्हावी यावर लक्ष केंद्रित करत असतानाच हळूहळू प्रवासी नेता येतील अशी थोडी मोठी विमाने जेआरडींनी टाटांच्या सेवेत सामील केली. सभोवतीचे आकाश आणि आपण एकटे या अद्वैताची सवय झालेल्या टाटांच्या वैमानिकांना एखादा प्रवासी मागे बसलेला आहे याची सवय करून घ्यावी लागली. एकदा तर एका वैमानिकाने विमान चालवताना खात असलेल्या कोंबडीची तंगडी मागे फेकली ती नेमकी वाऱ्यामुळे मागच्या उतारूच्या मांडीवर पडल्याचा किस्साही घडला.

जिथे विमान थांबे तिथे इंधन भरण्यासाठी बर्माशेलच्या पेट्रोलचे कॅन भरलेल्या बैलगाड्या येऊन हाताने पेट्रोल टाकीत ओतत. विमान चढण्याउतरण्यासाठी धावपट्ट्या, रेडिओसंपर्क, विमानसेवेची कचेरी, इमारती असे काहीही नव्हते. १९३६ पर्यंत विमानाचे पंखे फिरवायचा पहिला झटका हाताने तरफ फिरवून गाडीप्रमाणे द्यावा लागे. मग वॅको कंपनीचा 'स्टार्टर' आला, दिशा अचूक दाखवणारा गायरोकंपास आला, काचेची केबिन आल्याने वैमानिकाला उतरताना सर्व बाजूंचे स्पष्ट दिसू लागले. उतारू आणि वैमानिक यांच्यासाठी स्वतंत्र कप्पे आले. विमानाचा इंजिनचा आवाज इतक्या मोठ्याने येत असे की, उतारूंना आपापसांत बोलणे शक्य होत नसे. फक्त पुस्तक वाचणे हा एकच उद्योग करता येई. नंतर हा आवाजही कमी झाला. हळूहळू नवीनवी मोठी विमाने बनवण्यासाठी विमान उत्पादकांमध्ये चढाओढ सुरू झाली. विमानाने प्रवास करणाऱ्या उतारूंची संख्याही वाढत गेली. पुढे दिल्ली, मुंबई विमानसेवा थाटात सुरू झाली. वाटेत ग्वाल्हेर, भोपाळ, इंदूर इथे टपाल देत-घेत, उतारूही सोबत प्रवास करू लागले. या घटनेचे स्वागत ''भारताच्या प्रवेशद्वाराला राजधानी जोडली गेली'' या शब्दांनी करण्यात आले. ''पोलाद आणि

वीज या प्रमुख उद्योगांच्या सहाय्याने भारतातील सर्वांत मोठे औद्योगिक साम्राज्य उभे करणाऱ्या टाटांनी देशात व्यापारी तत्त्वावर विमानसेवा सुरू करायचे अतुलनीय धाडस दाखवले'' अशी सरकारने जेआरडींची प्रशंसा केली.

कौतुकाचे शब्द भरपूर मिळाले तरी फायदा मात्र जेमतेम होता. इतका कमी फायदा मिळत असताना या कंपनीसाठी जेआरडी इतका त्रास का घेतात, असे अनेकजण आश्चर्याने बोलून दाखवत. पण विमान उडवणे ही जेआरडींसाठी मर्मबंधातील ठेव होती. स्वस्ताई असल्याने फक्त २०,००० रुपयांत विमान मिळे. मुंबई- भावनगर ५६ रुपये तिकीट होते. श्रीमंत माणसे विमान भाड्याने घेऊन प्रवास करत. वैमानिक स्वत: टपालाच्या पिशव्या उचलत, उतरवत. १९३८ मधे सरकारने टपालसेवा विस्तृत केली आणि त्या एका वर्षात कंपनीचा फायदा दसपटीने ६६००० रुपयांवरून ६ लाखांपर्यंत वाढला. टाटांच्या सेवेतील विमानांचा आकार, संख्या, उतारूंची संख्या वाढली, टपाल चौपट झाले आणि हा आलेख पुढे सतत चढतच राहिला.

आपला धाकटा भाऊ जिमी, टाटांची हवाईसेवा आनंदाने संभाळेल असे जेआरडींना वाटत होते. कारण जिमी एक अत्यंत कुशल वैमानिक होता; पण १९३६ मध्ये विमान अपघातात त्याचा मृत्यू झाला. मग आपला पहिला भागीदार नेव्हिल व्हिन्सेंटवरच जेआरडींची भिस्त होती. ते दोघे अगदी निकटचे स्नेही बनले.

जेव्हा टाटा एअरवेज ही विमानसेवा सुरू झाली, तेव्हा सर्व पैसे टाटांनी गुंतवले आणि सेवेचे व्यवस्थापन नेव्हिलने सांभाळावे असे ठरलेले होते. बदल्यात त्याला एक तृतीयांश फायदा द्यायचा वायदा झाला. १९३६ मधे कंपनीच्या फायद्यात एकदम वाढ झाली. तेव्हा आधी केलेल्या करारात बदल करावा अशी सूचना टाटांच्या वकिलाने केली. बोर्डवरील इतर सदस्यांनी ती लगेचच उचलून धरली. नाइलाजाने जेआरडींना होकार द्यावा लागला. नेव्हिल दुखावले गेले. यासाठी कबूल झाले नाहीत. ''ठरल्याप्रमाणे १/३ फायदा द्यायला हवा नाहीतर मी कंपनी सोडून जाईन'' असे त्यांनी खेदाने म्हटले. जेआरडी तेव्हा एका दिनशा दाजी नावाच्या विक्षिप्त वकिलाकडे गेले. अत्यंत निष्णात अशा या वकिलांना बोलताना डोक्यावरचा पारशी फेटा सतत पुढेमागे हलवायची सवय होती आणि ते सतत उभे राहून बोर्डावर लिहीत वकिली काम करत. त्यांना जेआरडींना सल्ला विचारला तेव्हा ते म्हणाले ''कायद्याने तुम्ही नेव्हिलना १/३ फायदा देण्यासाठी बांधील नाही. पण नीतिमत्तेच्या दृष्टीने द्यायला हवा.''

तत्क्षणी जेआरडींनी निर्णय घेतला आणि नेव्हिलना म्हटले, ''तुम्ही कंपनी सोडणार नाही आहात.'' नेव्हिल म्हणाले, ''बोर्डावरचे इतर सदस्य तुमचे सांगणे मानणार नाहीत.'' जेआरडी उत्तरले, ''टाटांच्या सर्व उद्योगांत मला पैशापेक्षा

नीतिमत्ता वरती राहायला हवी आहे, कंपनी सुरू करताना दोघांनी मिळून कष्ट घेतले. शब्द पाळणे माझ्यासाठी महत्त्वाचे आहे. मी त्याच बैठकीत असे का केले नाही, याचेच मला आता वाईट वाटते आहे. ज्यावर आपला पूर्ण विश्वास आहे, आपल्या सद्‌विवेकबुद्धीला जे पटते आहे, त्यावर वेळ न घालवता पटकन निर्णय घेऊन ठाम राहायला हवे. हा धडा मी आता शिकलो आहे. तुम्ही राहाणार आहात.''

पुढे अनेकदा फायद्यापेक्षा नीतीमत्ता श्रेष्ठ मानायची ही टाटांच्या सर्व कंपन्यांची संस्कृती बनली. त्याचे मूळ जेआरडींच्या या कृत्यात दिसून येते.

पहिल्या पाच वर्षांत पृथ्वीच्या सहा प्रदक्षिणा पूर्ण होतील एवढा प्रवास टाटांच्या विमानांनी केला. वेळ पाळण्याची त्यांची टक्केवारी होती. ९९.४% १५ विमाने, १५ वैमानिक अन ३४ अभियंते त्यांच्या सेवेत होते. १९४० पर्यंत दिल्ली मुंबई प्रवासभाडे फर्स्टक्लास रेल्वेभाड्यापेक्षा थोडेसे कमीच होते. दक्षिण भारतातील एरपुडू या गावी १९३९ मधे टेकडीला विमान आदळून पहिला अपघात झाला. त्यात वैमानिकाचा मृत्यू झाला. जेआरडींना या घटनेचा जबर धक्का बसला.

दुसऱ्या महायुद्धाला तोंड फुटले आणि सरकारने सर्व विमानसेवांचे नियंत्रण आपल्या हातात घेतले. रॉयल एअरफोर्स या ब्रिटिश हवाईदलाच्या ताफ्यात सामील होऊन टाटांनी अनेक प्रकारे लष्करी सेवा बजावली. सौदी अरेबिया, ओमान या शहरांवरून इंग्लंडला जायचा नवा मार्ग शोधला. ब्रह्मदेशच्या निर्वासितांना भारतात आणले. पुण्याच्या लष्करीकेंद्रातून निर्माण झालेल्या युद्धसामग्रीची वाहतूक केली. युद्ध आघाडीवरून जखमी सैनिकांना सुखरूप हॉस्पिटलात आणले. हवाईदलाची विमानाने सुस्थितीत राखण्यासाठी आपले अभियंते उपलब्ध करून दिले.

मार्च १९४४ मधे जेआरडींनी स्वत: विमानांची निर्मिती करायची ठरवली. नेव्हिल व्हिन्सेंटच्या सहाय्याने कारखान्याचा आराखडा बनवला. धातूने बनलेल्या विमानांची नुकती निर्मिती होती होती. त्यासाठी अनुभवी अभियंते लागले असते आणि ते मिळणे कठीण होते. त्यांचे तंत्रज्ञानही मिळणे सोपे नव्हते. यासर्वांचा विचार करून जेआरडींनी हलकी, लाकडाच्या सांगाड्याने बनलेली दोन इंजिनवाली वेगवान बॉंबर विमाने बनवायचे ठरवले. हॅविलँड कंपनीने मोठे बॉंब नेणारे विमान बनवले होते आणि ते वापरून बर्लिनवर बॉंब टाकण्यात आला होता. सरकारकडून त्याला लगेच परवानगी मिळाली आणि टाटातर्फे पुण्याला कारखान्याचे प्राथमिक कामकाज सुरू झाले. पण तेवढ्यात ब्रिटिशांना वाटले की भारतात अशी विमाने बनली तर ती पुढे आपल्याशीच स्पर्धा करतील म्हणून अशा विमानांना परवानगी नाकारण्यात आली. तुम्ही साधी 'ग्लायडर्स' बनवा असे सांगण्यात आले. ही इंजिनाशिवाय पतंगासारखी उडणारी, फक्त युद्धात वापरता येणारी विमाने बनवायला टाटांनी नकार दिला. कारण युद्ध संपल्यावर त्याचा काहीच उपयोग होणार नव्हता.

जेआरडींना विमानाचे उत्पादन करायची फार इच्छा होती. पुढे बंगलोरच्या हिंदुस्थान एरोनॉटिक्स लिमिटेड या सरकारी कारखान्याच्या उभारणीमध्ये त्यांनी भाग घेतला पण स्वत: निर्मिती करायची त्यांची इच्छा अपुरीच राहिली. युद्ध संपल्यानंतर हवाई क्षेत्राचा झपाट्याने विकास होईल असा त्यांचा अंदाज होता. कारण युद्धकाळात विमानांच्या क्षेत्रात झपाट्याने संशोधन होऊन सुधारणा झाल्या होत्या. आता त्या नागरी सेवेसाठी उपलब्ध होणार होत्या. १९४३ साली रोटरी क्लबमध्ये त्यांनी या विषयावर एक अभ्यासपूर्ण भाषण दिले. 'ही विमानयुगाची पहाट आहे' अशा शब्दात सुरुवात करून त्यांनी पुढील वीस वर्षांत हवाईक्षेत्राचे चित्र कसे असेल, याची तपशिलात जाऊन चर्चा केली. हवाईप्रवास हा रेल्वे वा मोटारइतका सहजतेने केला जाईल. जमिनीवरील अन् आकाशातील प्रवासाला जवळजवळ सारखाच खर्च येईल, पण वेग मात्र अनेक पटींत राहील. पृथ्वीवरचा कोणताही बिंदू एका दिवसात गाठता येईल. अवघे विश्व या विमानयुगात एकाच परिसरासारखे जवळ येईल. माणसे शरीराने, अस्तित्वाने जवळ आल्यावर मनाने एक होण्यासाठी मदत मिळेल.

जीवनाचा वेग वाढेल, व्यापार-व्यवहाराच्या उद्योगांच्या संधीत प्रचंड प्रमाणात वाढ होईल. संस्कृतीची देवघेवही वेगाने होईल. या सर्व वेगाला आपल्या जीवनात स्थान देण्यासाठी आपल्याला अनेक अनावश्यक, अनुत्पादक कामे जीवनातून हद्दपार करावी लागतील. रोटरी क्लबमधील भाषणे ऐकणे हे असे एक वजा करण्याजोगे काम असेल. जीवनाच्या वेगाबरोबर आपल्या हृदयावरील, मज्जासंस्थेवरील ताणही त्याच प्रमाणात कदाचित वाढेल. पण त्यावर उपाय म्हणून खेळ, व्यायाम, उत्तम हवामानात जाऊन राहाणे यांमध्ये सुधारणा होईल. वैद्यकीय क्षेत्रातील प्रगतीमुळे, जीवन आरोग्यपूर्ण होईल अन् आयुष्यमान वाढेल. प्रवास वेगवान, सुखकर झाल्यामुळे माणसाच्या व्यावसायिक जीवनात वेळेची बचत होईल. शरीराला होणारा त्रास, मानसिक शक्तींचा अपव्यय टळेल. जीवनाचा वेग जेव्हा जेव्हा असह्य होईल, तेव्हा गर्दीपासून दूर असे अवकाशातील स्तब्ध क्षण जीवनाला पुन्हा उभारी देतील.

या भाषणापूर्वी काही दिवस जेआरडींनी 'मॅचवीरो' श्रेणीची विमाने बनवण्यासाठी बोलणी करायला नेव्हिल व्हिन्सेंट यांना इंग्लंडला पाठवले होते. परत येताना फ्रान्सच्या किनाऱ्यालगत विमान कोसळून त्यांचा मृत्यू झाला. इतक्या वर्षांचा एक जिवलग मित्र गेल्याचे जेआरडींना प्रचंड दु:ख झाले. ते व्यक्त करताना त्यांनी म्हटले, "तुमच्या अगदी निकटचे कुणीतरी देवाघरी जाते तेव्हा आपल्या आयुष्याचा थोडा भाग त्यांच्यासोबत निघून जातो. नेव्हिल माझ्या जीवनाचा एक तुकडा आपल्यासोबत अटलांटिकच्या पाण्यात घेऊन गेला."

१९४५ मधे जर्मनीने शरणागती पत्करली आणि देशातील हवाईसेवेची पुढील विस्तारीत योजना सरकारने जाहीर केली. एक हवाईसेवांना परवाना देणारे बोर्ड स्थापन केले आणि जवळजवळ अकरा कंपन्यांना परवानगी दिली. खुद्द हवाईप्रवासमंत्र्यांनी "हवाईसेवेचे वाटोळे करायचा मुहूर्त झाला" असे म्हणत या बोर्डच्या निर्णयाचे स्वागत केले.

युद्धकाळात गरज पडली म्हणून देशामधे जवळजवळ ४४ विमानतळ झपाट्याने उभारण्यात आले होते. त्या काळानुसार ते अगदी अद्ययावत होते. हवामानाचा अंदाज वर्तवणारी उपकरणे होती. रेडिओ संदेशवहन सुरू झाले होते. युद्धापूर्वी टाटांचे वैमानिक विमानाचे प्रशिक्षण घेण्यासाठी इंग्लंडला जात. आता डॉ. एच.एम. वाडिया यांच्या नेतृत्वाखाली जुहूला प्रशिक्षण केंद्र सुरू झाले. नेव्हिलच्या मृत्यूनंतर सर फ्रेडरिक टिम्स यांनी टाटांच्या हवाईसेवेचा भार संभाळला. ते जेआरडींचे चांगले मित्र होते.

१९४६ मधे देशातील दर तीन उतारूंपैकी एक टाटाच्या सेवेचा लाभ घेत असे. म्हणजे हवाई सेवेत टाटांचा एकूण वाटा १/३ होता. तर उरलेले २/३ दहा कंपन्यांत विभागले गेले होते. पण एवढ्याने जेआरडी संतुष्ट होऊन शांत बसले नाहीत. त्यांनी आंतराष्ट्रीय हवाईसेवा सुरू करण्याचा प्रस्ताव सरकारपुढे ठेवला. 'एअर इंडिया इंटरनॅशनल' या नावाची कंपनी सरकार आणि टाटा यांचे संयुक्त साहस असणार होते.

जेआरडींचा विमान उडवण्यामधील वैयक्तिक रस किंचितही कमी झाला नव्हता. आपले छोटे एक इंजिनवाले बीचक्राफ्ट हे खाजगी विमान ते नेहमी स्वत: उडवत. एकदा कॅप्टन विश्वनाथ अन जेआरडी बंगलोरला गेले असताना आपले काम संपवून संध्याकाळी सहा वाजता विमानतळावर आले. हवामानाच्या अंदाजाप्रमाणे वादळ होण्याची शक्यता व्यक्त केली होती. अंदाज ऐकून जेआरडी म्हणाले "मला कोणत्याही परिस्थितीत मुंबईला आज परतायला हवे." दोघे परत निघाले अन् लवकरच काळोख पडला. भरीत भर म्हणून ह्यांना वादळाने गाठले. जेआरडी स्वत: विमान चालवत होते. कॅप्टन विश्वनाथनी त्या कठीण प्रसंगात जेआरडींची विमान चालवायची शैली लक्षपूर्वक पाहिली. ते म्हणतात, "सर्वसामान्यपणे वैमानिक निसर्गाशी दोन हात करत विमान चालवतात. पण जेआरडी आपल्या मेंदूवर अधिक विश्वास ठेवतात. त्या मशीनचा एक भाग असल्याप्रमाणे त्यांचे निर्णय असतात. वादळात शिरल्यावर ते छोटे विमान त्यांनी वाऱ्याच्या मर्जीप्रमाणे संथपणे वरखाली होऊ दिले. फक्त विमानाचा तोल सावरण्यावर लक्ष केंद्रित केले. एखादा कागद तरंगावा तसे ते वाऱ्यावर तरंगत राहिले. डोके शांत ठेवून सर्व नियंत्रणे त्यांनी आपल्या मजबूत हातात घेतलेली होती. जेवढे आपण वादळाच्या विरोधात जाऊ,

तेवढा धोका वाढणार हे ओळखून त्यांनी विमान चालवताना निसर्गाशी तोल सांभाळला. ते जन्मजात वैमानिक आहेत याची मला त्या प्रसंगात खात्री पटली.

’पहिल्या काही वर्षांत नगण्य फायदा असताना जेआरडींनी हवाईसेवेकडे इतके लक्ष का द्यावे, याचे सर्वांनाच आश्चर्य वाटे. एका फार मोठ्या उद्योगसमूहाची जबाबदारी त्यांच्यावर होती पण एडी रिकेनबेकर यांनी म्हटल्याप्रमाणे ‘‘हवाई क्षेत्रात व्यवसाय करण्यासाठी तुम्ही थोडसे चक्रम असायला हवे असे नाही, पण असलात तर बरे ‘एअर इंडियाचे एक ज्येष्ठ वैमानिक कॅप्टन विश्वनाथ म्हणतात त्याप्रमाणे जेआरडीचे उद्योगाबद्दलचे द्रष्टेपण वादातीत आहे असे अनेकदा अनुभवाला आले आहे. त्याचे हे एक उदाहरण आहे. हवाईसेवेला आर्थिक स्थैर्य लाभले तेव्हा नेव्हिल व्हिन्सेंटच्या जोडीने आंतरराष्ट्रीय विमानसेवा सुरू करायची स्वप्ने जेआरडींना पडू लागली. हे तातडीने करायला हवे हेही उमगले. कारण संपन्न पश्चिमी देश यात उतरून महत्त्वाचे मार्ग बळकावणार आणि मग स्पर्धा करणे कठीण जाईल हे त्यांनी आधीच हेरले होते. भारताचे स्वातंत्र्य जवळ आले होते तेव्हा देशांतर्गत संधी वाढणार होत्या. पर्यटनाच्या दृष्टीने भारत समृद्ध आहे याची खात्री होती. जपान, मलेशिया, सिंगापूर आदी पौर्वात्य देशांना जोडण्यासाठी भारत मध्यवर्ती आहे याचीही जाण होती. दुसऱ्या महायुद्धानंतर, एअर फ्रान्स, ब्रिटिश अेअरवेज, पॅन ॲम, ट्वा या कंपन्यानी आपला विस्तार झपाट्याने केला होता. त्यात आता भारताने मुसंडी मारायला हवी, स्वतःची जागा निर्माण करायला हवी असे जेआरडींना वाटत होते.

१९४७ साली फाळणीच्या वेदनांसह स्वातंत्र्याचा आनंद याचे संमिश्र पडसाद देशभर उमटले. नवी दिल्लीच्या टाटा ऑफिसचे प्रमुख वैमानिक श्री माणेक दलाल यांनी अनेक मुसलमानांना स्वत: धोका पत्करून विमानाने लाहोरला हलवले आणि तिथल्या हिंदू अधिकाऱ्यांना सुखरूप भारतात आणले. रात्रीबेरात्री धमक्यांचे फोन येत तरी अनेकांचे प्राण वाचवण्यात त्यांनी मदत केली. अशा तणावपूर्ण वातावरणात जेआरडींनी आपल्या आंतरराष्ट्रीय हवाईसेवा सुरू करण्याचा प्रस्ताव सरकारपुढे ठेवला. सरकारला ही सेवा स्वत: सुरू करायची होती; पण प्राथमिक तयारीतच दोन वर्षे गेली तर स्पर्धा आणखी तीव्र होईल याचा अंदाज आला. तसे मुंबई-लंडन हवाईसेवा सुरू करण्यासाठी टाटांना परवानगी देण्यात आली. टाटांकडे पायाभूत सोयी, विमाने, कर्मचारी, प्रवासीसेवेचा देशांतर्गत अनुभव, प्राधिकरणाच्या सोयी, देखभाल करणारी माणसे असा संच होता. या उद्योगात ४९ टक्के सरकार, २६ टक्के टाटा आणि इतर शेअर्सच्या रूपात जनता असे भागभांडवल राहाणार होते. श्री. दलाल तयारीसाठी लंडनला गेले, तेव्हा तिथला विमानतळ युद्धात उद्ध्वस्त झालेला होता. असह्य थंडीने काकडायचे वा उबेसाठी ठेवलेल्या कंदिलाच्या

तेलातून येणाऱ्या धुराने गुदमरायचे असे दोनच पर्याय उपलब्ध होते. 'एअर इंडिया' हे नाव ठरले आणि मागणी नोंदवण्यात आली. कुणीतरी आपली मागणी रद्द केली आणि सहा महिने आधीच ही विमाने एअर इंडियाच्या हातात पडली. बाकी सर्व तयारी होतीच. आठ मार्च १९४८ ला कंपनीची रीतसर स्थापना झाली आणि आठ जूनला पहिले उड्डाण ठरले. श्री. बॉबी कुका यांनी कमरेत वाकलेला, लालबुंद शेरवानीतील रुबाबदार महाराजाचे चित्र या नावाशी संलग्न केले. पुढे हा मिशाळ, चेहऱ्यावर मिश्कील झाक असलेला महाराजा भारतीय आतिथ्याचे प्रतीक म्हणून जगभरात प्रसिद्ध पावला. पडद्याच्या, छोट्या पुतळ्याच्या रूपाने असंख्य भारतीय घराघरात पोचला.

आठ जूनला 'मलबार प्रिन्सेस' हे विमान मुंबईच्या विमानतळावरून उडाले, तेव्हा त्यात स्वत: जेआरडी, पत्नी थेली, काही उद्योगपती, संस्थानिक असे उतारू होते. जेआरडींसाठी ही आपल्या स्वप्नमहालाची आणखी एक महत्त्वाची पायरी होती. उड्डाण केल्यावर थोड्याच वेळात काळावर विजय मिळवणारा इजिप्तमधील स्फिंक्सचा पुतळा त्यांना खाली दिसला. वाटेत कैरो, जिनिव्हा ही शहरे वेळेवर गाठली गेली. आल्पसची शिखरे ओलांडून लंडनच्या विमानतळावर उतरले तेव्हा स्वागतासाठी आलेल्या श्री. दलाल यांना घड्याळ दाखवत जेआडी म्हणाले "आपण अगदी अचूक वेळ गाठली आहे." आगाखान चषक स्पर्धेत जेआरडींना कराची-लंडन प्रवासासाठी जितके दिवस अन् तास लागले होते, बरोबर तेवढेच तास अन् मिनिटे या प्रवासाला लागले अशी त्यांच्या लॉगबुकातील नोंद सांगते.

या प्रवासानंतर ह्यांचे हृदय आनंदाने भरून आले. त्यामध्ये एक ताणही मिसळला होता. अमेरिका-इग्लंडसारख्या पुढारलेल्या देशांशी स्पर्धा करत त्यांना टिकून राहायचे होते. ही स्पर्धा संपन्न, अनुभवी देश आणि नुकता स्वतंत्र झालेला छोटा प्रगतिशील देश अशी असमान होती. सर्वांच्याच मनात या साहसाच्या यशस्वितेबद्दल संशयाच्या पाली चुकचुकत होत्या. त्या सर्वांना काळानेच चोख उत्तर दिले. पुढच्या वीस वर्षांत एअर इंडियाच्या प्रवाशांपैकी ७५ टक्के लोक परदेशी असत. त्यांच्या देशांच्या हवाईसेवा होत्या तरीही ते एअर इंडियाने प्रवास करणे निवडत. तुलनेने ही कंपनी फारच छोटी होती. विमानाच्या संख्येत, उड्डाणाच्या संख्येने त्यांच्याही स्पर्धा करणे शक्य नाही हे जेआरडींना ठाऊक होते. त्यानी तसा प्रयत्नही कधी केला नाही. पण त्यांनी आपल्या सेवेची गुणवत्ता, वेळेवर सुटणे आणि पोचणे याची टक्केवारी, प्रवासातील सेवेचा दर्जा इतका उत्तम राखला होता की एखाद्या मार्गावर चारपाच देशांच्या हवाईसेवा असल्या तरी अनुभवी प्रवासी एअर इंडियाने जाणे पसंत करत. सुरक्षितता, स्वच्छता, प्रसन्न अंतर्गत सजावट, उत्तम खाणे याकडे विशेष लक्ष देऊन 'महाराजा'ची कीर्ती दिगंत पसरली. लहान

मुलांनाही खुशाल एकटे परदेशी पाठवावे असा विश्वास लाल फेट्याच्या महाराजाने कमावला. आलिशानतेपेक्षा अगत्यशीलतेकडे लक्ष पुरवले गेल्याने ही सेवा खास आहे असा अनुभव सर्वांनाच येत असे. यासाठी जेआरडींनी जी उत्तम गुणवत्तेची टीम घडवली, त्याला खरंच तोड नाही.

पहिल्या दिवसातल्या आपल्या सहकाऱ्यांचे गुणवर्णन करताना जेआरडींची वाणी भरून येत असे. या टीम स्पिरिटच्या नळावरती कल्पनेपेक्षा उत्तम कामगिरी टाटा एअरलाईन्सकडून होऊ शकली आणि सेवेचा विस्तार सतत वाढत राहिला. उच्च नीतिमत्ता आणि एकी किती मोठे कार्य करू शकते, याचे हे उदाहरण आहे. कारण त्यामागचे नेतृत्व म्हणजे श्री. जेआरडी यांचे आकाशावरचे प्रेम आहे हे सर्वजण जाणत होते. फक्त पंचवीस रुपये पगारावर काम करणारे श्री. व्ही. जी. गाडगीळ कोणतेही विमान लीलया दुरुस्त करत असत. स्वत: जेआरडी विनावेतन काम करत. फायदा झाला तरच श्री. नेव्हिल यांना पैसे मिळत. ही कंपनी बलिष्ठ पायावर उभी करायची हा त्या सर्वांना जोडणारा समान धागा होता आणि कुशलतेने त्यांना सर्वांना या धाग्यात गुंफणारा नेता होता. एका कुटुंबासारखे वातावरण होते. नंतर जेव्हा हवाईसेवेत लठ्ठ पगार घेणारे, अंग झाडून काम न करता क्षुल्लक कारणाने संप करून प्रवाशांना वेठीला धरणारे कर्मचारी दिसू लागले. तेव्हा या जुन्या मंडळीची सेवावृत्ती, समर्पणवृत्ती विशेषत्वाने उठून दिसते.

दर पाच वर्षांनी प्रवासीसंख्या आणि दर तीन वर्षांनी मालवाहतूक दुप्पट होत होती. नव्यानव्या विमानांची आणि मार्गांची भर घालत टाटा हवाईसेवेने आपला यामधील वाटा खेचून आणण्यात यश मिळवले याचे कारण जेआरडींचे वैयक्तिक प्रयत्न होते. मिश्कीलपणे हसत ते म्हणत, ''मी पूर्णवेळ अध्यक्ष नसताना माझे हृदय मात्र संपूर्ण वेळ या सेवेचा विचार करत असते. माझे मित्र संशयाने म्हणतात की याचे कारण सुरेख दिसणाऱ्या तरुण हवाईसुंदरी आहेत; पण ही अतिशयोक्ती आहे. काहींना दारूचे, स्त्रीचे व्यसन असते, मला आकाशातील विहाराचा आनंद देणे आणि घेणे याचे व्यसन लागले आहे.''

ते जमेल तितक्यावेळा एअर इंडियाने प्रवास करत आणि तेव्हा हातात एक नोटपॅड ठेवत. प्रवासात त्यांच्या तीक्ष्ण नजरेला आढळलेले चांगले आणि वाईट त्यावर टिपून ठेवून व्यवस्थापनाकडे पाठवत. याकडे 'लक्ष असावे' अशी विनयी सूचना शेवटी असे. त्याचे तपशील पाहिले तर जेआरडी या सेवेबद्दल किती जागरूक होते ते कळून येते.

''ब्रिटिश बियर तीव्र असते, तेव्हा प्रवाशांना सौम्य बियर द्यावी.''

''चहा आणि कॉफीच्या द्रवाचा रंग जवळजवळ सारखाच दिसतो तेव्हा चहा कमी उकळावा.''

“काही खुर्च्या पाठीमागे अधिक कलतात म्हणून अधिक आरामदायी आहेत. काही कमी कलतात. असा भेदभाव असू नये.”

“जेवण पुरवताना बैठकीवरचा छोटा दिवा लावावा म्हणजे काटेचमचे, ताटे चमकतात अन् प्रसन्न वाटते.”

“साडीमुळे भारतीय हवाईसुंदऱ्या विशेषत्वाने उठून दिसतात म्हणून जरी हा पेहराव काम करताना विशेष आरामदायी नसला तरी तोच ठेवावा.”

“सर्व कर्मचाऱ्यांना मेकअप करायचे स्वातंत्र्य जरूर आहे पण त्याचा दुरुपयोग केला जाऊ नये. एका हवाईसुंदरीची लिपस्टिक पांढरी होती त्यामुळे दुरून ती प्रेतासारखी दिसत होती. कुणालाही प्रेताने आपल्याला जेवण पुरवावे हे आवडेल असे मला वाटत नाही.”

“काहीजणांचे कल्ले शर्टच्या कॉलरला टेकलेले असतात तर काहींच्या मिश्या फूमांच्यू सारख्या खाली लोंबत असतात. आपला पेहराव सुदर्शन असणे हाही आतिथ्याचा भाग आहे, याचा कुणाला विसर पडू नये.”

विमानाच्या अंतर्गत सजावटीसाठी लागणारे सर्वकाही म्हणजे कर्मचाऱ्यांचे गणवेश, पडदे, संगीत, कपबश्या, काटेचमचे यांत काहीही बदल करायचा झाल्यास शेवटची अनुमती माझी असायला हवी, असे त्यानी एक परिपत्रक काढून कळवले होते. हे सर्व करताना अवाढव्य खर्च टाळण्याकडे त्यांचा कटाक्ष असे. तपशिलाबाबतची अशी जागरूकता आपोआप इतर कर्मचाऱ्यांमध्ये झिरपत गेली आणि पुढे हे 'महाराजाचे' वैशिष्ट्य बनले. जेआरडी विमानात असले की सर्व कर्मचारी जागरूक राहात. पहिल्या काही वर्षांत अनेकदा ते स्वत: विमान चालवायला बसत. त्याना सहवैमानिक म्हणून साथ करण्यासाठी इतर वैमानिक सबबी सांगून टाळत राहात कारण त्यांचा परिपूर्णतेचा हव्यास निभावणे कठीण कर्म होत असे. पण त्यांचे आवडते सहकारी आणि निस्सीम भक्त श्री. विश्वनाथ म्हणतात की मला मात्र या सहवैमानिकाच्या भूमिकेने वैमानिकाची कौशल्ये आणखी धारदार करता आली. एकदा विमान उतरवताना त्यानी विचारले श्री. विश्वनाथ “वेग किती हवा?” चटकन आकडेमोड करून मी उत्तर दिले “ताशी १४५ मैल हवा सर.” आपल्या स्लाईडरूलवर फिरवाफिरव करून ते मृदुपणे म्हणाले “१४५.५ मैल हवा.” कधी इतक्या काटेकोर तपशिलाचा वैताग आला तरी अचूकतेचा हव्यास माणसाला परिपूर्णतेकडे नेतो याचे ते चालतेबोलते उदाहरण होते.

विमानात असताना सर्व स्वच्छतागृहे तपासणे हा जेआरडींचा एक आवडता उद्योग इतरांना नेहमी ताणाखाली ठेवे. एकदा कमोडमध्ये टाकायचे निळे सुगंधी द्रव्य संपले होते, तेव्हा व्यवस्थापकाने प्रसंगावधान राखून वेळ मारून नेण्यासाठी त्यात पेनमधील शाई ओतली. फ्लश करून पाहिले तर निळे पाणी यावे म्हणून

टाकीतही चार थेंब टाकले. सोबत थोडे सेंटही टाकले. ते स्वच्छतागृहात एकदाच जाणार तेव्हा आपण निभावले जाणार असा त्यांचा कयास होता. विमानातून उतरताना जेआडींनी त्यांना कागदावर टीप लिहून दिली "जे निळे सुगंधी द्रव्य, कमोडमध्ये वापरले आहे, त्याचे डाग भांड्यावर राहातात तेव्हा त्यांचा ब्रँड बदलावा."

व्यवस्थापकाचा चेहरा पाहण्यासारखा झाला.

१९६८ साली लंडनच्या 'डेली मेल' या प्रख्यात वृत्तपत्राने एअर इंडियाला 'सर्वोत्तम विमानसेवा' असा बहुमान बहाल केला त्याचे कारण असे वैयक्तिक लक्ष देणे हे आहे.

स्वातंत्र्यानंतरच्या दोनतीन वर्षांत केंद्रीय मंत्री श्री. रफी अहमंद किडवई आणि जेआरडी टाटा यांच्यामध्ये देशांतर्गत रात्रीची विमानसेवा सुरू करण्याबद्दल मतभेद झाले. नेहरूंनी मध्यस्थी करायचा प्रयत्न केला पण तेढ वाढतच गेली. रात्रीच्या सेवेमुळे भाडे कमी ठेवता येईल असा किडवईंचा दावा होता आणि प्रत्यक्षात तसेच घडले. दोघेही एकमेकांना सतत टोमणे मारत असत. जेआरडींची हजरजबाबी रसवंती अशावेळी अगदी बहरला येई आणि किडवईही त्याला खतपाणी घालत. सुंदर स्त्रियाना हवाईसुंदरी म्हणून ठेवण्यासाठी टाटा अधिक पैसे खर्च करतात म्हणून त्यांचे तिकीट जास्त असते असे ते म्हणत. शेवटी अशी सेवा सुरू झाली आणि ती खरेच किफायतशीर ठरली.

दुसऱ्या महायुद्धात निर्मिती होऊन वापरलेली छोटी डाकोटा विमाने युद्धानंतर अमेरिकेने मातीमोल किमतीत विकायला काढली अन् देशभरात अनेकांनी ती खरेदी करून, त्यांची डागडुजी करून नागरी सेवा सुरू करायचे प्रस्ताव सरकारपुढे ठेवले. देशामध्ये तीन किंवा चार सशक्त अन् उत्तम सेवा असाव्यात. भराभर परवाने दिले तर चढाओढ तीव्र होऊन निकृष्ट सेवा पुरवली जाईल हा जेआरडींनी दिलेला इशारा न जुमानता धडाधड चौदा नव्या कंपन्या स्थापन झाल्या. गरजेपेक्षा जास्त संख्या झाल्याने कंपनीने भाडे कमी केले. त्यामुळे तोटा होऊन यांतील काही कंपन्या डबघाईला आल्या वा बंद पडल्या. मग या सेवा राष्ट्रीयीकरण करून सरकारने ताब्यात घ्याव्यात असे सुचवण्यात आले. राष्ट्रीयीकरणाबाबत जेआरडींनी आपली मते जाहीरपणे मांडली होती. "लोकांना अधिक उत्तम सेवा देता येत असेल तर राष्ट्रीयीकरण जरूर व्हावे; पण जे उद्योग वा सेवा सरकारी लाल फीत, कामगार संघटना, गलथान व्यवस्थापन अशा अनेक कारणांमुळे संकटात येऊ शकतात, त्यावर खाजगी नियंत्रण हवे. हवाईसेवा कार्यक्षमतेच्या बळावर चालते तेव्हा राष्ट्रीयीकरण हे चुकीचे पाऊल ठरेल" असे ते म्हणत. १९५२ पर्यंत पहिल्या वर्षभरात उत्तम कामगिरी करणाऱ्या सेवा तोट्यात आल्या तेव्हा राष्ट्रीयीकरण होणार

हे नक्की झाले तसे जेआरडींनी 'एअर इंडिया' ही आंतरराष्ट्रीय सेवा अन् 'इंडियन एअरलाईन्स' ही देशांतर्गत सेवा असे विभाजन सुचवले. तत्कालीन संबधित मंत्री श्री. जगजीवनराम यांनी हा प्रस्ताव पुढे रेटला. बरीच गरमागरमी होऊन शेवटी नाममात्र भरपाई देऊन सर्व विमानकंपन्या सरकारने आपल्या ताब्यात घेतल्या. आंतरराष्ट्रीय आणि देशांतर्गत हवाईसेवांचे विभाजन करून पंडित नेहरूंनी जेआरडींना दोन्ही कंपन्यांचे अध्यक्षपद देऊ केले.

पहिल्यांदा याला नकार द्यावा असे त्यांच्या मनात आले; पण मग त्यांनी आपल्या सर्व वरिष्ठ सहकाऱ्यांशी सल्लामसलत केली. बहुतेकांनी त्यांना 'घेऊ नका' असे सुचवले. आपण स्थापन करून ऊर्जितावस्थेला आणलेल्या, उत्तम सेवा म्हणून जगभरात नावाजल्या गेलेल्या एअर इंडियाचा दर्जा घसरणे त्यांना वैयक्तिकरीत्या कधीच मान्य होणारे नव्हते. मग नकार द्यायचा बेत रहित करून त्यांनी फक्त एअर इंडियाचे अध्यक्षपद १९७८ पर्यंत सांभाळले. तोवर एअर इंडियाचा विस्तार करून, लौकिकही वाढता ठेवला. दरम्यानच्या काळात ते आणि श्री. मोरारजीभाई देसाई यांच्यामध्ये तेढ उत्पन्न झाली आणि आणीबाणीमध्ये पंतप्रधानपद मिळताच मोरारजीभाईंनी अत्यंत अपमानास्पद रीतीने त्यांना या पदावरून हटवले.

आपल्या सर्व सहकाऱ्यांना एक भावपूर्ण पत्र लिहून जेआरडींनी आपल्या एकवीस वर्षांच्या सेवेचा, परिश्रमांचा निरोप घेतला. श्री. बॉबी कुका यांनी 'महाराजाला' उद्देशून एक कविता लिहिली.

'छोट्या महाराजा, तू आता फार दिवसांचा सोबती नाही आहेस.
डोळे मृदू होतात आणि ओठातून हळूच प्रश्न उमटतो,
तुझे काय होणार रे? मला माहीत नाही.
जातिवंत कुत्र्याने एकाच आयुष्यात दोन मालकांशी इमान ठेवायचे.
त्यांनी मला जन्म दिला, जोपासले, निरोप घेताना हृदय दुःखाने हेलावणारच.
याच घरात चौदा वर्षांपूर्वी मी प्रथम प्रकाश पाहिला.
पहिले छोटे स्वरूप बदलत दिवसेंदिवस बाळसे धरले.
प्रेम आणि दया मिळाली तर कुणीही फोफावेल.
या महान भूमीवर मी चहुदिशेने भटकलो.
उत्तर-दक्षिण, पूर्व-पश्चिम नाव कमावले
मग साऱ्या जगाला पालाण घालायचे स्वप्न रुजले.
नव्या देशांच्या, नव्या लोकांच्या दिशेने पंख पसरले.
हाती या देशाचा ध्वज उंच फडकत साती समुद्र ओलांडले.
प्रामाणिक परिश्रम कधी अस्तंगत होत नाहीत.
जमिनीवर उमटलेले खोल पाऊलठसे पुसत नाहीत.

सत्त्वशील बीजाना घोर हिवाळ्यातही कोंब फुटतात.
नाव बदलेल पण पाऊलखुणा त्याच आहेत.
अधिक नम्र वाकून मी तुमचा निरोप घेतो.
जगाच्या रंगभूमीवर मी माझी भूमिका निष्ठेने निभावली असेल तर,
या भरल्या घरातून माझ्या पाठीवर 'शाबास' अशी थाप पडेल.
मी विनम्र उभा राहीन.
आणि जे माझी जागा घेतील, त्याना प्रवास सुखाचा होतो
अशा शुभेच्छा देईन!

ही कविता वाचताना जेआरडींचे डोळे नेहमीच पाणावत. राष्ट्रीयीकरण झाले तरी एअर इंडियाचे अध्यक्ष अन इंडियन एअरलाईन्सचे संचालक या नात्याने दोहोंवर त्यांचे बारकाईने लक्ष राहिले. टाटांच्या इतर कंपन्यांचे संचालक नेहमी तक्रार करीत की तुलनेने जेआरडी त्यांना फार कमी वेळ देतात, टाटांची मालकी नसलेल्या हवाईसेवेसाठी बराच वेळ अन् ऊर्जा खर्च करतात. प्रत्यक्षात जेआरडी तेव्हा चाळीसच्या दशकात, प्रचंड ऊर्जेने भारलेले होते, शरीरप्रकृती आणि वृत्ती इतक्या बहरात होत्या की पंधरासोळा तास सतत काम करूनही त्यांचा उत्साह उणावत नसे. महाराजाने गाठलेली उंची कमी होऊ नये म्हणून ते डोळ्यांत तेल घालून जपत. वेळेवरती विमान सुटणे आणि पोचणे याबाबत एअर इंडिया विक्रमी काटेकोर होती. त्याबाबत एकदा एक किस्सा घडला. किती वाजले? या प्रश्नाला घड्याळ न पाहाता उत्तर मिळाले 'अकरा'. मग एअरपोर्टवरच्या त्या प्रश्नकर्त्याने विचारले, घड्याळ न पाहाता वेळेबाबत इतके अचूक विधान कसे करू शकता? तर उत्तर मिळाले, ''ती पहा एअर इंडियाची फ्लाईट नुकती पोचते आहे म्हणजे अकरा वाजलेत, घड्याळात पाहायची जरुरीच नाही.''

असे किस्से जेआरडींना कमालीचे सुखावत असत. आपण वेचून वेचून घडवलेली माणसे आपापली कामे आत्मीयतेने आणि चोख पद्धतीने करत आहेत ही बाब त्यांना अभिमानाची वाटत असे.

नैरोबी, जपान, फिजी, अमेरिका असे अनेक देश एअर इंडियाच्या नकाशावर आले आणि झपाट्याने ही सेवा विस्तारत गेली. देशांतर्गत सेवेमध्ये जीजी गावे इंडियन एअरलाईन्सच्या नकाशावर आली, त्या गावी ताज ग्रुपचे पंचतारांकित हॉटेल यावे अशी जेआरडींची कल्पना प्रत्यक्षात आली आणि आपल्या सर्व समूहाच्या विस्ताराच्या योजना एकावेळी सुसूत्रपणे करत त्यांनी आपले द्रष्टेपण सिद्ध केले.

बोईंग ७०७ या विमानाने आगमन झाले आणि ताबडतोब जेआरडींच्या सूचनेवरून एअर इंडियाने त्याची मागणी नोंदवली. हवाईसेवेतील नव्या तंत्रज्ञानाचे

ते नेहमीच स्वागत करीत अन् आपले पाऊल पुढे टाकत. अनेकदा सरकारी यंत्रणांशी त्यांचे खटके उडत. सरकारी गलथानपणा, देशात लोकप्रियता मिळवण्यासाठी उचललेली चुकीची पावले, प्रसिद्धिमाध्यमांचे नको तेवढे लाड करणे जेआरडींना आवडत नसे. अनेकदा त्यांनाही तडजोड करावी लागे; पण हवाईसेवेच्या लौकिकाला बट्टा लागेल असे वाटले तर कटुपणा पत्करून, प्रसंगी आपले वजन वापरून ते आपले म्हणणे प्रत्यक्षात आणत. राष्ट्रीयीकरण झाल्यावर एअर इंडियाचे झपाट्याने विस्तारीकरण झाले ही जमेची बाजू ते मान्य करतात. संचालक मंडळाच्या वेळोवेळी घेतलेल्या योग्य, प्रसंगी कठोर निर्णयामुळे सर्व सरकारी सेवांमध्ये एअरइंडिया अत्युच्च स्थानावर आहे, परदेशी कंपन्यांच्या स्पर्धेत आपला अव्वल दर्जा टिकवून आहे हे ते संबधितांना परखडपणे ऐकवत. त्यांच्या कारकीर्दीत विमानाचे चार अपघात झाले आणि प्रत्येकवेळी स्वत:च्या जवळचे आप्त जावेत असे ते व्यथित झाले.

१५ ऑक्टोबर १९५७ ला हवाईसेवेचा रौप्यमहोत्सव साजरा झाला. 'करंट' मासिकाने त्यावर खास पुरवणी काढली. त्यामध्ये तत्कालीन राष्ट्रपती श्री. राजेंद्रप्रसाद यांनी स्वत: संदेश दिला आणि हवाईसेवेच्या गुणवत्तेचे श्रेय जेआरडींना दिले. त्याना 'पद्मविभूषण' या पुरस्काराने गौरवण्यात आले. आगाखान स्पर्धेतील विजेते श्री. ॲस्पी इंजिनियर यांनी अभिनंदनाचे पत्र पाठवले, ही जेआरडींसाठी विशेष आनंददायी बाब होती. आपल्या भाषणातून मनोगत व्यक्त करताना त्यावेळी ते म्हणाले की, ''तंत्रज्ञानाच्या प्रगतीमुळे विमानाच्या उड्डाणातील रोमांचकता आणि साहस उणावले आहे, वैयक्तिकता हरवली आहे. असे होणे म्हणजे प्रगती आहे हे मान्य करूनही मला या सेवेबद्दल अजूनही तेवढीच आत्मीयता वाटते.''

१५ ऑक्टोबर १९६२ ला तीस वर्षे पूर्ण झाली तेव्हा पुन्हा एक छोटे विमान घेऊन कराची-अहमदाबाद-मुंबई असे उड्डाण करून जेआरडींनी या सेवेचा आनंद साजरा केला. सोबत कॅप्टन विश्वनाथ होते. ''आज जी तंत्रपूर्ण, सुरक्षित, व्यावसायिक सेवा दिली जाते आहे त्याचा उगम कसा झाला, किती प्रतिकूल परिस्थितीतून या सेवेने आजचे स्थान गाठले याची आठवण तुम्हा सर्वांना करून घ्यायला हवी'' असे उद्‌गार त्यांनी उपस्थित कर्मचाऱ्यांसमोर काढले.

आंतरराष्ट्रीय हवाईसेवा पुरवणाऱ्या सर्व कंपन्यांची 'इंटरनॅशनल एअर ट्रान्सपोर्ट असोसिएशन' (आय.ए.टी.ए.) ही संघटना १९१९ साली स्थापन करण्यात आली होती. या संघटनेतर्फे हवाईसेवेची सुरक्षितता, विमानांची तंत्रसज्जता, भाडेआकारणी यांबद्दल मानदंड ठरवण्यात येत अन् सर्वांना ते बंधनकारक असत. १९५२ साली या संघटनेच्या संचालकमंडळावर आशियाई देशांचे प्रतिनिधित्व करण्यासाठी जेआरडींना सन्मानाने निमंत्रण देण्यात आले. आपल्या व्यस्ततेमुळे प्रथम त्यानी नकार दिला

तरी नंतर त्यांनी ते स्वीकारले. तीन वर्षांनंतर त्यानी दुसऱ्या कुणाला तरी नेमावे अशी विनंती केली ती 'तुमच्याइतकी लायक व्यक्ती नाही' या शेऱ्यासह परतवण्यात आली. ५८-५९ या वर्षांसाठी ते संघटनेच्या अध्यक्षपदी निवडून आले. तोपर्यंत युरोप आणि अमेरिकेशिवाय संघटनेची वार्षिक सभा इतर कुठेही झाली नव्हती. ती जेआरडींनी नवी दिल्ली येथे उत्साहाने पार पाडली. खुद्द पंडित नेहरूंना त्यांनी उद्घाटनासाठी बोलावले. आपल्या व्यस्त दिनक्रमातून त्यांनीही जेआरडींच्या वैयक्तिक स्नेहाला स्मरून वेळ काढला. जगभरातून दोनशे प्रतिनिधी या परिषदेला आले होते. त्यातील स्त्रियांची श्रीमती थेली टाटा यांनी इतकी उत्कृष्ट व्यवस्था ठेवली होती की पुढे कित्येक वर्षे त्याची आठवण त्या स्त्रियांना होत राहिली. विशेषत: जयपूरच्या एक दिवसात महाराजा आणि महाराणी यांनी हत्तीघोड्याच्या सलामीसह त्यांना आपल्या राजवाड्यात मेजवानी दिली. एका हत्तीने सोंड उंचावून मानवंदना दिली तेव्हा एक अमेरिकन स्त्री चक्क रडू लागली. यजमानीण बाईंनी अस्वस्थ होऊन त्यांना कारण विचारले तर ती उत्तरली ''मला इतका आनंद झालाय, की रडूच येते आहे.''

या संस्थेचे काम करताना जेआरडींचा विनोदी, हजरजबाबी स्वभाव आंतरराष्ट्रीय स्तरावर वाखाणला गेला. स्वत:वरती विनोद करायची वृत्ती गंभीर प्रसंगातही उपस्थितांना हसवून ताण नाहीसा करत असे. पुढे अमेरिकेने खुली बाजारपेठ व्यवस्था स्वीकारली आणि विमानाच्या दरावर संघटनेचे असलेले नियंत्रण नाकारले गेले अन् तिचे महत्त्व कमी झाले. तरीपण सुरक्षितता आणि तंत्रशुद्धता याबद्दल अजूनही आय.ए.टी.ए.चे निर्बंध सर्वांना पाळावे लागतात. १९७० पर्यंत जेआरडींनी या संघटनेत आशियाई देशांचे प्रतिनिधित्व केले आणि नंतर स्वत:हून निवृत्ती पत्करली. या संघटनेमुळे हवाईसेवेमध्ये अनेक नव्या गोष्टी झाल्या. सतत सुधारणा होत गेली. प्रवाशांच्या गरजा ओळखून विमानाच्या बांधणीत कसे बदल करावेत, याबाबत सूचना करण्याइतकी ही संघटना प्रभावी अन् लोकाभिमुख होती.

पुढे जेट इंजिनचा शोध लागला आणि विमानाच्या वेगात, आकारात, प्रवाशांच्या संख्येत वेगाने वाढ झाली. या बदलांना योग्य तऱ्हेने, प्रयोगशीलतेने सामोरे जात जेआरडींनी एअर इंडियाचा विस्तार केला. प्रसंगी वैमानिकांची बाजू घेऊन ते सरकारशी भांडत असत. ७०७ अन् पुढे ७४७ ही जंबो जेटदेखील जेआरडींच्या प्रयत्नाने एअर इंडियाच्या ताफ्यात सामील झाली. आपल्या सेहेचाळीस वर्षांच्या कारकीर्दीत विकासाची एकही संधी जेआरडींनी सोडली नाही असे म्हटल्यास वावगे ठरणार नाही. बोर्ड मीटिंगमध्ये त्यांना फारसा विरोध होत नसे कारण सर्व संचालकांना त्यांचे या सेवेवरचे प्रेम स्पष्ट दिसेल इतके वादातीत होते. स्वत:बद्दल नेहमी थट्टेने बोलणाऱ्या आपल्या खास शैलीत याबद्दल ते म्हणतात, ''मला या सर्वांनी उगाचच

चढवून ठेवले आहे. इथे माझ्यापेक्षा अनेक उत्तम वैमानिक आहेत. मी फार काही केले असा दावा करणार नाही; पण माणसे निवडण्यात मी यशस्वी ठरलो असे नक्कीच म्हणू शकेन. माझ्या आकाशात राज्य करण्यावरच्या प्रेमाबद्दल त्यांच्या मनात कधी शंका नव्हती याची मला पुरेपूर खात्री आहे.''

'सम्राट अशोक' हे जंबोजेट १९७१ मध्ये एअर इंडियाच्या ताफ्यात दाखल झाले. विख्यात अरेबियन नाईटस् या अद्‌भुतकथांमधील उडणाऱ्या जादूच्या चटईचे नाव असेलेल्या 'द मॅजिक कार्पेट' या एअर इंडियाच्या मुखपत्रात 'महाराजा'च्या जागी सम्राट आला अशी टिपणी करण्यात आली. त्यातील लेखामध्ये चाळीस वर्षांच्या इतिहासाचा भावपूर्ण आढावा जेआरडींनी अनेक आठवणींसह घेतला. एक पायलट अन शंभर पौंड टपाल नेणारे पसमॉथ पासून साडेतीनशे उतारू सामानासह नेणारे जंबो जेट ही प्रचंड झेप आहे याचा सार्थ अभिमान या लेखातून प्रतीत होत होता. पुढील जंबो विमानांना 'विक्रमादित्य', 'शहाजहान' अशी सम्राटांची नावे देण्यात एअर इंडियाने औचित्य साधले. १०,००० कर्मचारी आणि चोपन्न देशांत विस्तार असा एअरइंडियाचा पसारा वाढला होता; पण सेवेची गुणवत्ता या प्रचंड पसाऱ्यातही जेआरडींच्या दक्षतेमुळे टिकून होती. अजूनही अनेकांच्या मनात ही सर्वोत्कृष्ट सेवा म्हणून स्थान मिळवून आहे. या जंबो विमानांसाठी धावपट्टीत, इतर यंत्रणेत दोन वर्षे आधी बदल करायला सुरुवात केलेली होती. त्यानंतरची कॉन्कॉर्ड विमाने फारच उंचीवर उडतात म्हणून जेआरडींना तितकीशी पसंत पडली नाहीत. ध्वनीपेक्षा जास्त वेगाने जाणारी ही विमाने आपल्या सेवेत नकोत, हा जेआरडींनी त्यावेळी घेतलेला निर्णय दूरदर्शित्वाचे उदाहरण ठरला, कारण कॉन्कॉर्ड उतारूंच्या पसंतीस उतरली नाहीत.

जंबोच्या आगमनाने त्यांच्या वृत्तीत नव्याने उत्साह संचारला. आपल्या एका मित्राला ते मिश्कीलपणे पत्रात लिहितात 'लुळा पांगळा होऊन मला हाकलून देईपर्यंत मी एअर इंडियाचे अध्यक्षपद सोडेन असे वाटत नाही. इथे इतके रोमांचक घडते आहे, की मला निरोप घ्यावा असे वाटतच नाही.' कर्मचाऱ्यांची संख्या वाढती असल्याने आपापसांतील संवाद हरवत चालला आहे याची खंतही ते व्यक्त करत. अपरिहार्य असले तरी संस्थेचे कुटुंबपण हरवता कामा नये, याबाबत सर्व थरांतील कर्मचाऱ्यांकडून त्यांनी सूचना मागवल्या. अहमदाबादच्या व्यवस्थापन संस्थेच्या अधिकाऱ्यांना बोलावून 'व्यवस्थापनातील सुसंवाद' याबाबत एअर इंडियाचे मूल्यमापन करवले आणि योग्य ते उपाय सुचवायला सांगितले. आंतरराष्ट्रीय अन् देशांतर्गत सेवेचे एकत्रीकरण करून त्यांचा कारभार स्वायत्त संचालक मंडळातर्फे चालवावा, अशी तपशीलवार योजना आखून त्यानी सरकारकडे पाठवून दिली. अर्थातच ती फेटाळण्यात आली.

आंतरराष्ट्रीय स्तरावरील स्पर्धेला तोंड देण्यासाठी हवाई सेवेवरती खाजगी व्यवस्थापनाची देखरेख हवी, असे त्यांना मनोमन वाटत होते. कारण पसारा वाढत होता तशी गुणवत्ता सांभाळणे कठीण होत होते. सरकारीकरणाने हवाईसेवेत शिरलेले दुर्गुण, कामगार संघटनांचा वाढता प्रभाव यांमुळे दर्जा घसरत चालला आहे, याची त्यांना कल्पना येऊ लागली होती. पुन्हा एकदा त्यांनी आपल्या चाळीस वर्षांच्या कारकीर्दीतील बदलाचा अभ्यास केला. सरकारीकरणाचे दोष सर्वच सार्वजनिक उद्योगांची डोकेदुखी बनलेले होते. बुद्धिमत्ता, कष्टाळू वृत्ती असूनही उद्योग आणि व्यापारक्षेत्रात पिछेहाट होत होती. परवाने, नियम, कायदे यांवर बोट ठेवून प्रशासकीय ढाँचा अनेक अडथळे निर्माण करत होता. भ्रष्टाचार वाढत होता. हवाईसेवेची सुरुवात केली; तेव्हाच्या समर्पित वृत्तीच्या व्यक्तींपैकी फक्त जेआरडी उरले होते. तेव्हा आपल्या हाताने जे जे शक्य होईल ते करून ही घसरण थांबवायला हवी असा त्यांनी निश्चय केला. गैरसमज, अविश्वास, स्वार्थी, आत्मकेंद्रित व्यावसायिकता निपटून काढून सामंजस्य, सहकार, कर्तव्यनिष्ठेचे वातावरण या उद्योगात पुन्हा आणता येईल, फक्त सरकारचे सहकार्य हवे, असे आशावादी विचार ते नेहमी बोलून दाखवत.

१९७७ पर्यंत एअर इंडियाच्या यशाचा आलेख सतत चढता राहिला. आणीबाणीच्या पहिल्या काही दिवसांतील शिस्त, ज्याला श्री. विनोबा भावे यांनी 'अनुशासन पर्व' म्हटले, त्या काळात एअर इंडियाच्या कारभारात सुधारणा झाली, त्याचे जेआरडींनी स्वागतच केले. आणीबाणीनंतर जनता पक्षाचा उदय झाला आणि पंतप्रधानपदी मोरारजीभाई देसाई आले. मुंबई द्वैभाषिक असताना मुख्यमंत्रिपदी मोरारजी होते, तेव्हा वीजमंडळाचा विस्तार करतानाची बोलणी झाली. चर्चा करताना जेआरडी आणि त्यांच्यामध्ये खटका उडाला आणि एका छुप्या वैराला सुरुवात झाली होती. पंतप्रधान झाल्यावर लगेच त्यानी जेआरडींना एअर इंडियाच्या चेअरमनपदावरून हटवले आणि हे करताना त्यांना अपमानास्पद रीतीने वागवले. त्याजागी नेमलेले श्री. पी. सी. लाल हे गृहस्थ टाटांच्या सेवेत होते. त्यांनी जेआरडींना फोन करून ही बातमी दिली. प्रसारमाध्यमातून बातमी आली, तरीसुद्धा जेआरडींना फोन करून कळवायचे सौजन्य श्री. मोरारजींनी दाखवले नाही. फक्त एक आठवडा आधी दोघांची भेट झाली, तेव्हा जेआरडींना याची अवाक्षराने कल्पना दिली गेली नाही. या अपमानाने एअर इंडियाच्या वरिष्ठ अधिकाऱ्यांमध्ये खळबळ उडाली. या सर्वांबद्दल निषेध व्यक्त करून जेआरडींनी राजीनामा पाठवून दिला. एकदोघांनी दिलेले राजीनामे जेआरडीनी स्वत: विनंती करून मागे घ्यायला लावले. ''माझ्याबरोबर तुम्हीही बाहेर पडलात तर ही सेवा सांभाळणे आणखी कठीण होईल,'' हे त्यांचे उद्‌गार या सेवेवरची त्यांची निष्ठा दाखवतात. हा देशाचा

मानबिंदू आहे आणि त्याची प्रतिष्ठा जपायला हवी याचे भान त्यांनी त्याही परिस्थितीत ठेवले होते. चांदीमध्ये बनवलेली 'पस मॉथ'ची प्रतिकृती भेट देऊन त्यांना अतिशय हृद्य निरोप देण्यात आला. या निरोपसमारंभाच्या वेळी त्यांना अमेरिकेतील फ्लोरिडा राज्याने सुरू केलेला प्रतिष्ठेचा 'टोनी जानुस' पुरस्कार जाहीर झाला. जगात पहिली हवाईसेवा सुरू करणाऱ्या श्री. जानुस यांच्या नावाने हा पुरस्कार दिला जातो.

पुढे जनता दलाची शकले झाली आणि निवडणुका होऊन इंदिरा गांधी पुन्हा सत्तेवर आल्या. त्यांनी जेआरडींची पुन्हा संचालकपदी नेमणूक केली. हवाईसेवेतील योगदानाबद्दल जेआरडींवर अनेक सन्मानांचा वर्षाव झाला. आंतरराष्ट्रीय स्तरावरचे एफ. एस. आय. (फेडरेशन एरोनॉटिक इंटरनॅशनल) संस्थेचे सुवर्णपदक, इंटरनॅशनल सिव्हिल एव्हिएशन ऑर्गनायझेशन यांचा 'एडवर्ड वर्नर पुरस्कार' हे त्यांतील काही प्रतिष्ठेचे पुरस्कार आहेत. १९८८ मध्ये 'डॅनियल गगनहेम' पदकाने त्यांच्या सन्मानावर शिरपेच खोवला. हे पदक, पहिले विमान उडवणारे ऑर्व्हिले राईट, अटलांटिक महासागर प्रथम पार करणारे लिंडेनबर्ग, युद्धकाळातील सुप्रसिद्ध वैमानिक जनरल डूलिटल, पॅन ॲम या विमानसेवेचे संस्थापक जुआर ट्रिपी, बोईंग विमानाचे संशोधक बिल ॲलन आदींना मिळालेला आहे. ही बातमी प्रथम कळताच जेआरडींनी आनंदामिश्रित आश्चर्याने प्रतिक्रिया व्यक्त करताना म्हटले, "त्यांच्याकडची नावे संपली म्हणून मला दिले की काय!" सीॲटल शहरातील पॅसिफिक म्युझियममध्ये विमानांच्या अस्सल प्रतिकृती टांगून ठेवलेल्या आहेत, तिथे हा समारंभ संपन्न झाला.

"माझ्याआधी अनेकांनी या क्षेत्रात इतके काही करून ठेवले आहे की माझे काम तसे सोपे होते. ४६ वर्षे एक पैसाही मानधन न घेता फक्त प्रेमापोटी मी एअर इंडिया ही हवाईसेवा सांभाळली, त्या कृत्याचा हा सन्मान आहे असे मी समजतो," अशी हसरी, विनयी सुरुवात करून जेआरडींनी उपस्थितांची मने जिंकली. ४६ वर्षे एका हवाईसेवेचे चेअरमनपद एकाच माणसाने कार्यक्षमतेने सांभाळणे हा एक जगातला विक्रम आहे; अशी नोंद 'एंपायर्स ऑफ द स्काय' या विमानक्षेत्रावरील इतिहासाच्या पुस्तकात घेतलेली आहे.

१५ ऑक्टोबर १९८२ ला हवाईसेवेचा सुवर्णमहोत्सव होता. जेआरडींनी हा क्षण, कराची-मुंबई हा प्रवास आपल्या 'पसमॉथ' विमानाने करून साजरा करायचे ठरवले. ते आता ७८ वर्षांचे होते. या साहसासाठी त्यांनी जेव्हा तत्कालीन चेअरमन श्री. रघुराज यांना लिहिले, तेव्हा त्यांचे वय आणि महत्त्व ओळखून श्री. रघुराज यांनी एकट्याने न जाता सोबत वैमानिक घ्यावा असे सुचवले. फक्त उतारू म्हणून जाण्यात मला रस नाही असे स्पष्ट कळवून त्यांनी आपण एकट्याने जाणार

असे आग्रहाने सांगितले. आपल्या वैमानिकाच्या परवान्याचे नूतनीकरण केलेली आणि दृष्टी, कान, इतर शारीरिक तंदुरुस्ती असलेली कागदपत्रे सोबत जोडली तेव्हा बोर्डाने त्यांना परवानगी दिली. फक्त सोबत कुणीतरी घ्यावे अशी विनंती केली. जेआरडींनी आपले जुने विश्वासू सहकारी श्री. विश्वनाथ यांच्यासह अहमदाबादपर्यंत सोबत घेतली अन् शेवटचा टप्पा मात्र एकट्याने पार केला. दुपारी चारला मुंबईच्या सांताक्रूझ विमानतळावर महाराष्ट्राचे मुख्यमंत्री, राज्यपाल यांसह अनेकजण त्यांचे स्वागत करायला स्वत:हून हजर होते.

निळ्या स्वच्छ आकाशात एक ठिपका उतरला आणि रोखून धरलेले श्वास सोडत शामियान्यातील लोकांचा उत्साह द्विगुणित झाला. लष्कराच्या हवाईखात्याची दोन हेलिकॉप्टर्स थोडावेळ त्यांच्या सोबत उडाली आणि त्यांना आकाशातच अशी मानवंदना देण्यात आली. शामियान्याजवळ जेआरडींनी आपले 'पसमॉथ' जवळजवळ दोनशे फुटापर्यंत खाली आणले आणि एक डौलदार गिरकी घेऊन सफाईदारपणे एखादे फुलपाखरू अलगद फुलावर उतरावे तसे त्यांनी विमान उतरवले. घड्याळ्यात बरोबर चार वाजले होते. पाच मिनिटे लवकर येण्याऐवजी फेरी घेऊन अचूक वेळ साधत त्यांनी उपस्थितांची मने-हृदये काबीज केली. त्यांच्यावर देशभरातून स्तुतिसुमनांचा वर्षाव झाला. या घटनेचे 'अभूतपूर्व' असे प्रसादमाध्यमांनी स्वागत केले. सगळे शांतपणे ऐकून घेत त्यांनी उस्फूर्तपणे तिथे जमलेल्या लोकांशी संवाद साधला.

"हे साहस तुम्ही का केले, असे मला कुणी विचारतच नाही आहे, तेव्हा मीच माझ्या या प्रश्नाचे उत्तर देतो. मूठभर लोकांच्या आशावादी, साहसी वृत्तीतून सुरू झालेल्या या स्वप्नाचा प्रवास मग शेकडो अन् आता हजारो स्त्री-पुरुषांच्या हातभाराने पन्नास वर्षांत महत्त्वाच्या मुक्कामावर पोचलेला आहे. पहिल्या सेहेचाळीस वर्षांत या सर्वांनी माझे स्वप्न साकार करण्यासाठी जी मोलाची मदत केली, त्या सर्वांना कृतज्ञतेने मानवंदना द्यावी, त्यांचे आभार मानावेत म्हणून मी हे साहस करायचे ठरवून पार पाडले. वय झाले की आपला भूतकाळ प्रत्येकाला पुन्हा जगावासा वाटतो. लग्न-साखरपुडा आठवला की त्यावेळच्या भावनांचा पुन:प्रत्यय यावा असे प्रत्येकाला वाटते. काहीजण त्यासाठी पुन्हा लग्न करतात; पण सध्या माणसाला एकच बायको परवडू शकते.

माझे वय होते आहे तसे स्वातंत्र्यानंतरच्या काळातील उत्साह, देशासाठी झोकून देऊन काहीतरी नवे करायची झुंजार वृत्ती, त्यासाठी पडणाऱ्या कष्टांचा आनंद या भावभावना लोप पावत आहेत असे मला जाणवत आहे. हवाईसेवेची सुरुवात करतानाही रोमांचकता हरवत आहे. या लहानग्या कृत्याने त्या भावनांना पुनरुज्जीवीत करावे असा एक हेतूही यामागे आहे. देशातील तरुणांनी या घटनेपासून स्फूर्ती घेऊन कितीही अडथळे, निराशा वाट्याला आल्या तरी हिंमत न हारता

काहीतरी उत्तुंग करायची जिद्द बाळगावी असे मला वाटते.''

उपस्थितांतील दोन-चारजणांनाच ठाऊक होते की तीन आठवड्यांपूर्वी त्यांना हृदयघाताचा झटका येऊन गेला आहे. त्यांचे डॉक्टर डॉ. उदवाडिया यांना जेआरडींच्या मनाच्या दृढनिश्चयाबद्दल खात्री होती; अडवले तरी ते ऐकणार नाहीत हेही ठाऊक होते. 'अमूल'ने सुपरमॅनच्या उडणाऱ्या देहाला जेआरडीचे तोंड लावून प्रचंड मोठी होर्डिंग्ज मुंबईभर लावली होती आणि त्यातून देशभरातील जनतेच्याच भावना व्यक्त होत होत्या. प्रसारमाध्यमांतून रकाने भरून त्यांच्या साहसाचे कौतुक झाले.

'आकाशाचा महाराजा' जनतेच्या मनाच्या सिंहासनावर सम्राटासारखा विराजमान झाला.

❑

डोळस, द्रष्टा देशभक्त

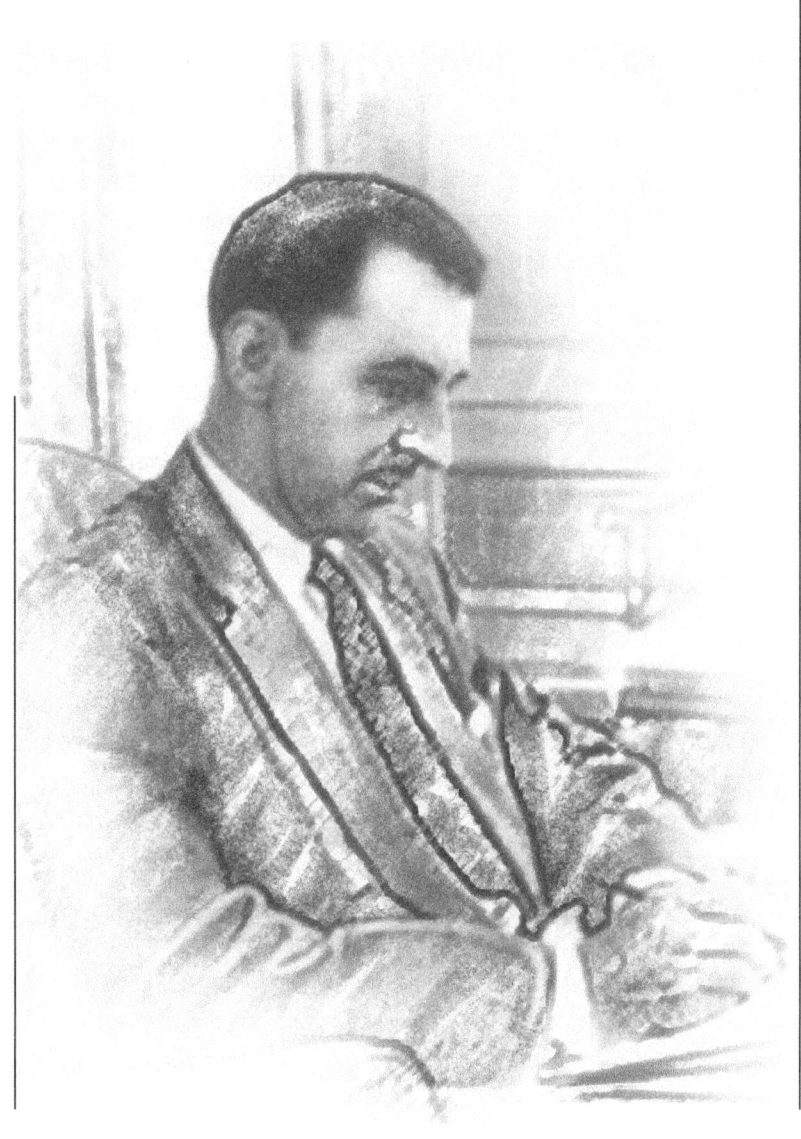

डोळस, द्रष्टा देशभक्त

पारशी वडील, फ्रेंच आई असलेल्या जे.आर.डी. टाटांचा जन्म जरी पॅरिसमध्ये झाला, शिक्षण फ्रान्स, इंग्लंड आणि भारतात झाले तरी आपली कर्मभूमी भारत आहे, आपला देश, मायदेश भारत आहे, याचा त्यांना कधीही विसर पडला नाही. देशातील एका सर्वांत मोठ्या गणल्या जाणाऱ्या उद्योगसमूहाचा प्रमुख म्हणून या देशाशी असलेली बांधीलकी त्यांनी वेळोवेळी आपल्या कृतीतून व्यक्त केली. आपल्या उद्योगांचे जाळे वाढवताना या देशाचे आणि देशबांधवांचे हित आणि विकास आपण डोळ्यांसमोर ठेवायला हवा, याचे भान त्यांनी कधीही सोडले नाही. उद्योगसमूहाचा प्रमुख म्हणून आपल्या व्यस्त, कार्यक्षम कारकीर्दीमध्ये त्यांनी देशहिताचे अनेक उपक्रम राबवले. त्यासाठी लागेल तेवढा वेळ, पैसा आणि ऊर्जा झोकून देऊन खर्च केली. हे देशप्रेम एका कार्यक्षम, कर्तृत्ववान माणसाचे असल्याने त्यात आंधळी देशभक्ती, झोकून देणे नव्हते तर एक डोळस, द्रष्टे नेतृत्व होते.

देशाचे स्वातंत्र्य जेव्हा आवाक्यात दिसू लागले, तेव्हा स्वतंत्र भारताची धुरा आपल्याला स्वबळावर वाहावी लागेल हे पंडित नेहरूंना समजलेले होते. देशाचा सर्व बाजूने विकास करायचा तर त्यासाठी योग्य नियोजन हवे, याची त्यांना कल्पना होती. या संदर्भात विचारविनिमय व्हावा म्हणून पंडित नेहरूंनी एक समिती नेमली. त्यामध्ये श्री. जे.आर.डी. टाटा, श्री. जी.डी. बिर्ला, श्री. कस्तुरभाई लालभाई, 'श्रीराम मिल्स' या विख्यात कपड्याच्या उद्योगाचे दिल्लीस्थित प्रमुख श्री. श्रीराम अन् सर पुरुषोत्तम ठाकुरदास हे उद्योगपती होते. श्री. अर्देशीर दलाल, ए.डी. श्रॉफ, डॉ. जॉन मथाय हे तिघे टाटांच्या उद्योगसमूहात वेगवेगळ्या क्षेत्रांत महत्त्वाच्या जबाबदाऱ्या पेलून कर्तृत्व गाजवलेले ज्येष्ठ तंत्रज्ञ, व्यवस्थापक होते. या समितीने आपले काम सुरू केले तेव्हा डोळ्यांसमोर एक आदर्श चित्र ठेवलेले होते. म्हैसूरचे दिवाण अन् जगद्‌विख्यात अभियंते डॉ. विश्वेश्वरय्या यांनी म्हैसूर संस्थानचा विकास कसा करावा, यासाठी एक अत्यंत दूरदृष्टी असलेला आराखडा बनवलेला होता. 'प्लॅन्ड एकॉनॉमी फॉर इंडिया' या नावाने १९३४ साली तो प्रसिद्ध झाला होता. ते मॉडेल डोळ्यांसमोर ठेवून या समितीने देशविकासाचा १०,०००/- कोटी रुपये खर्च असलेला, १५ वर्षांत उद्दिष्टे गाठू शकणारा एक दस्तऐवज बनवला. टाटा-बिर्ला योजना या नावाने किंवा बॉंबे प्लॅन या नावाने टाटांच्या खर्चाने

१९४४ साली तो प्रसिद्ध करण्यात आला. विख्यात अर्थ-अभ्यासक प्रोफेसर के.टी. शहा या समितीचे सचिव होते.

ब्रिटिश आधिकाऱ्यांनी खाजगीरीत्या या प्लॅनची प्रशंसा केली. देशाला अजून स्वातंत्र्य मिळाले नसताना भारतीय धुरीण एकत्र येऊन एवढा पुढचा विचार करत आहेत; हे पाहून ब्रिटिश सत्ताधाऱ्यांत अस्वस्थताही पसरली आणि हा फारच महत्त्वाकांक्षी प्रकल्प आहे अशी त्यावर त्यांनी टीकाही केली. युरोप आणि अमेरिकेसह पाश्चिमात्य देशांचा विकास उद्योगामुळे होत असलेला या कमिटीतील सर्व सदस्यांनी डोळ्यांनी पाहिलेला होता. त्यामुळे या प्लॅनमध्ये उद्योगावर अधिक भर दिलेला होता. देशातील डाव्या विचारसरणीच्या नेत्यांनी तो भांडवलशाही विचारावर आधारित आहे असा आरोप केला. गांधीवादी विचारांच्या गटाला खेडे हे विकासाच्या केंद्रस्थानी असावे असे आग्रहपूर्वक वाटत होते. त्यामुळे त्यांनीही या आराखड्याला 'मूठभर शहरांचा विकास करणारा' असा शिक्का मारून मोडीत काढले.

या योजनेप्रमाणे ऊर्जा-उद्योग, खाणी, रेल्वे, रस्तेबांधणी या क्षेत्रांत मोठी गुंतवणूक होणार होती. योजनेच्या एकूण खर्चापैकी जवळजवळ पन्नास टक्के खर्च हा उद्योगव्यवसायासाठी पायाभूत सुविधा निर्माण करण्यावर केला जाणार होता. पुढे या सुविधा सर्वच क्षेत्रांत वापरता आल्या असत्या. त्यामुळे रोजगार वाढेल, संपत्तीचे उत्पादन वाढेल आणि पाच वर्षांच्या तीन पंचवार्षिक योजना पार पडल्यावर पंधरा वर्षांत दरडोई उत्पन्न दुप्पट होईल असा या योजनाकर्त्यांचा दावा होता. यामध्ये लोकसंख्येत होणारी भावी वाढ गृहीत धरून योजना आखल्या होत्या. समितीवर बहुतांश उद्योगपती आणि त्यांचे प्रतिनिधी असूनही या योजनेत, किमती स्थिर ठेवणे, फायद्यावर नियंत्रण ठेवणे, शेअरवर मिळणाऱ्या उत्पन्नावर मर्यादा घालणे, यांसारख्या बाबींचा अंतर्भाव केलेला होता. आयकराच्या मर्यादा, त्याचे स्तर ठेवून उत्पन्न वाढेल तशी करवसुली वाढेल अशी तरतूद केली होती. गुंतवणुकीवरील उत्पन्नावर आणि मृत्यूनंतरच्या संपत्तीवर जास्त प्रमाणात कर सुचवलेले होते.

या योजनेला उत्तर देणारी समाजवादी विचारांच्या तज्ज्ञांनी 'जनता योजना' जाहीर केली तर गांधीवाद्यांनी 'गांधीवादी योजना' हीही लिखित स्वरूपात प्रकाशित केली. एकूणच देशविकासाच्या विविध विचारप्रवाहांचे मंथन सुरू झाले. स्वातंत्र्य मिळाल्यावर देशाचे भवितव्य कसे घडवावे, यावर निरोगी चर्चा झडू लागल्या. या योजनेचे हे एक उद्दिष्ट सफल झाले असे यावरून म्हणता येते.

या बॉंबे प्लॅनमध्ये उद्योगातून निर्मिती, वितरण, व्यापार, गुंतवणूक, परदेशाशी व्यापार, वेतनश्रेणी आणि नोकरांच्या कामाचे स्वरूप या तपशिलाविषयी सूचना होत्या. विकासाचे टप्पे वेळेवर गाठण्यासाठी हवा असणारा वेग कसा राखावा, याचे उपयुक्त विवेचन केलेले होते. जेआरडी या बॉंबे प्लॅनचे खंदे समर्थक होते.

संधी मिळेल तेव्हा या योजनेबद्दल ते उपस्थित जनसमूहासमोर आग्रहाने बोलत. स्वातंत्र्यानंतर प्रगतीचा वेग वाढता राहायला हवा आणि त्यासाठी नवनवीन तंत्रज्ञान वापरून निर्मितिप्रकल्प अद्ययावत करायला हवेत यावर ते भर देत. त्याच्या पुढे जाऊन संपत्तीची निर्मिती होऊन नुसते पुरेसे नाही तर त्याची फळे मूठभर उद्योगपती वा शहरी लोकांपुरती राहून चालणार नाहीत. ती सर्व तळागाळातल्या, सर्वसामान्य लोकांपर्यंत पोचायला हवीत तरच या स्वातंत्र्याला खरा अर्थ मिळेल असे त्यांचे मत होते.

या योजनेचा आराखडा बनवताना उद्योगपती जी.डी.बिर्ला यांनी आकडेवारीचा उपयोग करावा अशी महत्त्वाची सूचना केली. १९४० साली टाटा उद्योगसमूहात जे.आर.डी.नी स्टॅटिस्टिक्स विभागाची स्थापना केलेली होती. त्यांनी ताबडतोब आपल्या तज्ज्ञांना कामाला लावले. देशभरातील जनतेच्या मूलभूत गरजांचा ताळेबंद बनवायचे काम, प्रत्यक्ष आकडेमोड करून या विभागाने कागदावर मांडले. पंधरा वर्षांत किती टन धान्य लागेल, किती मीटर कपडा लागेल अन् किती घरबांधणी व्हावी, शाळा, दवाखाने किती हवेत, हे सर्व लोकसंख्येतील वाढ गृहीत धरून आकडेवारी बनवण्यात आली. स्वत: जेआरडी या तज्ज्ञांना वेळोवेळी उपयुक्त सूचना करत. पुढील पन्नास वर्षांत देशाची लोकसंख्या दुप्पट होईल, असे भाकीत जे.आर.डीं.नी अभ्यास करून वर्तवले होते. प्रत्यक्षात त्यावेळची ३६ कोटी लोकसंख्या चाळीस वर्षांत दुप्पट झाली. जे.आर.डीं. चा अंदाज दहा वर्षे अलीकडे आला. इतकीच चूक झाली. त्यावेळी आरोग्यसेवेमध्ये बऱ्याच त्रुटी होत्या, साथीचे रोग, अपुरी औषधे, वैद्यकीय तज्ज्ञांची अपुरी संख्या इत्यादी मुळे भारतीयांचे सरासरी आयुष्य २६ वर्षे होते. ही मर्यादाही वाढेल असे गृहीत धरून बाँबे प्लॅन आखला होता. पाणीपुरवठा, मलनिस्सारण, आरोग्यसेवा आदी बाबीही विचारात घेतलेल्या होत्या. त्यातील सर्वांत महत्त्वाची गोष्ट म्हणजे पाश्चात्त्य देशातील भांडवलशाही विचार आणि रशियातील साम्यवाद या दोन्ही टोकांतील सुवर्णमध्य गाठून या योजनेचा पाया 'कल्याणकारी समाजवाद' या विचारावर अधिष्ठित होता. सोव्हिएट रशियाने असे कालबद्ध नियोजन करून, विकासाचे टप्पे ठरवून प्रगतीचा वेग साधला होता; पण त्यांनी भांडवलशाही विचारांपासून पूर्ण फारकत घेतली होती. ही त्यांची चूक झाली असे जे.आर.डींचे मत होते (नव्वदच्या दशकात त्याची सर्व जगाला प्रचीती आली). रशियाच्या चुका टाळून बनवलेल्या या बाँबे प्लॅनला आजही विकसनशील देश आधारभूत धरून आपापल्या योजना आखतात. या योजनेत मूठभर श्रीमंत आणि प्रचंड गरीब जनता यांतील दरी मिटवण्याचा गांभीर्याने विचार मांडलेला आहे.

या सर्व विचारमंथनामुळे, त्यावर वर्तमानपत्रातून झालेल्या उलटसुलट चर्चेमुळे

जेव्हा प्रत्यक्षात स्वातंत्र्य मिळाले, तेव्हा विकासाच्या योजनांबद्दल जनतेत अनुकूल मते तयार झालेली होती. पहिली पंचवार्षिक योजना बनवताना योजना समितीने काही फेरफार करून हाच आराखडा डोळ्यांसमोर ठेवलेला होता. 'या प्लॅनमध्ये आपण शेतीविकासाला कमी महत्त्व दिले आहे ही चूक झाली' अशी कबुली पुढे जे.आर.डीं.नी मोठ्या मनाने मान्य केली. प्रत्यक्ष योजना आखताना उद्योगांचा वाटा कमी करून, शेतीविकासावर १७.५ टक्के गुंतवणूक करून ही चूक सुधारण्यात आली. या समितीमध्ये जे.आर.डीं.नी समन्वयकाचे अत्यंत महत्त्वाचे काम केले. त्यांचे महत्त्वाचे योगदान असूनही 'बॉंबे प्लॅनसाठी' आम्हांला श्री. विश्वेश्वर यांच्या पुस्तकाने प्रेरणा दिली, तीच रूपरेषा आम्हांला मार्गदर्शक म्हणून उपयोगी पडली, असे त्यांचे ऋण जे.आर.डीं.नी जाहीररीत्या मान्य केले. जे.आर.डीं.नी डॉ. विश्वेश्वर यांना 'नियोजनाचे पितामह' या उपाधीने गौरवलेले आहे. पुढे स्वतंत्र भारतात डॉ. विश्वेश्वर यांना 'भारतरत्न' हा सर्वोच्च नागरी सन्मान मिळवणारे पहिले अभियंता ठरले आणि जेआरडी टाटा यांनाही हा सन्मान देण्यात आला, ते देशातील पहिले अन् एकमेव उद्योगपती 'भारतरत्न' आहेत. हाही एक अपूर्व योगायोग म्हणावा लागेल.

एक भांडवलशहा असा शिक्का बसलेला असतानाही योजना बनवताना समाजवादी विचारांचा पाया वापरण्याचे धारिष्ट्य तुम्ही कसे दाखवू शकलात? असा प्रश्न विचारण्यात आला तेव्हा ते उत्तरले, की "स्वातंत्र्यानंतरच्या प्रगतीला उद्योगपती मोठाच हातभार लावू शकतात असा मला विश्वास वाटतो. संपन्नता येण्यासाठी संपत्ती आधी निर्माण करावी लागेल, ते काम उद्योगपती करतील आणि नंतर त्याचे वाटप करावे लागेल. संपूर्ण देशाचा विचार करताना प्रगती नियोजनबद्धच हवी, त्यात उद्योगक्षेत्राबरोबर सरकार, जनता सर्वांचाच सहभाग हवा. स्वातंत्र्यचळवळीमध्ये जसे गांधी, नेहरू, पटेल यांसारख्या नेत्यांच्यामागे सर्व जनता उभी राहिली आणि मग तिने वेग पकडला, तसेच प्रगतीचे आहे. शिवाय स्वातंत्र्य मिळाल्यावर नियोजनाला सुरुवात करण्यापेक्षा ते आवाक्यात आहे तेव्हाच आपण तयारी सुरू करायला हवी. इतिहासाचा अभ्यास केला तर असे आढळते, की जेव्हा युद्धे होतात तेव्हा देशाची आर्थिक अवस्था डबघाईला येते. यात जित आणि जेते दोन्ही देश येतात. दुसऱ्या महायुद्धानंतर ब्रिटिश सत्तेचेही असेच होईल आणि आपले साम्राज्य टिकवणे त्यांना शक्य होणार नाही. भारतीयांना स्वातंत्र्य बहाल करणे ब्रिटिशांना अपरिहार्य होणार आहे." जे.आर.डीं.चे विश्लेषण अचूक ठरले.

एक विशाल दृष्टी अन् आवाका असलेली योजना अशी प्रशंसा 'बॉंबे प्लॅन'च्या वाट्याला आली. सर्वच क्षेत्रांतील तज्ज्ञ त्याची वाखाणणी करत होते. पुढे प्रत्यक्ष पंचवार्षिक योजना आखताना नियोजनमंडळ यातील आराखड्यापेक्षा काही बाबतींत

बरेच दूर गेले. विशेषत: संपत्तीच्या निर्मितीनंतर वाटप करायची योजना आखताना हा प्लॅन डावलण्यात आला. उदाहरणार्थ पहिल्या एकदोन योजनेअंतर्गत बरीच धरणे बांधली गेली आणि शेतीविकासाला चालना मिळाली. धरणाचे प्रत्यक्ष फायदे मूठभरांना मिळाले आणि तुलनेने विस्थापितांना तुटपुंज्या साधनांवर घरदार सोडून परागंदा व्हावे लागले. अशा अनेक त्रुटी आढळून आल्या. देशविकासाचा विचार प्रधान धरून ज्यांनी त्याग केला, त्यांच्याऐवजी विकासाची फळे वेगळ्याच्या ओटीत पडली. ज्येष्ठ सनदी अधिकारी एच.व्ही. आर. अय्यंगार यांनी एका जाहीर भाषणात कबुली दिली "विकासाचे फायदे मूठभरांना मिळत आहेत आणि गरीब-श्रीमंत यांतील दरी वाढत चाललेली आहे. हे या योजनांचे अपयश आहे. बॉंबे प्लॅनमध्ये विकासातून मिळणाऱ्या फायद्यांच्या न्याय्य वाटपावर योग्य भर दिला गेला होता. नियोजन मंडळाने या प्लॅनशी अधिक प्रामाणिक राहायला हवे होते.

प्रत्येक पंचवार्षिक योजनेचा आराखडा जेव्हा हातात आला, तेव्हा त्याच्या अंमलबजावणीपूर्वी जे.आर.डीं.नी स्वत:ची अशी एक सूचना त्यात आग्रहाने घालायला लावली. सार्वजनिक क्षेत्रातील उद्योगावर खाजगी संचालकमंडळ नेमून त्याचे नियंत्रण ठेवावे, अशी ही सूचना होती. राजकीय कारणास्तव ही सूचना डावलली गेली. भांडवल सरकारचे, नोकरभरती सरकारी असताना खाजगी संचालक कशाला हवेत, त्यांना का अधिकार द्यावेत, असा मुद्दा उपस्थित करून सर्व नियंत्रण नोकरशहांकडे सोपवण्यात आले. त्याची कटू फळे पुढे कित्येक वर्षे देशाला भोगावी लागली. अनेक उद्योग कागदावरती यशस्वी वाटले तरी प्रशासनाची ढिलाई, लालफितीचा कारभार, अनावश्यक फायली, भ्रष्टाचार, कुणाचे नियंत्रण जुमानायचे नाही ही वृत्ती, अशा अनेक कारणांमुळे हे सार्वजनिक उद्योग तोट्यात गेले. सरकारने तरीही ते तसेच पुढे दामटून नेत हे पांढरे हत्ती पोसले. या अदूरदर्शीपणाची किंमत देशाला चुकती करावी लागली. जेआरडींनी जेव्हा ही सूचना केली, तेव्हा त्यांच्यावर भांडवलशाही वृत्तीचा आरोप करण्यात आला. देशातील जनतेवर अविश्वास दाखवण्यात येतो आहे असे त्यांना सुनावण्यात आले. आज मात्र जागतिकीकरण, उदारीकरण, निर्गुंतवणूक, निकोप स्पर्धा हे शब्द उद्योगजगतात मान्यता पावले आहेत. जे उद्योग तोट्यात आहेत, ते खाजगी संचालकांतर्फे चालवावेत असे सरकारच प्रयत्न करते आहे. भरपूर किंमत मोजल्यावर उशिराने का होईना जे.आर.डीं.च्याच धोरणाचा हा विजय आहे असे मानता येईल.

या योजनेमध्ये जेआरडींनी अनेक सामाजिक तत्त्वे अंतर्भूत केली होती. उद्योगाच्या, विकासाच्या केंद्रस्थानी माणूस हवा यावर त्यांचा विशेष कटाक्ष होता, पण नियंत्रण नसले तर उद्योगात लोकशाही सफल होणार नाही. कार्यक्षमता, प्रशासनातील शिस्त आणि नफा या तत्त्वांना डावलणे चुकीचे ठरेल अशा इशारा

त्यांनी स्वातंत्र्यापूर्वी आखलेल्या या योजनेत दिलेला होता. पुढे चाळीस पन्नास वर्षे, भरपूर नुकसान झाल्यावर जागतिक दबावाच्या भाराखाली या कल्पनांना बदलण्याची गरज भासली आणि सार्वजनिक क्षेत्रातील उद्योगावर खाजगी नियंत्रण आणायचा विचार सुरू झाला. उद्योगाच्या वाढीसाठी वातावरण खुले झाले तेव्हा जेआरडी उद्‌गारले, "आता परिस्थिती अनुकूल होते आहे; पण मी तेवढासा तरुण राहिलेलो नाही." एकविसावे शतक उजाडले आणि आता विमा, बँका यांसारख्या सेवाक्षेत्राचीही खाजगी व्यवस्थापनामार्फत पुनर्रचना करावी असा विचार मूळ धरतो आहे.

कोणत्याही समस्येचा अभ्यास करताना सर्व बाजूने करायचा, त्यासाठी आकडेवारीचा आधार घ्यायचा, अशी शिस्त जेआरडींनी स्वत:ला लावून घेतली होती. आकडेवारी समोर ठेवून योजना आखल्या तर नेमके, स्पष्ट चित्र समोर उभे राहते आणि त्या यशस्वी होतात यावर त्यांचा पूर्ण विश्वास होता. सामाजिक वा सार्वजनिक प्रश्नांचा विचार करतानाही ते हीच पद्धत वापरत. पंडित नेहरू त्यांचे खास मित्र होते. दोघांची विचारसरणी पुरोगामी, पाश्चात्त्य वळणाची होती. दोघांचे शिक्षणही परदेशात झाले होते. पण जेआरडींचे पाय भारतीय भूमीवर घट्ट रोवलेले होते. भविष्याची स्वप्ने पहाताना वास्तवाचे भान ते कधीही सुटू देत नसत. १९५१ साली विकास योजनांचा आराखडा बनवण्यासाठी, चर्चेसाठी त्यांना बोलावण्यात आले; तेव्हा ते जय्यत तयारीनिशी गेले. त्याच बैठकीत त्यांनी प्रथम देशाची लोकसंख्या मर्यादित ठेवायला हवी, त्यासाठी कठोर उपाय योजायला हवेत असे आग्रहाने सांगितले. अन्न, वस्त्र, निवारा, शिक्षण, रोजगार, आरोग्य या सर्व आघाड्यांवर मिळवलेले यश लोकसंख्यावाढ धुऊन काढेल. लोकसंख्यावाढ रोखली नाही तर जनतेची जीवनपातळी उंचावणे शक्य नाही हे त्यांनी त्याच बैठकीत आकडेवारीसह विशद करून सांगितले. लोकसंख्या दुप्पट झाली की गरिबी रेषेखालील लोकांची संख्याही दुप्पट होईल असा इशारा त्यांनी देताच पंडित नेहरू उत्तरले, "लोकसंख्या ही माझी ताकद आहे."

जेआरडींचे भाकीत त्या बैठकीत उपस्थित असलेल्या सर्वांनाच अतिशयोक्त वाटले. ही ढिलाई देशाला अत्यंत महाग पडली. अवघ्या चाळीस वर्षांत ३६ कोटींचे ७२ कोटी झाले आणि नंतर पंधरा वर्षांत देशाने १०० कोटींचा आकडा ओलांडला. पोटाला अन्न पुरवले तर दोन हात कामासाठी उपलब्ध होतात अन ते अधिक कमवू शकतात. इतका सरळसोट विचार इतरांच्या डोळ्यापुढे होता. जेआरडींनी १९५० साली वर्तवलेला धोका दुर्दैवाने अधिक भयानक रीतीने खरा झालेला आज आपणाला पाहायला मिळतो. त्यावेळच्या एकूण लोकसंख्येइतकी जनता आज दारिद्र्यरेषेखालीच जीवन कंठत आहे. विकासयोजना राबवल्या आणि अनेक आघाड्यांवर देशाने उत्तुंग म्हणावे असे यश मिळवले तरी हा आकडा फुगत

चालला आहे. आपल्या देशाच्या बहुसंख्य समस्यांच्या मुळाशी बेसुमार लोकसंख्यावाढ आहे. देशातील हिंसा, अस्वस्थता, दहशतवाद, मूल्यांची घसरण ही तरुण बेकारांच्या फौजामुळे निर्माण झालेली परिस्थिती आहे. नुसते हात पुरेसे नसतात, तर त्या हातांना करण्यासाठी काम नसले तर ते हिंसेकडे वळतात. लोकसंख्यावाढीच्या प्रश्नाकडे १९५१ साली त्यांनी लक्ष वेधले होते. त्यावेळी त्यांच्यावर विश्वास ठेवला असता, तर आज चित्र वेगळे दिसले असते.

सरकारने आपल्या इशाऱ्याकडे दुर्लक्ष केले तरी या प्रश्नाची गंभीरता जेआरडींना जाणवलेली होती. त्यांनी त्याच बैठकीत लोकसंख्यावाढीचा विकासावर होणारा परिणाम, उद्भवणाऱ्या समस्या यांचा विचार करण्यासाठी समिती नेमावी, त्यामध्ये शास्त्रज्ञ, अर्थतज्ज्ञ, समाजसुधारक असावेत, त्यांनी अहवाल बनवावा आणि त्यानंतर प्रश्नाची भीषणता उमजेल असा पवित्रा घेतला. सरकारने दुर्लक्ष केले तरी हा आपला देश आहे. याच्या कल्याणासाठी लोकसंख्यावाढीचा हा भस्मासुर रोखायला हवा हे त्यांना पक्के उमजले होते. १९५३ साली त्यांनी पुन्हा हा प्रश्न जाहीर भाषणातून मांडला तरीही सरकार हलत नाही, हे पाहाताच त्यांनी १९५४ साली 'लोकसंख्या अभ्यासशाखा' यामध्ये संशोधन करण्यासाठी तत्कालीन आरोग्यमंत्री डॉ. राजकुमारी अमृत कौर यांच्याकडे सूतोवाच केले. या क्षेत्रात तज्ज्ञ निर्माण व्हावेत, त्यांनी या समस्येची तीव्रता सरकारला, जनतेला पटवून द्यावी, त्यावर उपाय शोधावेत आणि जनमताच्या रेट्याने ते पार पाडावेत असा त्यांचा हेतू होता. या समस्येने उग्र रूप धारण केले तर ते देशहिताला बाधक ठरेल असा द्रष्टा विचार त्यामागे होता. पुढे या प्रयत्नांना यश आले आणि १९५६ मध्ये जेआरडींनी सुरू केलेल्या 'टाटा इन्स्टिट्यूट ऑफ सोशल सायन्सेस' या संस्थेमध्ये युनोच्या सहकार्याने अभ्यासकेंद्र सुरू झाले. त्यात नंतर सरकारही सामील झाले. 'इंटरनॅशनल इन्स्टिट्यूट ऑफ पॉप्युलेशन स्टडीज' ही स्वायत्त संस्था या क्षेत्रात देशाने केलेला पहिला डोळस प्रयत्न आहे. या संस्थेतर्फे २५० शोधनिबंध प्रकाशित झाले.

१९७० साली जेआरडींच्या सूचनेवरून टाटांतर्फे 'फॅमिली प्लॅनिंग फाउंडेशन'ची स्थापना झाली. तोवर लोकसंख्या ही समस्या दिवसेंदिवस उग्र रूप धारण करते आहे हे सर्वांनाच उमजले होते. टाटांच्या स्टॅटिस्टिक्स विभागाने देशभरातील आकडेवारी गोळा करून एक महत्त्वाचा निष्कर्ष काढला, तो म्हणजे कुटुंबनियोजन आणि स्त्रियांचे शिक्षण यांचा निकटचा संबंध आहे. सत्तरच्या दशकात केरळ हे देशातील सर्वांत साक्षर राज्य होते. तिथे साक्षर स्त्रियांचे प्रमाण इतर देशांच्या मानाने बरेच उजवे होते. तर तिथे लोकसंख्यावाढीचा वेग देशात नीचतम होता. साक्षर स्त्रियांचे प्रमाण सर्वांत कमी असलेल्या बिहार, राजस्थान, उत्तरप्रदेश, ओरिसा या राज्यांत हा वेग कमाल पातळीवर होता. आकडेवारीने हे सिद्ध झाल्यावर स्त्रियांची

साक्षरता वाढवण्यासाठी टाटा संस्थेतर्फे प्रयत्न सुरू झाले. ज्या स्वयंसेवी संस्था स्त्रीसाक्षरता वाढवण्याचे आणि पर्यायाने कुटुंबनियोजन करायचे प्रकल्प आखून सादर करेल, ते तपासून टाटांतर्फे त्याला अर्थसहाय्य पुरवले जाईल, असे धोरण जेआरडींच्या सूचनेवरून ठरवण्यात आले. आजही स्वत: श्री. जेआरडी आणि पत्नी श्रीमती थेली टाटा यांच्या वैयक्तिक संपत्तीचा ट्रस्ट, अशा स्त्रीशिक्षणाच्या प्रकल्पांना आर्थिक सहाय्य पुरवत असतो.

देशावरती जेव्हाजेव्हा संकटे आली, तेव्हा जेआरडी आपल्या उद्योगसमूहाच्या सर्व शक्तीनिशी, स्वत:च्या कंपनीच्या फायद्याचा विचार बाजूला ठेवून, सरकारशी, प्रशासनाशी असलेले मतभेद विसरून देशासाठी धावून आलेले आहेत. स्वातंत्र्य मिळाल्याबरोबर देशाची फाळणी झाली आणि पूर्व बंगाल तसेच पाकिस्तानमधून हिंदू निर्वासितांचे लोंढे देशात येऊ लागले. जेआरडींनी सरकार आपल्याला विनंती करेल याची वाट न पहाता, त्यांनी सुरू केलेल्या 'टाटा इस्टिट्यूट ऑफ सोशल सायन्सेस' या संस्थेतील तज्ज्ञांची तुकडी सरकारच्या मदतीला पाठवून दिली. या तुकडीने आपल्या अभ्यासपूर्ण नियोजनाच्या सहाय्याने निर्वासितांच्या पुनर्वसनासाठी अनेक योजना आखून दिल्या. या योजना राबवताना त्याला मानवी चेहरा असणे जरुरीचे होते. कारण पिढ्यानपिढ्या ज्या मातीत हे लोक राहिले होते, तिथे आपले सर्वस्व सोडून देऊन जीव वाचवण्यासाठी त्यांना देशत्याग करावा लागला होता. तसेच या योजना ताबडतोब राबवण्यासाठी कुशल, नि:स्पृह व्यवस्थापकांची गरज होती. आपल्या सेवेत असलेल्या अनेक सुयोग्य माणसांना आपल्या उद्योगसमूहाची गरज बाजूला ठेवून त्यांना सरकारच्या मदतीसाठी जे.आर.डीं.नी पाठवून दिले. समाजशास्त्राचे अभ्यासक, अर्थतज्ज्ञ, प्रशासक, व्यवस्थापक अशांचा त्यात समावेश होता. पुढे टाटांचे अनुकरण करून अनेक स्वयंसेवी संस्था या कामासाठी पुढे आल्या. त्या संस्थांनी आखलेल्या योजना योग्य वाटल्या तर टाटा ट्रस्टतर्फे त्यांना ताबडतोब पैसा उपलब्ध करून दिला गेला. स्वत: जेआरडी अशा कामात वैयक्तिक लक्ष घालून तातडीने कार्यवाही करत.

पंडित नेहरूंनी त्यानंतर देशविकासाचे मोठेमोठे प्रकल्प आखले. सार्वजनिक क्षेत्रात अनेक मोठेमोठे उद्योगधंदे उभारले आणि त्यासाठी त्यांनी वेळोवेळी टाटांकडे प्रशिक्षित असलेल्या, कार्यरत असलेल्या कुशल व्यवस्थापकांची मागणी केली. देशहिताचा विचार प्रधान मानून जेआरडींनी त्यांना या प्रकल्पाच्या प्रत्यक्ष उभारणीसाठी पाठवून दिले. अनेक मोठ्या-प्रकल्पांच्या उभारणीत टाटांच्या सेवेतील व्यवस्थापकांनी मोलाचा वाटा उचललेला आहे. एकदा तर अशी वेळ आली की त्यांचे चारपाच वरिष्ठ संचालक, सरकारी प्रकल्पात गुंतवले गेले, तेव्हा ते गमतीने म्हणाले, "माझी माणसे सरकार अशी मागून नेऊ लागले, तर मी माझा एवढा मोठा पसारा

कसा सांभाळावा?''

देशउभारणीच्या कामाला त्यांनी असा सकारात्मक हातभार लावलाच पण जेव्हाजेव्हा देशाची सुरक्षितता धोक्यात आली, तेव्हाही ते देशाच्या मदतीला धावून गेले. स्वातंत्र्यानंतर जेआरडी उद्योगसमूहाचे प्रमुख म्हणून कार्यरत असताना देशावर तीन युद्धे लादली गेली. १९६२ साली चीन आणि १९६५, १९७१ मधे पाकिस्तानशी लढावे लागले. युद्ध सुरू झाले तेव्हा जमशेदपूरच्या कारखान्यातील वरिष्ठ अभियंत्यांची टीम जेआरडींनी लष्कराच्या मदतीसाठी त्वरित पाठवून दिली. त्याचबरोबर आपल्या सर्व कंपन्यांतील फायद्याची काही टक्केवारी सरकारच्या संरक्षण फंडाकडे ताबडतोब वळवली. सरकारशी त्यांचे अनेकदा मतभेद होत. विशेषत: त्यांच्या विमानकंपनीतील घडामोडी त्यांच्या मनाविरुद्ध होत होत्या. पण संकटाच्या वेळी या देशाचा नागरिक आणि एका बलाढ्य उद्योगसमूहाचे प्रमुख म्हणून आपली जबाबदारी त्यांनी पार पाडलीच पण कोणत्याही इतर व्यवधानापेक्षा देशभक्ती मोठी आहे हे त्यांनी कृतीने दाखवून दिले.

आपल्या देशातील राजकीय परिस्थितीवर त्यांचे बारकाईने लक्ष होते. त्यामध्ये प्रत्यक्ष भाग घ्यायला १९६० च्या सुमारास सुरुवात झाली. इतिहासातून प्रेरणा घेत आपण पुढे जायचे असते याचे त्यांना पक्के भान होते. फ्रान्समधील राजकारणाच्या इतिहासाचा त्यांचा गाढा अभ्यास होता. त्यावरून भारतीय राजकारणातील भविष्यातील धोके त्यांना समजू शकले. १९६७ च्या निवडणुकांनंतर काँग्रेसची लोकप्रियता झपाट्याने घटत चालली असल्याचे सर्वांच्या निदर्शनास आले होते. खरे म्हणजे नेहरूंच्या कारकीर्दीतच काँग्रेसच्या संसदेतील लोकप्रतिनिधींच्या संख्येत घसरण होऊ लागली होती. काँग्रेसचा प्रभाव उतरणीला लागला तेव्हाच जेआरडींनी इशारा दिला होता की लोकशाहीची संसदीय पद्धत आपल्या देशाला अस्थिरतेकडे नेईल. कारण ही पद्धत दोनशे वर्षांपेक्षा अधिक काळ हळूहळू सुधारणा होत, विचारमंथनातून विकसित होत ब्रिटिशांनी आजच्या अवस्थेला आणलेली आहे. आपल्या चुकांपासून धडे घेत एका लहानशा सुशिक्षित देशाने फक्त दोन पक्षांच्या विचारसरणीचा मजबूत पाया घालून ती बलिष्ठ केलेली आहे. त्याच लोकशाहीच्या बलावर ब्रिटिशांनी जगभर आपले साम्राज्य निर्माण केले हेही नाकारता येणार नाही. १०० टक्के सुशिक्षित अन् राजकीय दृष्ट्या जागरूक असलेल्या इंग्लंडसाठी ही राजकीय व्यवस्था आदर्श ठरली यात वाद नाही, पण आपल्या भारताचा इतिहास, इथला समाज वेगळा आहे. इतकी मोठी लोकसंख्या, वेगवेगळ्या भाषा, संस्कृती, धर्म यांमध्ये विविधता असलेल्या देशाचा कारभार, लोकशाही पद्धतीने चालवणे हे अराजकाला निमंत्रण ठरेल. लोकशाहीत मतपेटी अन् संसदेतील लोकसंख्या हे महत्त्वाचे घटक मानले जातात. त्यामुळे लोकानुनय करण्यासाठी अनेकवेळा

चुकीचे, निर्णय घेतले जातात वा कठोर उपाय टाळले जातात. देशहित दुय्यम स्थानावर पोचते. अलगता, प्रादेशिकता, धर्माभिमान, इत्यादी बाबी देशाची शक्ती पोखरत राहतात. आकाराने छोटा, सुशिक्षित संपन्न देश असूनही आपापल्या दुराग्रहांना चिकटून राहिल्याने फ्रान्समध्ये मोठ्या प्रमाणावर राजकीय अस्थिरता निर्माण झाली. राज्यकर्ते सतत बदलत राहून प्रगतीला खीळ बसली. श्रीयुत द. गॉल यांनी या सर्वांचा अभ्यास करून राष्ट्राध्यक्ष हा देशप्रमुख असेल असा घटनात्मक बदल करून घेतला. अस्थिरतेची फळे सर्वच जनतेला भोगावी लागलेली असल्याने या बदलाला जनतेचा पाठिंबा मिळाला. या घटनाबदलामुळे फ्रान्समधील अस्थिरता संपुष्टात आली आणि अल्पावधीतच प्रगतीचा दर वाढू लागला.

भारतासाठीही हाच मार्ग योग्य आहे. भारतातील संभाव्य राजकीय अस्थिरता संपुष्टात आणण्यासाठी आतापासूनच असा घटनात्मक बदल करून राष्ट्राध्यक्ष देशाच्या प्रमुखपदी असायला हवा, असे जेआरडींना मनोमन वाटत होते. १९६८ मध्ये त्यांनी देशामध्ये अध्यक्षीय पद्धतीचा जाहीर पुरस्कार करायला सुरुवात केली आणि आपल्या भाषणातून संधी मिळेल तेव्हा याचे अभ्यासपूर्ण विवेचन केले. देशाच्या विकासासाठी राजकीय स्थिरता आवश्यक आहे. सतत निवडणुका घेणे, त्यासाठी मोठ्या प्रमाणावर पैसा उपलब्ध करणे हे भ्रष्टाचाराला निमंत्रण ठरेल आणि अस्थिरतेकडे नेणाऱ्या एका दुष्ट वर्तुळाकार प्रवासात आपली लोकशाही फसेल असा त्यांचा होरा होता. असे घडले तर प्रशासन राज्यकर्त्यांवर कुरघोडी करेल आणि अनेक अनिष्ट बाबी टाळता येणे कठीण होईल. हे टाळण्यासाठी अध्यक्षीय पद्धत हवी असा त्यांनी शेवटपर्यंत आग्रह धरला.

जेव्हा अशी मते त्यांनी जाहिररीत्या ठामपणे मांडायला सुरुवात केली, तेव्हा "उद्योगातील व्यक्तींनी राजकारणावर भाष्य कशाला करायला हवे?" असा आक्षेप त्यांच्या निकटवर्तीयांसह सर्वांनी घेतला. तेव्हा जेआरडी उत्तरले "उद्योगाचा हेतू अधिक संपत्ती निर्माण करणे, अधिक उन्नती, प्रगती करणे हा असतो. त्यासाठी अर्थव्यवस्थेचे योग्य विश्लेषण आवश्यक असते. राजकारणाचा, पक्षाच्या ध्येयधोरणांचा आर्थिक नियोजनाशी निकटचा संबंध असतो, आणि उद्योगाच्या विकासावर त्याचा निश्चितच परिणाम घडतो. राजकारण आणि उद्योग यांची सरमिसळ होऊ नये हे बरोबर असले तरी सुजाण, जबाबदार, शिक्षित नागरिक म्हणून उद्योगपतींनी राजकारणाचा अभ्यास करायला हवा. राजकारण्यांना त्यांच्या त्रुटी, त्यांचे दोष पुराव्यासहित दाखवून द्यायला हवेत.

१९७१ च्या आणीबाणीनंतर जेआरडींच्या वक्तव्याचा प्रत्यय येऊ लागला. जनता पक्ष दुभंगून त्याच्या चिरफाळ्या झाल्या आणि १९८० मधे इंदिरा गांधी फक्त राजकीय स्थिरता या एकमेव मुद्द्यावर प्रचंड बहुमताने सत्तास्थानी आल्या.

जेआरडींनी त्यांना भेटून 'अध्यक्षीय लोकशाहीसाठी राज्यघटनेत बदल करण्याबाबत विचार करा', अशी सूचना केली. पण त्या दिशेने कोणतेही प्रयत्न झाले नाहीत. १९९० नंतर राजकीय अस्थिरता ही देशापुढील एक प्रमुख समस्या बनलेली आहे. विकासाच्या कामांचा वेग त्यामुळे सतत बदलत राहातो. एका सरकारची ध्येयधोरणे राजकीय आकसापोटी नवे सरकार बदलत राहते. हे राजकारण जवळून पाहणाऱ्या प्रत्येकाच्या निदर्शनास येते आहे. अनेकजण वैयक्तिक बोलण्यामध्ये आज अध्यक्षीय पद्धतीचा आग्रह धरताना दिसतात.

आपण राहतो त्या परिसरावर माणसाचे आपोआप प्रेम बसते. टाटा कुटुंबीयांचे मुंबई शहरावर असेच प्रेम आहे. जरी टाटांची कर्मभूमी संपूर्ण भारत असली, तरी प्रमुख कचेऱ्या मुंबईत असल्याने टाटांच्या कुटुंबाचे अधिकांश वास्तव्य मुंबईतच होत असे. विसाव्या शतकाच्या आधी भारतामध्ये दरिद्री लोकांनीच राहावे; अशी युरोपीय समाजाकडून टीका होई. श्री. जमशेदजी टाटांनी या टीकेला उत्तर देण्यासाठी देशात एक आंतरराष्ट्रीय दर्जाचे उत्तम हॉटेल असावे, त्यातील सर्व सुविधा उच्चतम दर्जाच्या असाव्यात आणि त्याला खास भारतीय स्पर्श असावा या विचाराने मुंबईत ऐन मोक्याच्या जागी 'हॉटेल ताजमहाल' या देशातील पहिल्यावहिल्या पंचतारांकित हॉटेलची उभारणी केली. जगभरातील उत्तमोत्तम वस्तू निवडून ते सजवण्यात आले. हे हॉटेल चालेल की नाही, त्यातून पैसा मिळेल की नाही, याचा विचार न करता त्यामध्ये पैसा ओतला. जेआरडींनी हीच परंपरा पुढे नेली आणि ताज ग्रुप ऑफ हॉटेल्सची साखळी देशभरात उभी राहिली. परदेशी पर्यटक, उच्चपदस्थ अधिकारी, राजकारणी, उद्योगपती या सर्वांना देशाबद्दलचे वाईट मत बदलण्यासाठी या हॉटेलमधील वास्तव्य कारणीभूत ठरले. पुढे हा अत्यंत किफायतशीर व्यवसाय ठरला आणि पाठोपाठ असंख्य पंचतारांकित हॉटेलांच्या इमारती देशातील प्रमुख शहरांतून दिमाखाने मिरवू लागल्या. पण आजही गेटवे ऑफ इंडियाच्या परिसरात ताजची जुनी इमारत मुंबईच्या आकाशरेषेचे एक प्रमुख वैभव आहे. १९८३ साली जेआरडींना मुंबई महापालिकेतर्फे मानपत्र देऊन त्यांचा नागरी सत्कार करण्यात आला. त्यावेळी त्यांनी या शहराचे जुन्या काळातील सौंदर्य, सुस्थितीच्या खुणा, ह्यांच्या हृद्य आठवणी सांगून उपस्थितांच्या हृदयाला स्पर्श केला. या शहराचा अभिमान प्रत्येक रहिवाशाला वाटेल असे आपले वर्तन हवे. पुढे रागापेक्षा दुःखावेगाने ते उद्गारले, की ''पन्नास वर्षांत या स्वच्छ, शांत, सुंदर शहराचे जगातील सर्वांत जास्त झोपडपट्ट्या असलेल्या शहरात रूपांतर झाले. हवेचे प्रदूषण आतोनात वाढले. देशभरातून या शहरात येणाऱ्या लाखो भारतीयांना सामावून घेताना शहराच्या सुविधांवर ताण पडतो आहे. याकडे राजकारणाच्या फायद्यासाठी दुर्लक्ष केले गेले. ही परिस्थिती बदलण्यासाठी गंभीरपणे विचार करायला हवा. त्याचे विश्लेषण

करून उपाय योजायला हवेत.

आपल्या गावात रोजगार न मिळणाऱ्या देशवासियांबद्दल सहानुभूती जरूर वाटते; पण या शहराच्या काही मर्यादा आहेत हेही लक्षात घ्यायला हवे. नव्या मुंबईच्या झपाट्याने विकास करून या शहरावरील ताण कमी करता येईल अशी त्यांनी सूचना केली. जुन्या इमारतींची दुरुस्ती परवडण्यासाठी मालकांना योग्य प्रमाणात भाडेवाढ करायची परवानगी असावी असाही ते नेहमी आग्रह धरीत. हे प्रत्यक्षात न आल्याने पुढे अनेक दुर्घटना घडल्या. इमारती कोसळून जीवितहानी होणाऱ्या घटना घडू लागल्या. एका मुख्यमंत्र्याला त्यांनी याबाबत खाजगी बोलण्यात जेआरडींनी 'याला तुम्ही कारण आहात' असे सुनावले तेव्हा मिळालेल्या उत्तरात अनेक बाबी लक्षात येऊ शकतात, ''मालकांपेक्षा भाडेकरूंची संख्या जास्त आहे.'' या उत्तरातून मतपेटीसाठी लोकांच्या जीवाची पर्वा न करणारी कृती दिसून येते. दरवर्षी पावसाळ्यात अशा दुर्घटनांची वृत्ते आपणा सर्वांना वाचावी लागतात, पण हळहळण्यापलीकडे हातात काही उरत नाही.

या शहराच्या सौंदर्यीकरणासाठी टाटांनी अनेक प्रकल्प राबवले. हॉर्निमन सर्कलचे सुशोभीकरण करून तिथे सशुल्क स्वच्छतागृहे उभारण्याची काळजीही घेण्यात आली. एशियाटिक सोसायटी समोरची बाग, टाटा इलेक्ट्रिक कंपनीने विकसित केलेले उद्यान आजही याची साक्ष देतात. पुढे अनेक उद्योगसमूहांनी या कामासाठी पुढाकार घेऊन मुंबईच्या अनेक चौकांचे सुशोभीकरण करण्यात हातभार लावला.

आज नव्या मुंबईचा झपाट्याने विकास होत असला तरी मुंबईचा बकालपणा आणि तिच्यावरील ताण कमी व्हायची चिन्हे दिसत नाहीत. दिवसेंदिवस नागरी सुविधांवर पडणारा ताण, मुंबईची दुरवस्था वाढवत आहे. जेआरडींच्या तरुणपणातील हिरव्या टेकड्यांनी वेढलेली शांत, सुंदर, झाडापेडांनी फुललेली मुंबई कायमची हरवली आहे. जेआरडींच्या कुवतीबाहेर असलेली हिरवी मुंबई फक्त घोषणा देऊन सुंदर होणार नाही. त्यांच्या कवेत असलेली टाटानगर, जमशेदपूर, मिठापूर, मुन्नारचा परिसर, आणि जिथेजिथे शक्य आहे त्या सर्व टाटाकंपन्यांचा परिसर मात्र हिरवागार ठेवणे शक्य होते आणि त्यांनी पैशाचा, मानवी संसाधनचा सुयोग्य वापर करून वेगळ्या अर्थाने निसर्गाची व पर्यायाने देशाची राखण केली हाही एक द्रष्टेपणाच म्हणता येईल.

❑

दातृत्वाची जेथ प्रचीती

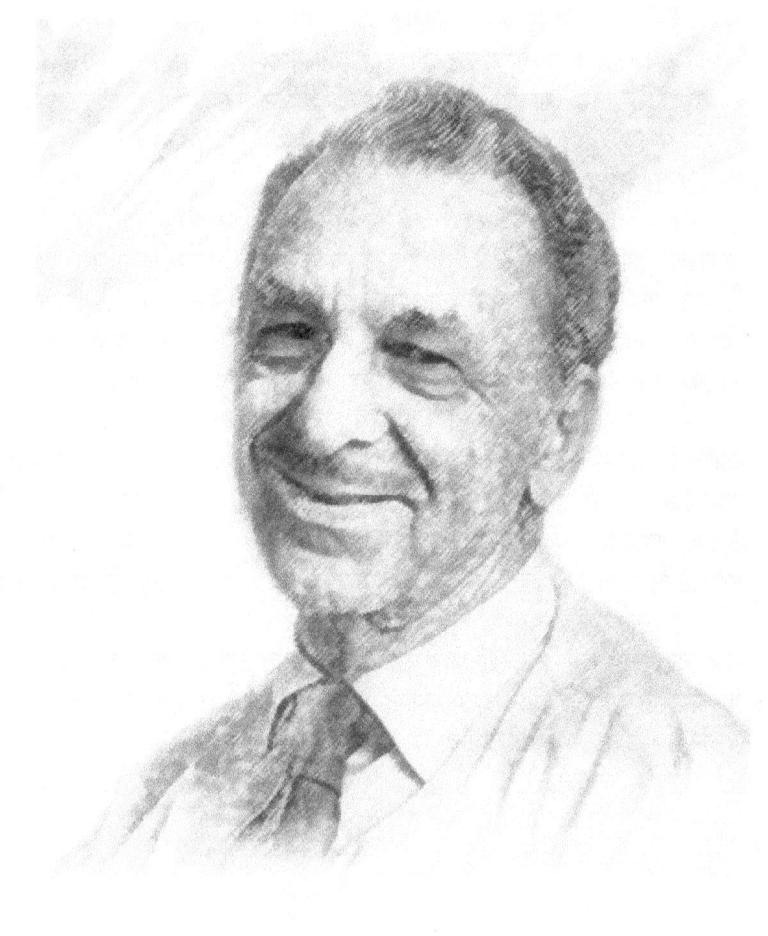

दातृत्वाची जेथ प्रचीती

जॉन कॅनिंग्ज यांनी शंभर महान व्यक्तींची ओळख करून देणारे 'हंड्रेड मॉडर्न लाईफ्स' हे पुस्तक संपादित केले आहे; त्यात फक्त दोन भारतीय आहेत. एक महात्मा गांधी आणि दुसरे श्री. जमशेदजी टाटा. उद्योगसमूहाच्या या प्रपितामहाबद्दल ते म्हणतात, 'स्वातंत्र्यापूर्वी आणि स्वातंत्र्यानंतर भारताच्या आर्थिक, सामाजिक, वैज्ञानिक आणि बौद्धिक उत्थानासाठी त्यांनी आपल्या उद्योगसमूहाची शक्ती पणाला लावली.'

'जोडोनिया धन उत्तम वेव्हारे' हा तुकोबारायांचा उपदेश त्यांनी पाळलाच; पण या ओळींच्या उत्तरार्धातील 'उदास विचारे' ऐवजी त्यांनी 'उदात्त विचारां'नी त्या संपत्तीचा 'वेच केला'. ज्या समाजातून आपण पैसा मिळवतो, त्याच्या स्वास्थ्याची, ऋणाची बांधीलकी मानायचा संस्कार श्री. जमशेदजींनी आपल्या उद्योगसमूहात इतक्या खोलवर रुजवला की त्याचा वृक्ष तर फोफावलाच, वरती त्यांच्या पुढील पिढ्या त्यात भर घालणे आपले कर्तव्य मानू लागल्या. आपल्या उद्योगव्यवहारांतून मिळणारी फायद्याची काही टक्केवारी टाटा ट्रस्टकडे वळवून अनेक सामाजिक उपक्रम त्यांनी राबवले. पुढे टाटा हे नाव धारण करणाऱ्या अनेकांनी आपल्या वैयक्तिक संपत्तीचे ट्रस्ट स्थापन करून अशा कार्याचा चहूबाजूने विस्तार केला. जेआरडींनी आपल्या कारकीर्दीत त्यात नव्यानव्या उपक्रमांची भर घालत आपला द्रष्टेपणा दाखवला. अनेक वेळा या दातृत्वातून कोणत्या ना कोणत्याप्रकारे पुढे जायला, विकसित व्हायला वाव मिळावा अशा तऱ्हेने मदत केलेली आढळते.

१८९३ च्या जुलैमध्ये श्री. जमशेदजी टाटा आणि स्वामी विवेकानंद यानी जपानमधील योकोहोमा बंदर ते व्हँकुव्हर असा एकत्र प्रवास 'एम्प्रेस ऑफ इंडिया' या जहाजातून एकत्रितपणे केला. पुढे व्हँकुव्हर ते शिकागो या रेल्वेप्रवासातही ते एकत्र होते. ही भेट जणू नियतीनेच घडवून आणली अशी महत्त्वाची ठरली. आपल्या मातृभूमीला महान देश बनवण्याची स्वप्ने पाहाणाऱ्या या दोन देशभक्त, कृतिशील, आधुनिक विचाराच्या सुपुत्रांनी देशाच्या भवितव्याबद्दल गंभीर, सखोल चर्चा केली. उगवत्या विज्ञानयुगाच्या सहाय्याने देशाला प्रगतिपथावर नेताना आपल्या उदात्त परंपरा, विशाल सहिष्णु संस्कृती विसरून चालणार नाही. उच्च नीतिमूल्यांवर अधिष्ठित असलेली प्रगतीच देशाला बलवान, संपन्न बनवू शकेल यावर दोघांचा

विश्वास होता. पुढे श्री. जमशेदजींनी स्वामी विवेकानंदांना पत्र लिहून आपल्या मनातील विचार कळवले. उच्च प्रकारचे मूलभूत वैज्ञानिक संशोधन या देशात होण्यासाठी आपण एखादी संस्था स्थापन करण्याचा प्रयत्न करत आहोत, अशा शब्दामध्ये त्यानी आपले मनोगत व्यक्त केले. त्यातूनच 'इंडियन इन्स्टिट्यूट ऑफ सायन्स' या संस्थेचे बीज त्यांच्या मनात रुजले. १८९६ मध्ये श्री. जमशेटजींनी एक भव्य विज्ञानविद्यापीठ स्थापन करण्यासाठी चौदा इमारतींसह भरपूर विस्तार असलेली नयनरम्य जागा दान केली. ब्रिटिशांची परवानगी घेऊन, इतर सर्व सव्यापसव्य पूर्ण करून प्रत्यक्ष संस्था उभी राहिलेली श्री. जमशेदजी पाहू शकले नाहीत, पण त्यांच्या दोन्ही पुत्रांनी हा विचार पुढे प्रत्यक्षात आणला. १९११ मध्ये संस्था स्थापन झाली. या संस्थेने देशात स्वातंत्र्यानंतर, पहिल्या एकदोन दशकांत उभ्या राहिलेल्या अनेक प्रयोगशाळांना प्रशिक्षित मनुष्यबळ पुरवले. आज देशाने विज्ञानक्षेत्रात जी भरारी घेतलेली आहे, काही क्षेत्रांत म्हणजे अंतराळ संशोधन, लष्करी सामग्री, सागरी संशोधन आदी क्षेत्रांत आपला देश जगातील पहिल्या दहा क्रमांकामध्ये आहे, त्या सर्वांची पाळेमुळे बंगलोरच्या या पहिल्या संस्थेतून फुटलेली आहेत.

१८९२ मध्ये ब्रिटिशांनी भारतीय व्यक्तींना आयसीएस परीक्षेला बसायची परवानगी दिली. परदेशी जाऊन या परीक्षेला बसण्यासाठी पैशाची नेहमीच चणचण भासत असे. श्री. जमशेदजीनी या संधीचा फायदा घ्यायचे ठरवून आपल्या समूहातर्फे मदत देऊ केली. गरीब, होतकरू, बुद्धिमान तरुणांना फक्त आयसीएसच नव्हे तर कोणत्याही प्रकारचे उच्चशिक्षण घेण्यासाठी मदत देऊ केली. त्यासाठी 'टाटा एंडोवमेंट शिष्यवृत्त्या' या नावाने पैसे देण्यात येऊ लागले. पुढे त्यांच्या सर्व वारसांनी यात भर घातली. विसाव्या शतकाच्या पहिल्या-दुसऱ्या दशकात आय.सी.एस. परीक्षा पास होणारा प्रत्येक पाचवा अधिकारी टाटातर्फे मदत घेतलेला होता. त्या काळात स्त्रिया परपुरुषाचा स्पर्श होऊ नये म्हणून पुरुष डॉक्टरांकडे जाणे टाळत असत. त्यामुळे बाळंतपणात, स्त्रीरोग होऊन सर्रास स्त्रिया मरत असत. श्री. जमशेदजींनी हे टाळण्यासाठी दोन स्त्रियांना स्त्रीरोगतज्ज्ञ होण्यासाठी मदत देऊन इग्लंडला पाठवले. मॅडम फ्रेनी कामा ही देशातील, इथे येऊन कर्तृत्व गाजवलेली पहिली स्त्री-डॉक्टर टाटातर्फे मदत घेऊन शिकून आली. परदेशी शिक्षण घेतल्यावर इथे येऊन देशातील जनतेला आपल्या शिक्षणाचा फायदा करून द्यायची पूर्वअट या ट्रस्टतर्फे घातलेली असे. ही रक्कम मदत म्हणून देणे टाटाना सहजशक्य होते; पण तत्त्व म्हणून परतफेडीचे कलम त्यात घातलेले होते. कारण या परताव्यातून अधिक संख्येने आपले तरुण परदेशी जाऊन उच्चशिक्षण घेऊ शकतील हा विचार त्यामागे होता. ज्योतीने ज्योत पेटवली तर प्रकाश वेगाने अन चौफेर पसरत जातो.

ही मदत देताना अर्ज मागवून त्यातून कस लावून योग्य ते तरुण निवडले जात. नारळीकर पितापुत्र, अणुशास्त्रज्ञ डॉ. राजा रामण्णा, श्री. सकलातवाला, राष्ट्रपती श्री. के. आर. नारायणन् अशी अनेक प्रसिद्ध नावे या भल्यामोठ्या यादीत आहेत. अल्पकाळातच 'टाटा स्कॉलर' या नावाला एक 'वलय' प्राप्त झाले आणि उच्चशिक्षण घेऊन देशात परतलेल्या या बुद्धिमान तरुणांनी विविध क्षेत्रांत आपल्या कर्तृत्वाचा ठसा उमटवत देशाची सेवा केली. आजवर २००० पेक्षा जास्त तरुणांनी याचा फायदा घेतला आहे.

सर रतन टाटा, सर दोराब टाटा या त्यांच्या सुपुत्रांनी आपल्या हातात उद्योगाची सूत्रे आली तेव्हा हीच परंपरा पुढे नेली. श्री. रतन टाटा यांनी दक्षिण आफ्रिकेतील महात्मा गांधींच्या चळवळीला आणि श्री. गोपाळकृष्ण गोखले यांच्या 'सर्व्हंट्स ऑफ इंडिया' सोसायटीला अनेकवेळा मदत म्हणून मोठमोठ्या रकमा दिल्या. या दोघांनाही मूल नव्हते. पुढे सर रतन टाटा यांनी आपल्या मावसभावाचा मुलगा श्री. नवल टाटा यांना दत्तक घेतले. त्यांचे पुत्र श्री. रतन टाटा सध्या टाटा उद्योगसमूहाचे चेअरमनपद भूषवत आहेत. श्री. जमशेदजी यांच्या दोन्ही मुलांनी उद्योगधंद्याचा विस्तार करत असताना भरपूर दानधर्म केला आणि नंतर आपल्या वैयक्तिक संपत्तीचे विश्वस्त निधी स्थापून तीही समाजकार्यासाठी वापरण्याची तरतूद करून ठेवली. १९२२ मध्ये मुंबई येथे 'प्रिन्स ऑफ वेल्स म्युझियम'ची स्थापना झाली. तेव्हा या दोघांनीही आपल्या खाजगी संग्रहातील देशविदेशांत फिरताना छंद, हौस म्हणून जमा केलेल्या अनेक दुर्मिळ वस्तू या म्युझियमला देणगीदाखल दिल्या. आजही या वस्तुसंग्रहालयात स्वतंत्र 'टाटा दालन' पाहायला मिळते. श्री. रतन टाटांनी इंग्लंडच्या सुप्रसिद्ध 'लंडन स्कूल ऑफ इकॉनॉमिक्स' येथे सामाजिक शास्त्रात संशोधन व्हावे म्हणून प्रयत्न केले. आज तेथे 'सर रतन टाटा डिपार्टमेंट ऑफ सोशल सायन्सेस' हे केंद्र या क्षेत्रात महत्त्वाचे नाव कमावून आहे.

सर दोराब टाटा यांची पत्नी तरुण वयात ल्युकेमिया या रक्ताच्या कर्करोगाने स्वर्गवासी झाली. तिच्या स्मृतिप्रीत्यर्थ कॅन्सरवरील उपचारांचे केंद्र देशात उभे राहवे असा स्तुत्य विचार श्री. दोराब यांच्या मनात होता. त्याची तयारी करण्यासाठी ते इंग्लंडला देखील गेले. दुर्दैवाने त्यानंतर वर्षभरात तेही मृत्युमुखी पडले. आपल्या वैयक्तिक संपत्तीचा ट्रस्ट स्थापन करून त्यातर्फे हे काम पूर्ण व्हावे अशी मनीषा त्यांनी व्यक्त केली होती.

वयाच्या अवघ्या अठ्ठाविसाव्या वर्षी, १९३२ पासून जेआरडींचा सर दोराबजी टाटा ट्रस्टशी संपर्क आला. या ट्रस्टच्या विश्वस्तपदी त्यांची नेमणूक झाली. विश्वस्त मंडळात हे हॉस्पिटल कसे असावे, यावर चर्चा सुरू झाली. पन्नासावर खाटा असलेले उपचारकेंद्र सुरू केले तर हे खर्चाच्या दृष्टीने परवडू शकेल म्हणून

मध्यम स्वरूपाचे हॉस्पिटल असावे, यावर इतर संचालकांचे एकमत झाले. जेआरडींनी कितीतरी पुढची झेप डोळ्यांसमोर ठेवून या हॉस्पिटलची उभारणी विकासाला वाव देणारी त्रिस्तरीय असावी अशी सूचना केली. त्यामध्ये कर्करोगावर उपचार व्हावेत, पुढील उपचारासाठी संशोधन व्हावे म्हणून जोडून प्रयोगशाळा उभी करावी, आणि नव्या डॉक्टरांना कर्करोगावरील उपचारांचे प्रशिक्षणही मिळावे अशी रचना टप्प्याटप्प्याने करण्याबद्दल इतर संचालकांसमोर प्रस्ताव मांडला. तपशीलवार, तयारीने विवेचन करून त्यांना तो पटवूनही दिला. पुढे संशोधनविभाग हवा असा आग्रह धरून तो प्रत्यक्षातही आणला. कारण प्रत्येक रोगावर उपचार करताना त्यामध्ये संशोधन व्हायला हवे आणि ते स्वबळावर करायला हवे, असा उच्च विचार त्यामागे होता. जेआरडींच्या दूरदृष्टीची चुणूक इतर संचालकांना यातून कळून चुकली. पुढे जेआरडी टाटासमूहाच्या चेअरमनपदी एकमताने नियुक्त झाले आणि त्यांनी या हॉस्पिटलचा उभारणीत वैयक्तिक लक्ष घालून टाटासमूहाची शक्ती त्यामागे उभी केली. सर्व परवानग्या मिळून प्रत्यक्ष उभारणी होऊन टाटा हॉस्पिटल उभे राहायला १९४१ साल उजाडले. पण जेआरडींच्या स्वप्नाप्रमाणे त्यामध्ये हे तीनही विभाग म्हणजे उपचार, संशोधन आणि प्रशिक्षण समाविष्ट होते. आजही मुंबईचे हे प्रसिद्ध 'टाटा कॅन्सर हॉस्पिटल' आशियातील अव्वल दर्जाची सेवा हजारो रुग्णांना पुरवत आहे. स्थापनेपासून पुढील पन्नाससाठ वर्षे अन् आजतागायत येथून प्रशिक्षण घेतलेले शेकडो तज्ज्ञ देशभरात ठिकठिकाणी कॅन्सर उपचार केंद्रातून रुग्णसेवा करत आहेत. येथील प्रयोगशाळांमधून उच्च दर्जाचे संशोधनही पहिली काही वर्षे जोमाने चालू होते. पुढे देशभरात अनेक कॅन्सर हॉस्पिटल्स् उभी राहिली. त्यांनी आदर्श म्हणून हेच हॉस्पिटल डोळ्यांसमोर ठेवलेले होते. किरणोपचार, रसायन थेरपी आणि अत्याधुनिक साधनांची त्यात वेळोवेळी भर पडत गेली आणि एका विशिष्ट क्षेत्रातील देशाची गरज त्यामुळे भागवली गेली.

१९३९ मध्ये डॉ. होमी भाभा हे टाटा कुटुंबीयांशी संबंधित, अत्यंत बुद्धिमान संशोधक, केंब्रिज येथे उच्च शिक्षण संपवून भारतात परतले. सुटीसाठी आलेले डॉ. भाभा दुसऱ्या महायुद्धाचे ढग युरोपवर जमू लागले होते; म्हणून परत जाऊ शकले नाहीत. उत्तम माणसे निवडून, पकडून ठेवायच्या जेआरडींच्या वृत्तीने ही संधी टिपली आणि बंगलोरच्या इंडियन इन्स्टिट्यूट ऑफ सायन्स या संस्थेमध्ये डॉ. होमी भाभांसाठी स्वतंत्र स्थान निर्माण करण्यात आले. विश्वकिरण (कॉस्मिक रेज) भौतिकीमध्ये भाभांनी युरोपमध्ये केलेले काम विज्ञानजगतात मान्यता पावलेले होते. युद्धानंतर केंब्रिज वा प्रिन्स्टन (अमेरिका) या विद्यापीठात परतून संशोधन करण्याऐवजी भारतामध्येच उच्च दर्जाचे संशोधन करावे असा विचार करून डॉ. होमी भाभांनी जेआरडींची भेट घेतली. नव्याने उगवणाऱ्या अणुऊर्जाक्षेत्राचा फायदा, करून

घेण्यासाठी इथेच संशोधन केंद्र उभारावे असा आपला मनसुबा जेआरडींना त्यांनी पटवून दिला. आंतरराष्ट्रीय दर्जाची प्रयोगशाळा इथे उभी करता येईल; असा विश्वास त्यांच्या या भेटीत ते जेआरडींना देऊ शकले. नव्या प्रयोगशील विचारांच्या जेआरडींनी तात्काळ त्यांना सर्व प्रकल्प कागदावर उतरून अर्जासह टाटा ट्रस्टकडे पाठवून द्यायला सांगितले. स्वत: पुढाकार घेऊन डॉ. भाभांचा अर्ज मंजूर करवून घेतला. त्यानंतर चारच महिन्यांत अणुऊर्जेने केलेला प्रचंड विध्वंस जगाला बॉंबच्या रूपाने दिसून आला. अणुऊर्जा विधायक कामासाठी वापरता येईल हे स्पष्ट झाले आणि अणुक्षेत्रात संशोधन करण्यासाठी सध्या स्थापन करायच्या योजनेला वेगाने सुरुवात झाली. परिणाम म्हणून मुंबईत टाटांच्या भरीव देणगीतून 'टाटा इन्स्टिट्यूट ऑफ फंडामेंटल रिसर्च' (टीआयएफआर) ही प्रयोगशाळा स्थापन झाली. पुढे १९५७ साली, पंतप्रधान नेहरूंच्या सूचनेवरून 'अॅटॉमिक एनर्जी एस्टॅब्लिशमेंट' ही संस्था सुरू झाली आणि अणुभट्ट्या बांधायची कल्पना मूर्तस्वरूपात आली. तेव्हा या टाटा मूलभूत संशोधन केंद्रातून मनुष्यबळ, संशोधक आणि तांत्रिक ज्ञान पुरवण्यात आले. त्यात काम करणाऱ्यांना मोठ्या प्रमाणावर प्रशिक्षण देण्यासाठी आणि संभाव्य लष्करी सुसज्जतेसाठीही उपयोग करता यावा म्हणून 'अॅटॉमिक एनर्जी ट्रेनिंग सेंटर' स्थापन झाले. आज या केंद्राला भाभा अॅटॉमिक रिसर्च सेंटर (बार्क) या नावाने जगभर ओळखले जाते. १९६६ मध्ये डॉ. भाभांचा अपघाती मृत्यू झाला आणि टीआयएफआरची धुरा तरुण, तडफदार, डॉ. एम. जी. के. मेनन यांच्या खांद्यावर देण्यात आली. त्यावेळी त्यांनी खास पत्र लिहून जेआरडींच्या दूरदृष्टीचे आभार मानले. जेआरडींच्या दातृत्वातून सुरू झालेल्या या संस्थेने देशासाठी केलेल्या अनमोल कार्याची वाखाणणी करून त्याचे श्रेय जेआरडींना दिले. या संस्थेच्या संचालकपदी पुढे अनेक वर्षे जेआरडींनी काम केले. टीआयएफआर उभे राहात होते, तेव्हा दर रविवारी सकाळी ते डॉ. होमी भाभांबरोबर त्या परिसराचा फेरफटका मारत विकासकामाचा आढावा घेत, अनेक उपयुक्त सूचना करत असत, अशी आठवण टीआयएफआरचे जुने वरिष्ठ अधिकारी आवर्जून सांगतात.

डॉ. मेघनाद सहा हे देशातील आणखी एक जागतिक कीर्तीचे भौतिक शास्त्रातील संशोधक कलकत्त्याच्या विद्यापीठात संशोधन करत होते. त्यांना मूलभूत कणांवरील संशोधनासाठी 'सायक्लोट्रॉन' या महागड्या उपकरणांची गरज भासली. तेव्हा पंडित नेहरूंच्या सूचनेवरून त्यांनी आपला प्रस्ताव जेआरडींकडे पाठवला आणि जेआरडींनी ताबडतोब त्यांना निधी उपलब्ध करून दिला.

उद्योगधंद्याच्या निमित्ताने जेआरडीना वारंवार परदेशभेटीचे योग येत असत. आपल्या पाश्चात्त्य देशांच्या अशा भेटींत तिथे काय चालले आहे, हे ते डोळसपणे पाहात आणि त्यातील आपल्या देशासाठी काय उपयुक्त होऊ शकेल, याचा ते

त्याचक्षणी विचार सुरू करत. फक्त स्वत:चा उद्योगच नव्हे तर सामाजिक, शैक्षणिक क्षेत्रातही नवे येणारे ज्ञान त्यांना इथे आणावेसे वाटे. त्यासाठी आर्थिक पाठबळ लागते याची व्यवहार्य कल्पना त्यांना होती. टाटा समूहातर्फे मदत देणे त्यांना शक्य होते. टाटांच्या अनेक ट्रस्टचे विश्वस्त ही भूमिकाही ते निभावत असल्याने एखाद्या प्रकल्पाला अधिक पैसे लागले तर तिथूनही ते उपलब्ध होऊ शकत. अल्पवयात म्हणजे वयाच्या चाळिसाव्या वर्षी आपल्या वैयक्तिक संपत्तीतील काही भाग बाजूला काढून त्यांनी १९४४ मध्ये जेआरडी टाटा ट्रस्ट स्थापन केला. त्यांची राहणी त्यांच्या उत्पन्नाच्या मानाने साधी होती. एअर इंडियाचे संचालकपद सांभाळण्यासाठी ते फक्त एक रुपया नाममात्र मानधन घेत. पैसे उधळणे वा छानछोकी, मोठेपणा याची त्यांना अजिबात आवड नव्हती. कामामध्ये दिवस पुरता बुडलेला असे. त्यामुळे त्यांचे वैयक्तिक खर्च अगदी मर्यादित होते. या ट्रस्टच्या माध्यमातून त्यांनी देणग्या देण्यासाठी सुरुवात केली.

साठच्या दशकात ते फ्रान्सला गेले तेव्हा त्यांनी नेपोलियनने सुरू केलेल्या शिक्षण संस्थेला भेट दिली. असलेली कौशल्ये धारदार करणे आणि उत्तम प्रशासन कसे असावे, याचे धडे तिथे गिरवले जात असत. फ्रान्सच्या सरकारी खात्यातील उच्च व्यवस्थापकांच्या तसेच संशोधन क्षेत्रात काम करणाऱ्या उच्च पदावरील शास्त्रज्ञांपैकी जवळ जवळ सत्तर टक्के नोकऱ्या या संस्थेतून बाहेर पडणाऱ्या विद्यार्थ्यांच्या वाट्याला जात होत्या असे त्यांना कळले. त्या संस्थेचे प्रमुख संचालक, प्राध्यापक डॉ. जीन कॅपेल यांना जेआरडींनी भारतभेटीचे निमंत्रण दिले. भारतात अशा पद्धतीचे शिक्षणकेंद्र सुरू करता येईल का, याबद्दल पाहणी करून अहवाल देण्याची विनंती केली. श्री. कॅपेल यानी त्यांची विनंती मान्य करून आपला अहवाल दिला. त्यांच्यामते भारतात लायक तरुण आणि वातावरण दोहोंची उपलब्धता होती. त्या सुमारास पंडित नेहरूंचा मृत्यू झाला होता आणि इंदिरा गांधींच्या पुढाकाराने 'नेहरू मेमोरियल ट्रस्ट' स्थापन झाला होता. त्या ट्रस्टला भरघोस देणगी देऊन जेआरडींनी स्थिरता प्राप्त करून दिली होती. त्या ट्रस्टतर्फे असे शिक्षणकेंद्र सुरू व्हावे अशी त्यांची इच्छा होती. उत्तम तरुण प्रशिक्षित करून देशसेवेसाठी त्यांचा उपयोग व्हावा, पंडित नेहरूंचे हे उचित स्मारक ठरेल असे त्यांना मनापासून वाटत होते. ''हे फक्त उच्च दर्जाच्या तरुणांसाठी उपयोगी पडेल'' कारण याच्या अभ्यासक्रमात गणित आणि विज्ञानावर जास्त भर दिलेला होता आणि ट्रस्टचे प्रमुख डॉ. करणसिंग हे तत्त्वज्ञानाचे डॉक्टर होते. डॉ. करणसिंगांना इंदिरा गांधींनी पाठिंबा दिला आणि वर दिलेले कारण देऊन हा प्रस्ताव फेटाळला गेला. जेआरडींनी त्यावेळी इतर अनेक व्यवधानांमुळे या प्रकल्पाला बासनात गुंडाळून ठेवले. नंतर काही वर्षांनी आपण टाटाच्या ट्रस्टमार्फत हे केंद्र सुरू

करायला हवे होते असे खेदपूर्वक उद्‌गार त्यांनी काढले.

नुसते शिक्षण आणि उद्योग परिपूर्ण विकासासाठी पुरेसे नाहीत याचेही जेआरडींना भान होते. देशातील तरुणांना सांस्कृतिक क्षेत्रातही विकासाच्या संधी उपलब्ध व्हायला हव्यात असे त्यांना वाटत होते. अनेक सांस्कृतिक कार्यक्रमांना मदत देण्याबरोबर या क्षेत्रात भरीव काहीतरी करता यावे असे त्यांच्या मनात होते. डॉ. होमी भाभा यांचे बंधू श्री. जमशेद भाभा यांनी जेव्हा वेगवेगळ्या कलांमध्ये संशोधन व्हावे, नव्या कल्पना घेऊन येणाऱ्या तरुणांच्या प्रयोगशीलतेला आर्थिक पाठबळ मिळावे, त्यांच्या कलाविष्काराला वाव मिळावा म्हणून आधुनिक सांस्कृतिक केंद्र स्थापन करण्यासाठी प्रस्ताव दिला. तेव्हा जेआरडींनी त्यांच्याशी चर्चा केली आणि श्री. दोराबजी ट्रस्टमार्फत त्यांना पैसा उपलब्ध करून दिला. त्यावेळी सामाजिक कार्यासाठी स्थापन केलेल्या ट्रस्टच्या पैशाचा हा दुरुपयोग आहे असे काही संचालकांनी मतप्रदर्शन केले. फक्त संपन्न समाज ही मानवी प्रगतीची निशाणी ठरू शकत नाही, किंबहुना तेवढे पुरेसे नाही, संपन्नतेला सुसंस्कृतेची जोड आवश्यक आहे हे त्यांनी आपल्या सुरेख शैलीत बोलत इतरांना पटवून दिले. श्री. जमशेद भाभा या कल्पनांनी भारून गेलेल्या, उत्साहाने रसरसणाऱ्या तरुणावर संस्थेच्या उभारणीची धुरा सोपवून जेआरडींनी आपल्या मदतीचा हात त्यांच्या पाठीवर ठेवला आणि 'नॅशनल सेंटर फॉर परफॉर्मिंग आर्टस्' या देशातील अशा तऱ्हेच्या पहिल्यावहिल्या संस्थेची उभारणी झाली. पुढे ही संस्था आणि त्याला संलग्न असलेले उत्कृष्ट, देखणे टाटा थिएटर ही वास्तू देशातील सांस्कृतिक उत्थानाचे प्रमुख केंद्र बनले. कलेच्या आविष्काराच्या नवनव्या वाटा चोखाळत उच्च अभिरुचिसंपन्न प्रयोग केले गेले. अनेक कलाकारांना आपल्या कल्पना मूर्त स्वरूपात आणून कला विकासाच्या संधी उपलब्ध झाल्या. आजही आशियातील ते एक अत्याधुनिक सांस्कृतिक केंद्र गणले जाते.

शैक्षणिक क्षेत्रात देशामध्ये एखादी 'वर्ल्ड क्लास' संस्था असावी, हे जेआरडींचे स्वप्न पुरे झाले नव्हते. पुढे सतराअठरा वर्षांनी पुन्हा या विचाराने जेआरडींच्या मनात ठाण मांडले. तोपर्यंत देशात 'इंडियन इंस्टिट्यूट ऑफ टेक्नॉलॉजी' या संस्था उत्तम, जागतिक दर्जाचे तांत्रिक शिक्षण देत होत्या. अहमदाबादला सुरू होऊन चारपाच केंद्रे पसारा वाढवत इंडीयन इन्स्टिट्यूट ऑफ मॅनेजमेंट स्टडीज या संस्थाही उत्तम दर्जाचे व्यवस्थापक घडवत होत्या. देशविदेश डोळसपणे फिरणाऱ्या जेआरडींना काळ घडवत असलेले बदल ठळकपणे जाणवत होते. दर सात वर्षांनी ज्ञानाच्या कक्षा दुप्पट रुंदावतात. माणसाचे सर्वसाधारण कार्यक्षम आयुष्य ३५ ते ४० वर्षांचे धरले तर कोणतीही शैक्षणिक संस्था इतक्या दीर्घ काळासाठी पुरेसे संचित देऊ शकत नाही याची जाणीव त्यांना झाली होती. सर्वच क्षेत्रांचा झपाट्याने

विकास होत असताना जे नवे येते आहे ते स्वीकारत, पचवत पुढे जाण्यासाठी सतत प्रशिक्षण ही नव्या काळाची गरज आहे हे अगदी सत्तरी पार केलेल्या जेआरडींनी ओळखले होते. आपल्या सुदृढ कार्यकालात ठराविक कालावधीनंतर पुन्हा प्रशिक्षण (रिफ्रेशर कोर्स) घ्यायची गरज या बुद्धिमान तरुणांना लागणार आणि ती पुरवण्यासाठी एखादी शिक्षणसंस्था हवी, असा विचार त्यांच्या मनात बळावत चालला होता. आजवरच्या अनुभवाने त्यांना ठाऊक होते की संस्था उभी करताना नव्या विचारांची तडफदार अशी व्यक्ती त्यामागे असली तर संस्थेचा पाया मजबूत होतो. फक्त पैसा पुरेसा नसतो. आपल्या समविचारी व्यक्तीचा त्यांचा शोध डॉ. राजा रामण्णांच्या रूपाने पूर्ण झाला आणि त्यांनी लगेच दोराब ट्रस्ट तर्फे पन्नास लाख उभे करून दिले. टाटा स्टीलचे एक कोटी रुपये दिले आणि बंगलोरला 'नॅशनल इन्स्टिटयूट ऑफ ॲडव्हान्स स्टडीज' उभी राहिली. डॉ. होमी भाभांनी टीआयएफआर बीएआरसीची उभारणी केली, श्री जमशेद भाभा एनसीपीए चे शिल्पकार होते. तसे डॉ. राजा रामण्णांनी ही संस्था उभी केली. टाटा हॉस्पिटलची स्वत: जेआरडींनी लक्ष घालून उभारणी केली. आपल्या पूर्वसुरींनी सुरू केलेली कामे जेआरडींनी योग्य दिशेने विस्तारलीच आणि स्वतंत्रपणे अनेक नवे उपक्रम आपल्या दातृत्वातून उभे केले. प्रासंगिक मदत देण्यासाठी त्यांनी हात आखडता घेतला नाही. तरीपण त्यांचा कल, मदत दिल्यावर त्यातून उभ्या राहिलेल्या कामाचा अनेकांना स्वयंपूर्ण होण्यासाठी उपयोग व्हावा असा होता.

सत्तरच्या दशकात उद्योगधंद्याची वाढ झपाट्याने झाली. समाजातील सर्व थरांतील लोक शिक्षण, अनुभव घेऊन स्वतंत्र होण्याच्या दृष्टीने उद्योगांकडे वळले. तेव्हा उद्योगांना लागणाऱ्या पायाभूत सुविधांपैकी सर्वांत महत्त्वाची 'ऊर्जा' भविष्यकाळात एक टंचाईची बाब ठरणार हे सर्वांना जाणवू लागले होते. औष्णिक वीजकेंद्रे खाणीतील दगडी कोळशावर चालतात, काही प्रमाणात अणुऊर्जेपासून वीजनिर्मिती होते अन बहुतांश विजेची गरज धरणे, धबधबे यांतील पाण्याच्या वापरातून जनित्रे फिरवून निर्माण होते. हे सर्व साठे त्याचवेळी कमाल क्षमतेने वापरूनही उद्योगाच्या वाढत्या पसाऱ्याला ऊर्जा पुरी पडत नव्हती. जेआरडींनी भविष्यातील टंचाई ओळखून ताबडतोब पावले उचलली आणि 'टाटा एनर्जी रिसर्च इन्स्टिट्यूट'ची स्थापना झाली. या 'टेरी' संस्थेतर्फे जे प्रकल्प अपारंपरिक ऊर्जास्रोत मिळवण्यासाठी संशोधन करतील, त्यांना पैसा पुरवण्यात आला. 'सूर्यचूल' सारख्या छोट्या साधनापासून मोठ्या प्रमाणावर पवनचक्क्या उभ्या करण्यासाठी संशोधन प्रकल्प सादर करण्यात आले, त्यांना अनुदाने देण्यात आली. टाटांच्या अनेक ट्रस्टतर्फे तसेच वैयक्तिक ट्रस्ट आणि कंपन्यांतर्फे कोट्यवधी रुपयांच्या देणग्या देण्यासाठी त्यांनी आपली विकासदृष्टी वापरली. त्यातील काही भाग कुटुंबनियोजनाच्या

प्रकल्पासाठी अगदी पहिल्यापासून वळवण्यात आला होता. कुटुंबनियोजनाचा आणि स्त्रीशिक्षणाचा संबंध आकडेवारीवरून लक्षात येताच त्यांनी आपल्या वैयक्तिक ट्रस्टचा बराच मोठा भाग स्त्रीशिक्षणासाठी खर्च केला. १९८९ मध्ये कुटुंबनियोजनातील योगदानाबद्दल जेआरडींना 'दादाभाई नौरोजी' पुरस्कार देण्यात आला. त्यावेळी त्यांनी दादाभाई नौरोजी यांच्या कामाबद्दल तपशिलात जाणून घेतले. १८३८ साली दादाभाईंनी घरोघरी फिरून स्त्रीशिक्षणासाठी मुली मिळवल्या आणि देशात स्त्रीशिक्षणाचा पाया घातला. हे वाचून त्यांनी आपल्या वैयक्तिक संपत्तीतून स्त्री-शिक्षणासाठी काम करणाऱ्या आठ संस्थांना ताबडतोब भरघोस देणगी दिली. स्त्रीशिक्षण-कुटुंबनियोजन अन् पुढे जीवनस्तर उंचावणे ही साखळी तयार होते आणि दिलेले दान सत्कारणी लागून विकासासाठी त्याचा उपयोग होतो, असे विचार ते नेहमी बोलून दाखवत.

आपल्याकडे मदतीसाठी येणाऱ्या प्रत्येक प्रकल्पाची ते आधी त्या-त्या क्षेत्रातील तज्ज्ञांकडून पाहाणी करून छोटासा अहवाल बनवून घेत. तो वाचून संबंधित व्यक्तीला वा संस्थेला देणगी देताना त्यामागे असलेल्या व्यक्तीशी चर्चा करत. त्यांना भरमसाट प्रश्न विचारून कधीकधी हैराणही करत. "त्यांच्या शंकांचे निरसन करताकरता आपल्या प्रकल्पातील त्रुटी वा नवे पैलू आमच्या लक्षात आले" असे काही व्यक्तींनी नमूद करून ठेवलेले आहे. संबंधितांना दहा मिनिटे वेळ देऊन मग त्यांच्याशी तासभर चर्चा करून भरघोस मदत दिलेली असल्याचेही काहीजणांना अनुभव आलेले आहेत. काहीकाही वेळा मूडमध्ये असले तर जेआरडी या लोकांची हलक्याफुलक्या शब्दात झाडाझडती घेत आणि त्यांच्या उत्तरातून कामाचे स्वरूप, उपयुक्तता, त्याची गरज जाणून घेत. नीटशी तयारी न करून आलेल्याची भंबेरी उडालेली पाहताना त्यांचे निळे डोळे खट्याळपणे चमकत असत. संस्थेला वा व्यक्तीला सक्षम करून त्यातून विकास होईल असे त्यांना एकदा पटले, की मात्र स्वत: देणगी तर ते देतच आणि इतरांना फोन करून देण्यासाठी उद्युक्तही करत. शेवटच्या वर्षांत आपला राहता फ्लॅटही विकून ते पैसे आपल्या मृत्यूनंतर "जेआरडी अन् थेल्मा टाटा ट्रस्टला" द्यायची तरतूद त्यांनी करून ठेवलेली होती.

टाटा समूहातील कुटुंबपण जोपासण्यासाठी त्यांना आपला दानशूर स्वभाव फार उपयोगी पडला. आपल्या समूहातील कामगारांच्या कल्याणासाठी त्यांनी उचललेली पावले बघितली तर त्यांच्या दातृत्वाचा आणखी एक पैलू नजरेला पडतो. हीही त्याना वारसाहक्काने मिळालेली देणगी आहे असे म्हटले तर वावगे ठरणार नाही. श्री. जमशेदजी टाटांच्या काळापासून आपल्या कामगारांना उत्तम सोयी-सुविधा देणे हे टाटा समूहाचे वैशिष्ट्य ठरलेले आहे. आपल्या कारखान्यात उत्पादन करणाऱ्या कामगाराचे शारीरिक आणि मानसिक स्वास्थ्य तसेच त्याच्या वैयक्तिक उत्कर्षाच्या संधी आपणच जपायला हव्यात, हे सूत्र टाटा व्यवस्थापनाने

सतत ध्यानी ठेवलेले लक्षात येते. कामगार सर्व बाजूने प्रगती करत राहिला तर पर्यायाने आपल्या उद्योगाची भरभराट होते हे 'व्यवस्थापन कौशल्य' हा शब्दही ठाऊक नसलेल्या टाटा समूहात तत्त्व म्हणून आधीच स्वीकारले गेले होते. रशियातील बोल्शेविक क्रांतीपूर्वी सर्वत्र उद्योगातील कामगार दिवसातील बारा बारा तास राबत आणि मालक देईल त्या तुटपुंज्या पगारावर दारिद्र्यात दिवस कंठत असत. रशियन राज्यक्रांतीनंतर कामगाराच्या कामाचा, वेतनाचा विचार सुरू झाला, आणि नंतर त्यासंदर्भात कायदे झाले. १९१८-१९ च्या सुमारची बोल्शेविक क्रांती होण्यापूर्वी १९१३ मध्ये टाटाने कामगारांची पाळी आठ तासांची केली. त्यावेळी अनेक देशांत अजूनही बारा तासाची पाळी होती. आपल्या देशात तर १९४८ साली पहिला कामगार कायदा होऊन आठ तासांची पाळी आली. १९१५ मध्ये टाटा समूहानेच वैयक्तिक विमा, कामगारांच्या मुलांसाठी शाळा असे अनेक उपयुक्त उपक्रम सुरू केले. कामगारांच्या तक्रारी, सेवाशर्ती बाबतच्या मागण्या नोंदवून त्यांचे विश्लेषण करून योग्य ती पावले उचलण्यासाठी प्रत्येक उद्योगात टाटांनी स्वतंत्र विभाग स्थापन केला. त्याच सुमारास पगारी रजा, भविष्य निर्वाह निधी, अपघाताची भरपाई, इत्यादी सुविधा त्यांना क्रमाक्रमाने पुरवण्यात व्यवस्थापनाने स्वत:हून पावले उचलली. शिकाऊ कामगारांना वेतन देणे, स्त्रीकामगारांना बाळंतपणाची रजा देणे, निवृत्त होताना भरघोस रक्कम देणे इत्यादी कल्याणकारी योजना तिथे सुरू झाल्या. इतकेच नव्हे तर फायद्याशी संबंधित बोनस द्यायची पद्धतही टाटा समूहाने सुरू केली. या सर्व बाबतीत कायदे होऊन प्रत्यक्ष अंमल सुरू होण्यापूर्वी तीसचाळीस वर्षे या सुविधा टाटांनी आपल्या कामगारांना दिल्या हा त्यांच्या उदार वृत्तीचाच पुरावा म्हणावा लागेल. पुढे जेआरडींनी या सर्वांचा व्यवस्थित विकास केला. कामावरच नव्हे तर जाता-येताना झालेल्या अपघाताची भरपाई देऊ केली. अनेक मोठ्या कारखान्यांच्या जागी विश्रांतिगृह, मनोरंजनाचे केंद्र आदी सुरू केले.

शरीरप्रकृतीची काळजी घेऊन, व्यायाम करून स्वत:चे आरोग्य उत्तम राखावे, आरोग्यपूर्ण देहात उत्तम मन वसते. असे उत्तम मन उत्तम काम करू शकते हे तत्त्व स्वत: जेआरडी पाळत आणि इतरांना आग्रहाने सांगत राहात. ते स्वत: नियमित व्यायाम करतच पण तो कंटाळवाणा होऊ नये म्हणून त्यांनी अनेक साहसी खेळांचे छंद काळजीपूर्वक जोपासले होते. हिवाळ्यात बर्फात घसरण्याचा खेळ वा विमानाच्या कसरती करणे हा त्याचा एक भाग होता. वयाची सत्तरी पार केल्यावरही त्यांची प्रकृती उत्तम होती. भिंतीशी कलत्या ठेवलेल्या फळीवर उलटे झोपून विनाआधार ऊठ-बैठका काढताना पाहून त्यांच्या एक ज्येष्ठ मित्राने "तुझ्या डॉक्टरांना हे ठाऊक आहे का?'' असे आश्चर्याने विस्मित होऊन विचारले होते. जेआरडींना अनेक खेळांची आवड होती. म्हटले तर ही देखील त्यांना वारसाहक्काने मिळालेली गोष्ट

म्हणता येईल. श्री. जमशेदजी टाटांनी जेव्हा आपल्या स्टील कारखान्यासाठी स्वतंत्र शहर वसवण्याचे ठरवले तेव्हा आपल्या मुलाला, सर दोराब टाटा यांना हे शहर कसे परिपूर्ण हवे, याबद्दल अनेक तपशील सांगून ठेवलेले होते. त्यामध्ये संध्याकाळी फिरण्यासाठी उद्याने हवीत, फुटबॉल, हॉकी अशा सांघिक खेळासाठी मैदाने हवीत असे आवर्जून सांगितले होते. आपल्या कारखान्यातर्फे टीम्स तयार करायला हव्यात आणि त्या खेळाडूंचा पोशाख निळा व सोनेरी रंगाचा हवा हेही सांगितले होते. आजही टाटाचे खेळाडू याच रंगाचे पोशाख अधिकृत म्हणून घालतात. सर दोराब टाटा स्वत: उत्तम ॲथलीट होते. ते घोडेस्वारी उत्तम करत. १९२० च्या ऑलिंपिक साठी दोन मल्लांना प्रशिक्षण मिळावे म्हणून त्यांनी मदत केली होती. १९२४ मध्ये पॅरिस येथे झालेल्या ऑलिंपिक समितीचे ते सदस्य होते. मुंबईतील शाळांमधून सांघिक खेळाच्या टीम्स बनवण्यासाठी त्यांनी पैसे दिले होते. श्री. जमशेदजी टाटांनंतर उद्योगसमूहाचे चेअरमनपद सांभाळताना त्यांनीही अनेक उपक्रमांना उदारहस्ते मदत केली होती. त्यांच्यानंतर श्री. नवरोजी सकलातवाला यांनीही खेळांना उत्तेजन देण्यासाठी टाटा समूहाची थैली उघडी ठेवली. क्रिकेट क्लब ऑफ इंडियाच्या उभारणीत त्यानी महत्त्वाची भूमिका बजावली. त्यातूनच एक प्रमुख कक्ष 'जे. एन. टाटा पॅव्हिलियन' उभा राहिला.

तरुण वयात जेआरडींना साहसी खेळाचे, वेगाचे वेड होते. तुफान वेगाने मुंबईच्या त्यावेळी चांगल्याच निर्जन असलेल्या रस्त्यावरून वेळीअवेळी गाडीने भटकणे हा त्यांच्या आवडीचा छंद होता. त्यांना पुढे ऑलिंपिक समितीचे सदस्यत्व घेण्याची विनंती करण्यात आली होती पण कामाच्या वाढत्या व्यापापुढे त्यांना ती नाकारावी लागली. खेळांना, खेळाडूंना उत्तेजन म्हणून भरघोस रक्कम देणे, त्यांच्या प्रशिक्षणासाठी खर्च करणे, आपल्या कामगारांपैकी वा त्यांच्या मुलांपैकी कुणी खेळात चमक दाखवत असेल तर विशेष मदत करणे असे अनेक उपक्रम जेआरडींच्या दातृत्वातून साकारत गेले. त्यांचे कझीन बंधू श्री. नवल टाटा यांना हॉकीची आवड होती. पुढे ते हॉकी असोसिएशनचे अध्यक्ष झाले आणि त्यांच्या कारकीर्दीत भारताने सलग तीनवेळा ऑलिंपिकमध्ये हॉकीचे सुवर्णपदक जिंकले. उत्तम खेळाडूंना नोकऱ्या देऊन त्यांची आर्थिक विवंचना आपल्या खांद्यावर घ्यायची आणि त्यांना खेळावरती पूर्ण लक्ष केंद्रित करू द्यायचे ही पद्धत टाटामध्ये जेआरडींनी रुजवली. चारशेपेक्षा अधिक खेळाडूंनी टाटांच्या या दातृत्वाचा फायदा घेऊन खेळात आपली करियर घडवलेली आहे. क्रिकेट मध्ये रवि शास्त्री, वेंगसरकर, इतर खेळांतील मायकल फरेरा, गीत सेठी, प्रेमचंद, एडवर्ड सिकेरा आदी खेळाडू टाटाच्या विविध कंपन्यांत अधिकारी म्हणून काम करताना आपल्या बहुतांश वेळ खेळासाठी देऊ शकले. आजही अजित आगरकर, सौरव गांगुली, लिॲंडर पेस हे

खेळाडू टाटाच्या मदतीने स्वत:साठी खास स्थान बनवू शकलेले आपण पाहतो.

चेअरमनपदी आल्याआल्या १९३७ मध्ये जेआरडींच्या सूचनेवरून टाटा स्पोर्टस् क्लबची स्थापना करण्यात आली आणि त्यासाठी निधी उपलब्ध करून देण्यात जेआरडींनी वैयक्तिक लक्ष घातले. उद्योगाने खेळाडूंना प्रायोजित करायची कल्पकता देशामध्ये टाटा समूहाने प्रथम राबवली आणि त्याचा परिणाम होऊन मग इतर उद्योगही पुढे सरसावले. लहानसहान सामन्यापासून मोठे क्रीडा महोत्सव प्रायोजित करताना जेआरडींचा हात नेहमी मोकळा होताना दिसत असे. देशातील दुसरा कोणताही उद्योगसमूह क्रीडाक्षेत्रात याबाबतीत टाटांची बरोबरी करू शकत नव्हता. फक्त आपली जाहिरात हा हेतू जेआरडींच्या मनात कधीच नव्हता. समाजाच्या सर्व थरांतून उगवते खेळाडू हेरायचे, त्यांना उत्तम सुविधा पुरवायच्या आणि त्यांनी विक्रम करून, पदके मिळवून देशाचे नाव उज्ज्वल करावे, याही क्षेत्रात देशाने मागे राहू नये हा उदात्त हेतू त्यामागे होता. आपल्या कंपनीला परत काही मिळावे अशी अपेक्षा न ठेवता टाटा स्पोर्टस् क्लबच्या माध्यमातून अनेकांना प्रोत्साहन दिले जाई. यातील काहीजण पुढे टाटाच्या सेवेत आले. क्रिकेट, बॅडमिंटन, वेटलिफ्टिंग, ॲथलेटिक्स, कोणताही क्रीडाप्रकार असो, विशेष चमक दाखवणारा कोणताही खेळाडू टाटा स्पोर्टस् क्लबकडून विन्मुख परत जात नाही.

जेआरडींनी आपल्या दानशूर वृत्तीने लावलेले हे बीज आज चांगलेच फोफावले आहे. टाटांची फुटबॉल ॲकॅडमी चौदा वर्षांखालील मुलांना हेरून खेळाडू घडवते तर आर्चरी ॲकॅडमी नेमबाजाना प्रशिक्षणासाठी सोयी पुरवते. 'टाटा ॲडव्हेंचर फाउंडेशन' या संस्थेतर्फे श्रीमती बचेंद्री पाल यांनी 'एव्हरेस्टवर प्रथम पाऊल ठेवणारी स्त्री' हा सन्मान देशाला मिळवून दिला. त्यांच्या प्रत्येक कारखान्याच्या परिसरात क्रीडासंकुल उभे आहे. जमशेदपूरला 'जेआरडी स्पोर्ट्स कॉम्प्लेक्स' हे देशातील एक आधुनिक उत्तम क्रीडासंकुल गणले जाते.

शिक्षण, आरोग्य, ग्रामीण विकास, कला आणि संस्कृती, संशोधन, खेळ सर्वच क्षेत्रांत टाटा कुटुंबीयांनी स्थापन केलेल्या अनेक ट्रस्टतर्फे चौफेर काम केले जाते. जेआरडींनी या सर्व ट्रस्टच्या पैशांचा योग्य विनियोग होईल याकडे खास वैयक्तिक लक्ष देऊन टाटाच्या दातृत्वाला डोळस अशा नव्या मिती दिल्या. आपल्यानंतरही आपण पेरलेली माणसे हे काम योग्य दिशेने पुढे नेतील याची तरतूदही केली.

आपल्या सर्व कंपन्या स्वतंत्र परिसर विकसित करून तिथे नेणे, आपल्याला हवी तशी शहरे, गावे वसवणे ही परंपरा टाटासमूहात श्री. जमशेदजींच्या काळापासून सुरू आहे. स्वच्छ रस्ते, बागा-भरपूर झाडे, हिरवळी यांनी युक्त अशी ही शहरे वा कॉलन्या त्या-त्या शहराच्या वैभवात भर घालत आहेत. जेआरडी जेव्हा जेव्हा

आपल्या संपन्न कारखान्याच्या परिसराना भेट देत, तेव्हा त्यांच्या तीक्ष्ण नजरेला आजूबाजूचा अविकसित, कळाहीन प्रदेश पडत असे. अवतीभवती दारिद्र्याचा समुद्र आहे आणि त्यात संपन्न हिरवीगार बेटे असावीत असे हे परिसर पाहताना त्यांच्या मनाला विषण्णतेची भावना शिवत असे. या सर्वच जणांसाठी आपण काहीतरी करायला हवे या विचारातून त्यानी त्या-त्या कंपन्यांच्या संचालकमंडळाना आपले विचार सांगितले. फक्त आपल्याच कामगारांसाठी संकुले पुरवून पुरेसे नाही तर ज्या परिसरात या कंपन्या आहेत, त्यालाही थोडाफार फायदा व्हायला हवा ही संकल्पना त्यांनी इतरांना पटवून दिली. जे जे शक्य आहे ते परिसरासाठी करावे असा विचार झिरपत गेला आणि त्यातून आसपासची खेडी दत्तक घ्यायची आणि त्यांच्या विकासासाठी कंपनीने लहानमोठे प्रकल्प उभे करायची पद्धत टाटासमूहाने प्रथम सुरू केली. त्यासाठी कंपनीतील तज्ज्ञ माणसे, कामगार शक्ती, पैसा आणि इतर योजना आखून कार्यवाही करायची यंत्रणा पुरवावी अशी मार्गदर्शकतत्त्वे ठरवून त्यांनी त्या-त्या कंपनीच्या कागदपत्रात बदल करून त्यांचा अंतर्भाव केला. ही मदत फक्त तात्कालिक स्वरूपाची न राहता त्यातून ती खेडी स्वयंपूर्ण होण्यासाठी चालना मिळावी असे उपक्रम राबवावेत, त्यावर भर द्यावी अशी 'व्हिजन'ही सोबत नमूद केलेली आहे. आधी फायद्यात असलेल्या जुन्या कंपन्यांनी ही कल्पना प्रत्यक्षात आणली आणि नंतर नव्या सर्व आस्थापना त्यात सामील झाल्या. आज टाटा उद्योगसमूहाची ही संस्कृती बनली आहे. त्या-त्या कंपनीच्या कार्यक्षम संचालकांनी आपापली वैशिष्ट्ये वापरून अशी कामे परिसरात घडवून आणली. जमशेदपूरच्या टाटा स्टीलने आसपासची २७६ खेडी दत्तक घेतली आहेत. तिथे अनेक विकासकामे सतत चालू असतात. उदाहरण म्हणून सत्तरच्या दशकातील एक घटना नमूद करण्यासारखी आहे. श्री. रुसी मोदी तेव्हा टाटा स्टीलचे चेअरमन होते. बिहारला त्यावेळी देवीची साथ आली आणि 'हू' (डब्ल्यू एच ओ) या आंतरराष्ट्रीय संस्थेने बिहारमध्ये देवीनिर्मूलनाची मोहीम राबवण्यासाठी श्री. मोदी यांची मदत मागितली. श्री. मोदी यांच्या प्रेरणेने टाटाच्या सेवेतील तरुण अधिकारी, कामगार यांनी तीन स्तरांवर 'हू' मार्फत ही योजना आखून कार्यवाही केली. महिनोन् महिने दुर्गम आदिवासी भागात त्यांच्या वेडगळ समजुतींशी सामना करत, सर्व अभावांना सहन करत हे सर्वजण कंबर कसून कामाला लागले. त्यांची प्रशंसा पुढे 'हू'च्या संबधित अधिकाऱ्यानी जगभरात पोचवली आणि नंतर लगेच संपूर्ण देश देवीमुक्त झाला. सरकारने त्याची अधिकृत घोषणाही केली. श्री. मोदी यानी फक्त साठ-सत्तर तासांत सगळी यंत्रणा कामाला लावली, आणि सर्वांचे मनोधैर्य सतत उंचावत ठेवले.

आंध्रप्रदेशाची चक्रीवादळे असोत, देशात कुठेही भूकंप होवो, पानशेत पुरासारखी नैसर्गिक संकटे असोत, युद्धे असोत, टाटांचे कुशल तंत्रज्ञ आणि कोट्यवधी

रुपयांची साधनसामग्री चोवीस तासात त्या जागी पोचून आपले कार्य सुरू करतात असे अनेकवेळा घडलेले आहे. व्यावसायिकतेला, आस्थेची जोड असल्याने ही कामे वेळेवर आणि कृतज्ञतेच्या भावनेने पार पाडली जातात.

१३ ऑगस्ट १९७९ ला गुजरातेत मोर्वी धरण फुटून हजारो लोक मृत्युमुखी पडले. मिठापूरची टाटा केमिकल्सची टीम श्री. दरबारी सेठ यांच्या पुढाकाराने सरकारच्या मदतीला अल्पावधीत धावून गेली. त्यानंतर लगेचच अवेळी तुफान पाऊस झाला आणि मिठापूरच्या कारखान्याचे बरेच नुकसान झाले. तरीदेखील कारखान्याची टीम आसपासच्या खेड्यांतील पुनर्वसनाचे काम त्याच जोमाने करत होती. आपल्या कंपनीत आठदहा तास राबायचे अन् इतर सर्व वेळ या पुनर्वसनाच्या कामासाठी द्यायचा अशी विभागणी करून वरपासून खालपर्यंतचे तंत्रज्ञ झटत होते. अशी सामाजिक बांधीलकीची जाणीव जेआरडींनी आपल्या नेतृत्वातून तळागाळापर्यंत झिरपत नेली. आज ती टाटाची संस्कृतीच आहे. मुन्नारचे आरक्षित जंगल असो वा पुण्यातील टेल्कोचे 'टाटा लेक' असो, पर्यावरण समृद्धी, लोकशिक्षण, विकासकामे सतत चालू राहतात. कोणत्याही राष्ट्रीय आपत्तीत कर्तव्यभावनेने टाटाचा प्रत्येक कामगार आपले एक दिवसाचे वेतन स्वखुशीने पुढे करतो. ज्योतीने ज्योत पेटावी तसे हे काम पुढे जाते आहे. आता जमशेदपूरच्या कारखान्यात काही कामगारांच्या तिसऱ्या, चौथ्या पिढ्या काम करत आहेत आणि आपल्या मुलांनी याच कंपनीत सेवा बजावावी अशी मनीषा व्यक्त करत आहेत. दातृत्व या शब्दाला इंग्रजी 'फिलँथ्रोपी' हा शब्द वापरला जातो. त्याची फोड आहे "फिल, अँथ्रो, पाय". या तीन शब्दांचा अर्थ आहे 'लव्ह दाय फेलोमेन.' 'तुमच्या आसपासच्या सर्वांवर प्रेम करा.'

हे शब्द जेआरडींनी आयुष्यभर आचरणात आणले.

❑

वक्ता दशसहस्त्रेषु

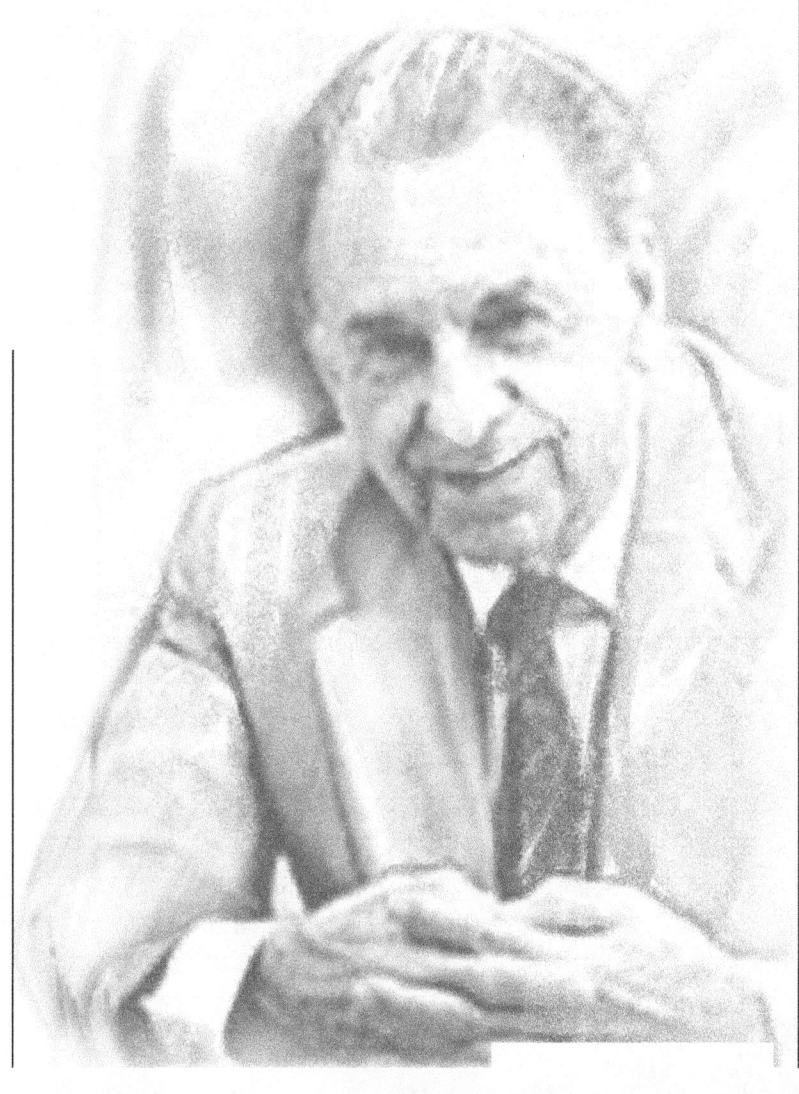

वक्ता दशसहस्रेषु

उद्योगसमूहाचा यशस्वी प्रमुख, विमानसेवेचा पाया घालणारा आंत्रप्रुनर, द्रष्टा देशभक्त, आणि सहृदय, जागरूक नागरिक अशा अनेकविध नात्यांनी जेआरडींना अनेक प्रसंगी भाषणे द्यायची पाळी येत असे. वरवर, प्रसंगाला साजेसे बोलून वेळ निभावून नेणे हे त्यांच्या वृत्तीतच नव्हते. त्या-त्या विषयाचा अभ्यास करायचा, तज्ज्ञांशी चर्चा करायची, इतर समधर्मी उपक्रमांशी तुलना करून त्रुटी शोधायच्या आणि विषयाची तयारी करून बोलायचे अशी त्यांची पद्धत होती. जोडीला विनोदप्रचुर भाषा, परफेक्शनचा हव्यास आणि एकूणच माणूस, त्याचे कर्तृत्व, त्याची बुद्धिमत्ता याविषयी जेआरडींना असलेले प्रेम, देश आणि देशबांधवाच्या प्रगतीसाठी असलेली कळकळ अशा वैयक्तिक गुणांमुळे जेआरडींची व्याख्याने आशय, अभिव्यक्ती, परिणाम या तिन्ही बाबतींत परिपूर्ण असत, उपस्थितांना रंजक आणि उद्‌बोधक ठरत. लिखित प्रत तयार करायची त्यांची पद्धत होती त्यामुळे त्यांच्या निवडक व्याख्यानांचा 'कीनोट' या नावाने संग्रह संकलित होऊन प्रकाशित झाला. त्यातील काही महत्त्वाच्या व्याख्यानांचा सारांश पाहिला तरी जेआरडींच्या वक्तृत्वाचे, विचारांचे सौंदर्य प्रतीत होते.

मुंबई विद्यापीठाने १० एप्रिल १९८१ रोजी एका खास पदवीदान समारंभाचे आयोजन करून जेआरडींना सन्माननीय 'डॉक्टर ऑफ लॉज' ही पदवी प्रदान केली. त्यावेळी त्यांनी टाटासमूहात काम सुरू करून पन्नासावर वर्षे होऊन गेली होती. यानिमित्ताने त्यानी आपल्या कारकीर्दीचा आढावा घेत देशाच्या संदर्भात घडलेल्या महत्त्वाच्या घटनांचीही नोंद घेतली.

"मी जेव्हा कामाला सुरुवात केली तेव्हा आपल्या देशावर परकीयांचे राज्य असावे ही एक अन् आपले देशबांधव दारिद्र्यात जीवन कंठत असावेत ही दुसरी अशा दोन बाबी मला अत्यंत व्यथित करत असत. युरोपातील जीवन जवळून पाहिल्याने हा विरोधाभास मला प्रकर्षाने जाणवे. या दोन्ही गोष्टी एकमेकांत गुंतलेल्या आहेत. आधी स्वातंत्र्य मिळायला हवे, मग तरुण उद्योजक देशबांधणीसाठी प्रेरित होऊन नवभारताच्या उभारणीसाठी प्रचंड कार्य करतील आणि त्यामुळे देशातील दारिद्र्य दूर होऊन जनतेचे दारिद्र्यही दूर होईल. या कामामध्ये माझाही वाटा असेल अशी स्वप्ने मी पाहात होतो. सुदैवाने स्वातंत्र्ययुद्धातील महत्त्वाचे नेते

महात्मा गांधी, पंडित जवाहरलाल नेहरू, सरदार पटेल अशा महान नेत्यांशी माझा परिचय होता. त्यांच्यासोबत स्वातंत्र्ययुद्धात झोकून द्यावे असा विचार माझ्या मनात नक्कीच आला; पण तो माझा पिंड नाही, हे माझ्या लक्षात आले. त्या काळापासून आजवर राजकारण इतक्या अधोगतीला गेलेले आहे, हे मी पाहातो तेव्हा मी राजकारणात गेलो नाही याची मला अजिबात खंत वाटत नाही.

मी टाटासमूहाच्या चेअरमनपदाची जबाबदारी घेतली आणि लगेच दुसऱ्या महायुद्धाचे ढग जमायला सुरुवात झाली. या युद्धात जर्मन नाझींचा विजय झाला तर एकूण जगाची लोकशाहीच्या दिशेने होणारी वाटचाल थांबेल अन् चक्र उलटे फिरेल; दोस्त राष्ट्रे जिंकली तर स्वातंत्र्य लवकर येईल असे मला वाटत होते. यावेळी देशाने ब्रिटिशांची साथ द्यायला हवी कारण दोस्त राष्ट्रांचा विजय होणार याची मला खात्रीच होती. त्याकाळात आमच्या कारखान्याची वीजनिर्मिती करणारी यंत्रे युरोपातून यायची होती. जर्मनीचे हल्ले होत असताना ही यंत्रे रशियासारख्या साम्यवादावर विश्वास असलेल्या देशानेही सुखरूप जाऊ दिली. तसेच आपल्या देशातील उत्पादन, नागरी जीवन शक्यतो सुरळीत ठेवायचा प्रयत्न दोस्तराष्ट्रे करत होती. अंतिम विजयावरचा गाढ विश्वासच इतके दृढनिश्चयी असायला मदत करतो, असेच पुढे घडलेले आपण सर्वांनी पाहिले. त्यामुळे युद्धानंतर इतकी भीषण परिस्थिती उद्भवूनही दोस्तराष्ट्रे त्यातून चटकन सावरू शकली.

या महायुद्धानंतर स्वातंत्र्य मिळाले आणि पंडित नेहरू, महात्मा गांधी यांसारखे मोजके नेते सोडले तर राष्ट्राच्या आर्थिक विकासाबद्दल इतरांनी फारसा गंभीरपणे विचार केला नव्हता असेच चित्र मला दिसत होते. गांधीजींच्या विकास योजना ग्रामीण पातळीवर आर्थिक विकासाचा पुरस्कार करत होत्या. जगभरात वेगाने पसरणाऱ्या उद्योगसंस्कृतीच्या लोंढ्यापुढे या योजना टिकणार नाहीत; हे स्पष्ट होते. पंडित नेहरूंना रशियाच्या आर्थिक विकासाचा मार्ग अनुसरायचा होता. मला मात्र देशोदेशी फिरून पाहिल्याने अन् स्वत: एक मोठा उद्योगसमूह चालवायचा अनुभव असल्याने मुक्त अर्थव्यवस्थेचा पुरस्कार करणारी आर्थिक विकासनीती अभिप्रेत होती. इतर उद्योगपतींच्या, अर्थतज्ज्ञांच्या सहाय्याने 'बॉंबे प्लॅन' बनवण्यात मी पुढाकार घेतला; पण ही भांडवलशाही योजना आहे म्हणून त्यातील काही बाबी वगळता अवहेलना करण्यात आली.

सरकारने नियोजन मंडळ नेमून रशियाच्या धर्तीवर पंचवार्षिक योजना आखल्या आणि कार्यवाही केली. या पंचवार्षिक योजनांनी अपेक्षेइतका विकासाचा वेग गाठला नाही. काही बाबतीत तर ती पूर्ण अयशस्वी ठरली. त्याची कारणे शोधून त्या योजना निर्दोष कशा करता येतील, यावर मी जेव्हा जेव्हा पंडित नेहरूंशी बोलायचा प्रयत्न केला, तेव्हा त्यांनी एकदम मौन स्वीकारले वा खिडकीबाहेर नजर

लावली. त्यामानाने सरदार पटेलांना माझे म्हणणे पटत असे.

या अपयशाची ठळक कारणे समजावून घेणे तितके अवघड नाही. देशाची फाळणी, त्यामुळे उफाळलेला हिंसाचार, संस्थानांचे एकत्रीकरण, एक देश म्हणून उभे राहणे, राज्यघटनेची आखणी आणि स्वीकार आदी अनेक महत्त्वाच्या समस्या प्रथम सोडवायला हव्या होत्या. दुष्काळ, पूर अशी अस्मानी संकटेही होती. संरक्षण- सिद्धता हा महत्त्वाचा अग्रक्रम होता. अशा बिकट परिस्थितीतून सरकारने प्रयत्नाने, निर्धाराने वाट काढली हे त्याचे मोठेच यश मानावे लागेल. पण आर्थिक विकास घडवून सर्वसामान्य नागरिकाच्या जीवनमानात सुधारणा घडवून आणण्याच्या आघाडीवर मात्र सरकारला अपयश आले. पहिल्या तीसचाळीस वर्षांतील राज्यकर्त्यांना यासाठी इतिहास दोषी ठरवेल.

लोकसंख्या ही अडचण नसून सामर्थ्य आहे असे चुकीचे समजल्यामुळे लोकसंख्येची वाढ रोखायचे उपाय, मी वारंवार इशारे देऊनही गंभीरपणे योजण्यात आले नाहीत. त्यामुळे आर्थिक विकास होऊनही त्याची फळे अफाट संख्येच्या सर्वसामान्य जनतेला मिळू शकली नाहीत. विकासाच्या योजना आखताना ग्रामीण भागामध्ये अधिक रोजगार निर्मिती झाली नाही. सरकारने लहान उद्योगांऐवजी, मोठ्या अवजड उद्योगांवर अवास्तव भर दिला. सुरुवातीला राजकीय प्रश्न महत्त्वाचे वाटणे स्वाभाविक असले तरी त्याच काळात आर्थिक विकासाची चौकट मजबूत करणेही तितकेच आवश्यक होते. शासनाचे सर्वंकष नियंत्रण असलेली अर्थव्यवस्था पत्करली की कल्याणकारी राज्य निर्माण होईल अशी चुकीची समजूत झाली. पुढील एकदोन दशकांत सरकारी भांडवलशाही अपयशी ठरते आहे हे कळत असूनही वीज, कोळसा, वाहतूक हे उद्योगीकरणाचे पायाभूत घटक सार्वजनिक क्षेत्राकडे सोपवले गेले. सरकारी यंत्रणेला उद्योगाचा काहीही अनुभव नसताना त्याच्यावर मुळापासून उद्योग उभे करायची जबाबदारी सोपवल्याने प्रत्येक चुकीचे परिणाम गंभीर होत गेले. सर्वसामान्य प्रशासन अन् औद्योगिक प्रशासन वेगळे असते याचे भान राज्यकर्त्यांना राहिले नाही.

संमिश्र अर्थव्यवस्था देशाने स्वीकारली आणि सरकारने जरी खाजगी उद्योगांना वाव दिला तरी जे उद्योग उभे राहिले, त्यावर बरीच बंधने घालण्यात आली. हव्या त्या वेगाने खाजगी क्षेत्राची वाढ झाली नाही. नियंत्रणे आणि परवाने यांच्या कचाट्यातून बाहेर पडून स्वतःचा विकास घडवणे खाजगी क्षेत्राला अवघड झाले. मग सरकारी अधिकाऱ्यांना लाच देऊन पळवाटा शोधणे सुरू झाले आणि त्यातून भ्रष्टाचार वाढत गेला. हे दुष्टचक्र दिवसेंदिवस जटिल होत चालले आहे.

दुसऱ्या महायुद्धामध्ये जर्मनी अन् जपान हे देश बेचिराख झाले. त्यांनी आणि इतर अनेक देशांनी प्रत्यक्ष परिणाम देऊ शकणारी व्यवहार्य आर्थिक धोरणे

आखली, ती धडाक्याने राबवली, अशा रीतीने विकास करणाऱ्या अनेक देशांचे राष्ट्रीय उत्पन्न आपल्यापेक्षा मोठा पल्ला गाठू शकले. त्यात आपण लोकसंख्या वाढीवरती कठोर उपाय न योजल्यामुळे आजही आपली निम्मी लोकसंख्या दारिद्र्यरेषेखाली आहे.

माझ्यासारख्या हजारो लोकाच्या मनांत आपल्या देशाची ही वाटचाल पाहून खिन्नता दाटून येते. अजूनही ही संपन्न सुखी जीवनाची स्वप्ने, अपुरी आहेत. मला खात्री आहे आजही या देशातील कोट्यवधी तरुण हेच स्वप्न पाहात असतील आणि ती प्रत्यक्षात उतरवण्यासाठी प्रयत्नही करत राहातील. माझ्या वयामुळे नव्या आव्हानांना, समस्यांना पूर्वीच्या तडफेने सामोरे जाणे मला जमणार नाही; पण या देशाने हजारो वर्षे इतके सुपुत्र जन्माला घातले आहेत की नजीकच्या काळातील तिचे पुत्र हे चित्र सुंदर करतील.''

जेआरडी टाटांनी देशातील खाजगी क्षेत्रातील सर्वांत मोठ्या उद्योग समूहाचे यशस्वी नेतृत्व केले आणि त्याचबरोबर सार्वजनिक क्षेत्रातील एक महत्त्वाचा उद्योग 'एअर इंडिया' कार्यक्षमतेने, गुणवत्तापूर्ण स्तरावर सांभाळून दाखवला. ही दोन्ही कामे डोळसपणे पार पाडल्यामुळे देशातील उद्योगधोरणाच्या त्रुटीबद्दल त्यांनी जी मते मांडली, तिला अभ्यासाची आणि अनुभवाची जोड आहे. वेळोवेळी आपल्या भाषणातून त्यानी देशाच्या उद्योग धोरणावर टीका केली, ती म्हणूनच महत्त्वाची ठरते. जेआरडी संमिश्र अर्थव्यवस्थेचे पुरस्कर्ते आहेत. सरकारच्या हाती सत्ता एकवटली तर खाजगी क्षेत्र कमजोर होते आणि त्याचा परिणाम म्हणून आर्थिक प्रगती मंदावते. सात ऑक्टोबर १९७० ला आकाशवाणीच्या दिल्ली केंद्रावरून त्यानी 'स्वायतत्ता आणि नियंत्रणे' या विषयावर भाषण करून आपली मते मांडली, त्याचा मथितार्थ पाह्यला तर याबाबत त्यानी किती सखोल विचार केला आहे हे उमजून येते.

''उद्योगव्यवहार करायचे स्वातंत्र्य आणि बांधीलकी या गोष्टी परस्परांशी इतक्या निगडित आहेत की एकाचा विचार करताना दुसऱ्याला वगळून चालत नाही. यांपैकी एक टोक गाठून स्वायतत्ता दिली की दुसरे पूर्ण दुर्लक्षिले जाते आणि बांधीलकीचा अतिरेक झाला की स्वतंत्र विचार दबून जातो, उद्योगातील प्रयोगशीलताच हरवते. या दोन्हींमध्ये तोल सावरणे यातच यशस्वी आर्थिक ढाच्याचे मर्म आहे असे मला वाटते. फक्त कायदे करून स्वायतत्ता प्रस्थापित होत नाही तर संबधितांनी त्याची तशी अंमलबजावणी करायची इच्छाशक्ती दाखवायला हवी. स्वातंत्र्यानंतर कल्याणकारी राज्याची संकल्पना समोर ठेवून मोठ्या संख्येने सार्वजनिक उद्योग उभे राहिले आणि कसलाही पूर्वानुभव नसताना त्यावर कडक नियंत्रणे लादण्यात आली. त्यामध्ये काम करणाऱ्या लोकांच्या वेतनश्रेणीपासून सर्व सेवाशर्तीचे सरकारीकरण

झाले. सरकारी कचेऱ्यातील कर्मचाऱ्याच्या वेतनाशी, श्रेणींशी त्यांची सांगड घालण्यात आली. त्याचा परिणाम असा झाला की सर्वोत्कृष्ट, बुद्धिमंत, करियर करू पहाणारे तरुण सरकारी मालकीच्या उद्योगक्षेत्राकडे न वळता खाजगी उद्योगांकडे गेले. आजही खाजगी क्षेत्रात दुपटीतिपटीने पगार मिळतो, कामाचे स्वातंत्र्या मिळते म्हणून प्रयोगशील वृत्तीचे कल्पक अभियंते, संशोधक, प्रशासक खाजगी क्षेत्राकडे वळतात.

युरोपातील अनेक देशांत सार्वजनिक उद्योगातील संचालक मंडळाना भारताच्या तुलनेत बरेच अधिकार आहेत. फक्त भांडवली खर्चासाठी, विस्तार-विकसनासाठी निधी देताना सरकारी नियंत्रण असते त्यामुळे अनेकवेळा ते उद्योग खाजगी कंपन्यांप्रमाणे बाजारातून कर्जउभारणी करू शकतात. आपल्या देशातील परिस्थिती पाहता इतकी टोकाची स्वायत्तता देण्याची गरज नाही. मला वाटते उद्योगाची दूरगामी उद्दिष्टे, सरकारी गुंतवणूक, राष्ट्रीय हित राखणाऱ्या बाबी, संचालक आणि वरिष्ठतम अधिकाऱ्यांच्या नेमणुका इतपतच सरकारी नियंत्रण असावे. उद्योग कार्यक्षमतेने चालवला जात आहे आणि त्यातून फायदा मिळतो आहे याकडे सरकारचे लक्ष असावे. बाकी दैनंदिन कामकाज या नेमलेल्या अधिकाऱ्यावर सोपवावे. त्यासाठी हवी तर मार्गदर्शक तत्त्वे सरकारने ठरवून द्यावीत. देशाच्या आर्थिक विकासात सार्वजनिक क्षेत्र महत्त्वाची भूमिका बजावू शकते. संचालक मंडळात कार्यक्षम, अनुभवी, विश्वासपात्र व्यक्ती एकदा नेमल्या की त्यांना मुक्तपणे काम करू द्यायला हवे. सरकार, संसद किंवा राष्ट्र यांची मान ताठ राहील असे काम त्यांच्या हातून नक्कीच घडेल असा मला विश्वास वाटतो.

त्यानंतरच्या दहा वर्षांत सार्वजनिक क्षेत्रातील बजबजपुरी आणखी वाढली. नफ्याच्या रेषा खाली खाली गेल्या आणि बहुतांश सार्वजनिक उद्योग तोट्यात गेले. एअर इंडिया सारखी जगभरात नाव मिळवलेली कंपनी फक्त तोटाच नव्हे तर सेवास्तरावर आपला लौकिक हरवून बसली. दहा ऑगस्ट १९८१ ला अध्यक्षीय निवेदनात या परिस्थितीची कारणे आणि त्यावर योजायचे उपाय याबद्दल जेआरडींनी पोटतिडिकेने वक्तव्य केले.

“सार्वजनिक क्षेत्रातील उद्योगाची कार्यक्षमता आणखी खालावत चाललेली आहे. त्यांचा उत्पादनखर्च आणि कर्मचाऱ्यांच्या वेतनावर होणाऱ्या खर्चात सतत वाढ होते आहे. त्यावर सरकारने प्रखर आणि ठोस उपाय योजायची गरज उत्पन्न झाली आहे. माझ्या दीर्घ अनुभवाच्या आधारावर मी खात्रीपूर्वक सांगू शकेन की याचे कारण व्यवस्थापनातील ढिसाळपणा हेच आहे. कृतिस्वातंत्र्य हिरावून घेतले तर कोणत्याही उद्योगातील माणसे निर्विकार होऊन कामे करतात आणि तो उद्योग हमखास अधोगतीला पोचतो. सरकारचा उद्योगाच्या दैनंदिन कामकाजात वारंवार

हस्तक्षेप होतो आहे. लोकानुनयासाठी चुकीची आर्थिक धोरणे आखून त्यांचा अंमल होतो आहे. तसेच रोजच्या कामकाजातील राजकीय हस्तक्षेप वाढत चाललेला आहे. त्यामुळे देशाची जी हानी होते आहे त्याकडे कुणीही गंभीरतेने पाहात नाही. शिस्त, नीतिधैर्य, कार्यक्षमता यांचा लोप होत चालल्याने उत्पादनाचा दर्जा आणि होणारा नफा यावर विपरीत परिणाम होतो. इंधन, वीज, वाहतूक यांसारख्या मूलभूत खर्चात प्रमाणाबाहेर वाढ होत चालली आहे. परिणाम म्हणून वस्तूचे भाव वाढत चालले आहेत अन् अंतिम नुकसान सर्वसामान्य जनतेला सोसावे लागते आहे.''

आपल्या अनुभवी अन् व्यासंगी वृत्तीने जेआरडी या सगळ्यांचे निराकरण कसे करता येईल, यावरही भाष्य करतात.

''सार्वजनिक उद्योगाची कार्यक्षमता उंचावण्यासाठी इतर देशांनी कोणते उपाय योजले, याचा अभ्यास करणे उपयुक्त ठरेल. साम्यवादी राष्ट्रांनी एकपक्षीय हुकूमशाही ही राजकीय व्यवस्था स्वीकारली आणि आर्थिक व्यवहारात सक्ती, साचेबंदपणा आणून का असेना औद्योगिक क्षेत्रात यश मिळवले. इतर कोणत्याही विचारसरणीला डोके वर काढू न देता देशातील जनतेचे मत-स्वातंत्र्य जवळजवळ हिरावून घेतले. त्यामुळे त्यांना तात्पुरते यश मिळाले तरी मानवी स्वातंत्र्याचा संकोच झाला आणि दडपशाहीच्या मार्गाने शांतता प्रस्थापित झाली. आपण लोकशाही राज्यव्यवस्था आणि कल्याणकारी संमिश्र अर्थव्यवस्था स्वीकारलेली आहे. हा मार्ग अनेक पुढारलेल्या राष्ट्रांनीही स्वीकारला. मानवी वृत्तीत असलेले साहस, स्वयंकर्तृत्व गाजवण्याची ईर्षा यातून जी संपत्ती निर्माण झाली, तिचा बराच मोठा भाग या देशांमध्ये सामान्य माणसांच्या कल्याणासाठी वापरण्यात आला. त्यामुळे आर्थिक प्रगतीबरोबर या देशांना सामाजिक प्रगती साधणे शक्य झाले. प्रगतीचा वेगही या देशांमध्ये चांगला राखलेला आढळून येतो. आपल्या देशातील मानसिकतेला हाच मार्ग फलदायी ठरेल असे मला वाटते. त्यासाठी खाजगी उद्योगक्षेत्राने आणि सरकारनेही काही पथ्ये पाळावयास हवी. खाजगी क्षेत्रांना सवलती देताना अपेक्षित उद्दिष्टे परिणामकारकपणे साध्य व्हायला हवीत. खाजगी उद्योगातील काही मालकांनी कर चुकवणे, काळाबाजार, लाचखोरी, लबाडी, विदेशी चलनाचा गैरवापर, राजकीय कट-कारस्थाने, भ्रष्टाचार यांचा आधार घेऊन पैसे मिळवले, समाजजीवन बिघडवले पण सर्वच काही अशा पद्धतीने व्यवहार करत नव्हते. कायदे, लाचखोरी, भ्रष्टाचार यांचे एक दुष्ट वर्तुळ तयार झाले आणि ते दिवसेंदिवस भीषण होत भेदणे कठीण होऊन बसले. प्रचंड खर्चाच्या निवडणुका पार पाडण्यासाठी राजकारणीही अशा मूठभराना शरण गेले. खाजगी क्षेत्राला हव्या त्या सवलती मिळत गेल्या.

याचा कठोरपणे बिमोड करणे गरजेचे आहे. खाजगी क्षेत्रांना सवलती देताना अपेक्षित उद्दिष्टे साध्य व्हावीत याकडे सरकारने कडक लक्ष ठेवायला हवे. तसेच

दुर्बल घटकांच्या गरजा भागवणाऱ्या उत्पादनावरील आर्थिक व्यवहारावर सरकारचा अंकुश हवा. देशाची बहुसंख्य जनता खेड्यात राहात असल्याने तिथे अधिक रोजगार निर्मिती व्हायला हवी. म्हणजे शहरात येऊन शहरे बकाल करणारे लोंढे थांबतील आणि ग्रामीण जनतेची कार्यशक्ती वाढून आर्थिक व्यवहाराला चालना मिळेल. ग्रामीण भागात वीज, इंधन, वाहतूक या गरजा पूर्ण झाल्या तर तिथल्या नव्याने उद्योजक बनू पाहणाऱ्या तरुणांच्या कौशल्याला, उत्साहाला वाव मिळेल. नव्या उद्योजकांना प्रोत्साहन देण्यासाठी सहाय्य द्यायला हवे. अस्तित्वातील उद्योगांना टाळे लावायची पाळी येऊ नये. आर्थिक व्यवहाराची धोरणे बचत आणि गुंतवणुकीला अनुकूल असावीत. एखाद्या उद्योगाने चाकोरीबाहेर जाऊन उत्पादन केले तर शिक्षेऐवजी त्याचे कौतुक व्हायला हवे.

स्वायत्तता, व्यवस्थापनात कडक सुधारणा, शिस्त आणून सरकारी उद्योग सुधारणे खरेच शक्य आहे. डबघाईला आलेले सार्वजनिक क्षेत्रातील उद्योग देशप्रेमी कार्यक्षम अधिकाऱ्याने स्वत:ची धोरणे राबवून फायद्यात आणलेली कैक उदाहरणे आहेत. अशांना खच्ची करतील असे राजकीय हस्तक्षेप सरकारने टाळायला हवेत. संमिश्र अर्थव्यवस्था म्हणजे सरकारी अन् खाजगी उद्योगाचे निकोप सहजीवन असा होतो. त्यासाठी दोघांनीही जनहित, देशहित हा पहिला अग्रक्रम ठेवायला हवा. पण सरकारी धोरणे तशी आखलेली दिसत नाहीत. लेखणीच्या एका फटकाऱ्याने कायदा करून एखाद्या समूहाने वा व्यक्तीने कष्टाने उभा केलेला उद्योग कोणतीही नुकसानभरपाई न देता सरकारने ताब्यात घ्यायचा म्हणजे खाजगी मक्तेदारी मोडून सरकारी मक्तेदारी निर्माण करणे असा होतो. सत्ता मग ती आर्थिक अन् पाठोपाठ राजकीय, थोड्या संस्थांच्या आणि नोकरशहांच्या हातात धोकादायक पद्धतीने केंद्रित होते आहे. खाजगी उद्योगावर नियंत्रण असायलाच हवे, बेसुमार नफेखोरी रोखायलाच हवी; पण त्याबाबत तारतम्य दाखवायची गरज आहे. उत्पादनवाढ, रोजगारवृद्धी विचलित होणार नाही अशी नियंत्रणे, अशी कर-प्रणाली अपेक्षित आहे. संपत्तीसंचय म्हणजे पाप आहे असे ढोल बडवत मंत्री आणि नोकरशहा यांना हेच करू देणे म्हणजे योग्य आर्थिक धोरण नक्कीच नाही. या दशकात सरकारने कारभारात हस्तक्षेप इतका वाढवला आहे की प्रामाणिकपणे उद्योग करून स्वत:चा योगक्षेम चालवणे लहान उद्योजकांना शक्य होणार नाही. अशानेच भ्रष्टाचाराला दोन्ही बाजूने चालना मिळते. सध्याची सरकारी धोरणे ही गरिबांना श्रीमंत करण्यापेक्षा श्रीमंताना गरीब करणे अधिक महत्त्वाचे मानतात की काय, अशी शंका येते.

जे खाजगी उद्योग फायद्यात आहेत, त्यानी सामाजिक बांधीलकी मानणे आपली संस्कृती मानायला हवी. फक्त आपले कामगार आणि त्यांचे कल्याण एवढा संकुचित हेतू ठेवू नये. आसपासचा परिसर, जनता यांच्या भल्यासाठी आपली

साधन संपत्ती, मानवी संसाधन यांचा वापर करणे हे उद्योगाने आपले कर्तव्य समजायला हवे. असे करताना उपकाराची भावना नको. उद्योगांनी आपला विस्तार करताना शक्यतो ग्रामीण भाग निवडला तर उद्योगाचे विकेंद्रीकरण होऊ शकेल. मुंबई, कलकत्ता, चेन्नई, दिल्ली, बंगलोर यांसारखी शहरे बेसुमार वाढली. त्यामध्ये झोपडपट्ट्या, गलिच्छ वसाहती वाढल्या अन् नागरी सुविधांवर अवाजवी ताण पडून काही ठिकाणी त्या कोसळण्याइतक्या समस्या निर्माण झाल्या. उद्योगाचे विकेंद्रीकरण करण्यासाठी महानगरपालिका, सरकार, खाजगी उद्योग, स्वयंसेवी संस्था आदींनी एकत्र येऊन उपाय योजायचे ठरवले तर ते अशक्य नाही असे मला वाटते.

स्वातंत्र्यानंतर कार्यरत झालेल्या माझ्या पिढीने विकासाकडे वेगाने वाटचाल करणाऱ्या भारत देशाचे स्वप्न पाहिले. आज हे स्वप्न कणाकणाने विरत जाताना दिसते आहे. पण निराश होऊन चालणार नाही. हे स्वप्न वास्तवात येण्यासाठी जे करता येणे शक्य आहे; ते सर्व मार्ग चोखाळायला हवेत. एक दिवस या देशाचे तरुण हे स्वप्न वास्तवात उतरवतील असा मला विश्वास वाटतो.

उद्योगक्षेत्रात झपाट्याने पसरणाऱ्या अपप्रवृत्तींवर उपाय योजायची गरज सर्वांना जाणवत होती पण ते कसे करावे, याबद्दल मतभिन्नता होती. आज ज्या मुक्त अर्थव्यवस्थेचे गोडवे जगभर गायले जात आहेत, त्याच्या पाऊलखुणा १४ ऑक्टोबर, १९६६ रोजी जेआरडीनी 'सेंट्रल ॲडव्हायझरी कौन्सिल ऑफ इंडस्ट्रीज' समोर केलेल्या भाषणात दिसून येतात.

एखादा रोग आपल्या उपचारपद्धतीला दाद देत नाही, उलट रोग बळावत चालला आहे असे जेव्हा लक्षात येते तेव्हा मोठ्यांतला मोठा हट्टी डॉक्टरही औषध बदलतो; पण भारत सरकार अन् नियोजनमंडळ देशाच्या आर्थिक विकासाची उताराला लागलेली गाडी सावरायचा प्रयत्न निष्ठेने करताना दिसत नाहीत. आपल्या देशाच्या अर्थव्यवस्थेला लागलेला चलनवाढीचा रोग आणि प्रमाणाबाहेर काळा पैसा जमण्याची दुष्ट लक्षणे उद्‌भवली आहेत त्यावर तेच जुने उपचार करायचा त्यांचा मानस चौथ्या पंचवार्षिक योजनेत स्पष्टपणे दिसून येतो.

गेल्या तीन योजनांतील त्रुटी, आपण निवडलेली साधने, पद्धती यांतील उणिवा, हातून घडलेल्या चुका यांचे वस्तुनिष्ठ मूल्यमापन कोणताही पूर्वग्रह न बाळगता सरकारने आधी करायला हवे. पडेल ती किंमत देऊन सार्वजनिक क्षेत्राचे वर्चस्व प्रस्थापित व्हायला हवे. ही भूमिका अर्थव्यवस्था आणखी खिळखिळी करेल यात मला शंका वाटत नाही. सार्वजनिक उद्योगाचे अंशत: खाजगीकरण वा टप्प्याटप्प्याने केलेली उपाययोजना हा एकमेव उपाय त्यांना सुधारू शकेल.

जगातील ज्या राष्ट्रांनी समाजवादी अर्थव्यवस्था स्वीकारली, त्यांच्या आर्थिक प्रगतीचा वेग वाढला नाही. तेथील सर्वसामान्य जनतेला अतोनात त्रास अन् बंधने

स्वीकारावी लागली. या उलट पूर्वेकडील जपान, तैवान आणि पश्चिमेकडील जर्मनी, फ्रान्स, इटली यांसारख्या देशांनी आपली राष्ट्रीय संपत्ती वाढवण्यावर अधिक भर दिला आणि मग तिचे वाटप सर्व स्तरांवर करण्यासाठी अंकुश ठेवला. पूर्व आणि पश्चिम जर्मनी या दोन देशांतील प्रगतीचा फरक सहज कळण्यासारखा आहे. एकच संस्कृती, वंश, धर्म असताना फक्त राज्यपद्धतीत फरक असल्याने असे घडले हे स्वच्छ दिसून येते. या सत्यापासून आपण शिकायला हवे. सरकारीकरणाचे दोष काढून टाकण्यासाठी मुक्त अर्थव्यवस्था, खाजगीकरण हे चित्र बदलू शकेल असा मला विश्वास वाटतो.

पुढे श्री. मनमोहनसिंग सारख्या अर्थतज्ज्ञानी मुक्त अर्थव्यवस्थेचा पुरस्कार केला. तशी धोरणे आखून विकासाचा वेग वाढवला. जेआरडींच्या शेवटच्या वर्षांत त्यांच्या इच्छेनुसार बदल घडत असलेले पाहायला मिळाले. आता तर निर्गुंतवणूक अन् खाजगीकरण यालाही सरकारने मान्यता देऊन सार्वजनिक क्षेत्रातील तोट्यातील उद्योग बंद करायची वा हस्तांतरित करायची पावले उचललेली आहेत. हा जेआरडींच्या विचारांना मिळालेला काव्यात्म न्याय म्हणता येईल.

आज संगणकाचे युग अवतरले आहे. सेवाक्षेत्रात, उत्पादनक्षेत्रात, मानवी श्रम कमी करून यंत्रे आणणे म्हणजे 'अनेक हातांचे' काम काढून घेऊन रोजगारानिर्मितीला खीळ घालणे असे समजण्यात येते. पण सतत आधुनिकीकरण करत राहणे हा यशस्वी उद्योजकतेचा योग्य निकष आहे, असे मत १९५४ साली टाटा स्टील कंपनीच्या अध्यक्षीय निवेदनात जेआरडींनी व्यक्त केलेले आढळते.

"माणूस आणि यंत्र यांच्यातील वाद कित्येक शतकापासूनचा आहे. नवे शोधणाऱ्या माणसाना चेटूक करणारे म्हणून जाळल्याची, दगडाने ठेचून मारल्याची उदाहरणे इतिहासात आढळून येतात. शिवणयंत्राचा शोध लागला तेव्हा फ्रान्स मधील शिंप्यानी चिडून त्या यंत्राचे दगडांनी मारून तुकडे केल्याची घटना नोंदलेली आहे. औद्योगिक क्षेत्रात यांत्रिकीकरण केले की बेरोजगारीला निमंत्रण मिळते, असा चुकीचा समज बळावलेला आहे. पण आकडेवारी वेगळेच सांगते. यंत्रानेच सिद्ध करून दाखवले आहे की आपण अधिक काम मिळवून देणारा निर्माता आहोत. ज्या ज्या देशांनी यांत्रिकीकरणाची कास धरली, त्या देशात उद्योगातील नोकऱ्यामध्ये पंचाहत्तर टक्क्यांनी वाढ झाली. घोडागाडीच्या व्यवसायात दहा लाख लोक काम करत होते. स्वयंचलित वाहने आल्यावर निर्मिती, विक्री आणि नंतरची सेवा अशा विविध कामांमध्ये साडेसहा कोटी लोक गुंतले गेले. या उद्योगात जसजसे यांत्रिकीकरण होऊन मानवी हातांची संख्या कमी झाली, तसे उत्पादन वाढले, किमती कमी झाल्या म्हणून अधिक लोकांना वाहने परवडू लागली, सेवाक्षेत्र विस्तारत गेले अन वेगाने रोजगार निर्मिती झाली. जवळजवळ सर्व क्षेत्रात यांत्रिकीकरणाने असे फायदे

झालेले दिसून येतात. अधिक उत्पादन झाले की खर्च कमी होऊन किमती उतरतात अन् अधिक लोकसंख्येला त्या परवडू शकतात, आणि त्यांचा जीवनस्तर उंचावतो. जुन्या यंत्राचा, पद्धतीचा हट्ट धरला तर खर्चात वाढ होते, वेतन कमी होते अन क्रयशक्ती मंदावते. मग मागणी आणखी कमी होते. तेव्हा विचारपूर्वक यांत्रिकीकरण आणि त्याचा कमाल कार्यक्षमतेने वापर हे रोजगारनिर्मिती आणि जीवनमान उंचावणे या दोन्ही गोष्टी करू शकते. प्रथमत: या मध्ये बदलांना तोंड द्यावे लागते म्हणून नव्या समस्या उद्‌भवतात पण चांगले व्यवस्थापन वापरून त्या दूरही करता येतात. कामगाराना नव्याने प्रशिक्षण देणे, कमी न करता त्यांना इतर कामात सामावून घेणे, पर्यायी नोकऱ्या देणे शक्य नसेल तर नुकसानभरपाई देणे आदी उपाय योजावे लागतात. हा बोजा प्रथम मोठा वाटला तरी दीर्घ काळाचा विचार केल्यास फायद्याचा ठरतो, हे अनेक उद्योगांनी वेळोवेळी दाखवून दिले आहे.

कामगार संघटना अनेकदा चुकीची भूमिका घेऊन आधुनिकीकरणास विरोध करतात. प्रशिक्षणासाठी तयार होत नाहीत. उत्पादन खर्च कमी झाला की त्यांच्या नोकरीची सुरक्षितता वाढते हे त्यांना पटवून द्यायला हवे. यंत्रामुळे त्यांचे शारीर कष्ट कमी होतात. वर्षानुवर्षे काबाडकष्ट केलेल्या कामगाराला त्यापासून मुक्ती मिळणार आहे. हा अनुभव त्यानी आनंदाने स्वीकारायला हवा. उद्योगक्षेत्रात गुंतलेल्या सर्व मानवशक्तीला माझी विनवणी आहे की आधुनिकता आणि जुन्या पद्धती या दोन बाबी एकत्र राहूच शकत नाहीत हे नीट समजून घ्या. विरोधाऐवजी सकारात्मक दृष्टी ठेवून आपल्या पुढे गेलेल्या उद्योगाचे नीट निरीक्षण करा आणि बदलांचे स्वागत करा. हाच प्रगतीचा मार्ग आहे.

"लोकसंख्यावाढ हा जेआरडींचा चिंतेचा आणि जिव्हाळ्याचा विषय होता. देशाच्या प्रगतीला लोकसंख्यावाढ खीळ घालेल हे त्यांनी फार पूर्वी ओळखून जाहीर इशाराही दिलेलाही होता. या प्रश्नाचा त्यांनी नीट अभ्यासही केला होता. १९८३ मध्ये जिनेव्हाला भरलेल्या बिगर सरकारी संघटनेच्या परिषदेत त्यांनी आपले विचार मांडले.

लोकसंख्यावाढ हा साऱ्या जगाला भेडसावणारा प्रश्न आहे. याची पहिली चाहूल काही व्यक्ती आणि स्वयंसेवी संस्थांना लागली आणि त्यांनी आपापल्या सरकारांना या समस्येची जाणीव करून देण्याचे कर्तव्य केले. कुटुंबनियोजनाबाबत जागृती आणि कृती करण्यात त्यानी पुढाकार घेतला. १९२७ साली याच जिनेव्हा शहरात श्रीमती मार्गारेट सॅगर यांनी पहिली लोकसंख्या परिषद भरवली अन् या प्रश्नाची आच असणाऱ्या संशोधकांना, विचारवंतांना एकत्र आणले.

जागतिक लोकसंख्येचे नियंत्रण आणि व्यवस्थापन हा एक प्रचंड साहसी उद्योग आहे. सर्व सरकारी यंत्रणा एकत्र आल्या तरच आंतरराष्ट्रीय स्तरावर काहीतरी

अर्थपूर्ण कार्य याबाबतीत होऊ शकेल कारण सरकारपाशी अधिकार, साधने, संघटनाशक्ती आहे. आपल्यासारख्या स्वयंसेवी संघटना सरकारला सतत जागृत ठेवण्याचे महत्त्वाचे कार्य करू शकतात. १९५१ साली मी प्रथम माझ्या भाषणात आकडेवारी गोळा करून सरकारचे या समस्येकडे लक्ष वेधायचा प्रयत्न केला. लोकसंख्यावाढीचे भूत आताच गाडले नाही तर ते आपल्या मानगुटीवर कायमचे बसेल आणि आपल्या देशाने केलेल्या विकासाला एका घासात गट्ट करू शकेल. पण माझ्याकडे कुणी गंभीरपणे लक्ष दिले नाही. फक्त तीस वर्षांत माझ्या देशात तेवढ्याच लोकसंख्येचा आणखी एक देश निर्माण झाला.

'ग्लोबल रिपोर्ट टू यु.एस. प्रेसिडेंट' या अहवालात पुराव्यासह स्पष्ट म्हटलेले आहे की पृथ्वीवर पहिला माणूस अवतरल्यापासून एकूण जन्माला आलेल्या लोकांपैकी तीन चतुर्थांश लोक या घडीला जिवंत आहेत. या शतकाअखेरी जगाची लोकसंख्या पाचशे कोटींचा आकडा ओलांडेल. या वाढीचे आणखी एक वैशिष्ट्य म्हणजे विकसित राष्ट्रामध्ये आर्थिक सुधारणा वेगाने होत असून लोकसंख्या जवळजवळ स्थिर असल्याने ते संपन्नतेकडे वाटचाल करत आहेत; पण अविकसित अन् विकसनशील देशाची अवस्था अगदी बिकट आहे. भारताचे उदाहरण पाहिले तर उत्पन्नाची वाढ ३.५% या दराने झाली. ही वाढ तशी कमी नाही, पण लोकसंख्या २.४ टक्क्यांनी वाढल्याने दरडोई वाढ जेमतेम १.३% झाली. त्यामुळे विकासासाठी ५१०० कोटी डॉलर्स खर्च होऊनही स्वातंत्र्याच्या सुमारास असलेल्या देशाच्या लोकसंख्येइतकी जनता आज दारिद्र्यरेषेखाली आहे. ही वाढ रोखल्याशिवाय सर्वसामान्य लोकांचे जीवनमान उंचावणे शक्य नाही.

लोकसंख्यावाढीचा दुसरा भीषण परिणाम निसर्गावर होतो. निसर्गात असलेल्या मर्यादित संसाधनावर अधिक वापरामुळे विपरीत परिणाम होतो. पाणी, झाडे, जमीन सर्वच गोष्टींचा तुटवडा पडतो.

तिसरा परिणाम ग्रामीण भागातील जनजीवनावर होतो. तिथे काम करणारे हात वाढले अन् रोजगारनिर्मिती झाली नाही तर त्यांचे लोंढ्याने शहरात स्थलांतर होते. शहरात बकालपणा, झोपडपट्ट्या, त्यापाठोपाठ प्रदूषण, गलिच्छपणा अन् रोगराई येते. विसाव्या शतकाच्या शेवटच्या पंचवीस वर्षांत नवीन ५००० शहरे निर्माण होतील; इतके स्थलांतर होईल असे अभ्यासक म्हणतात. प्रचंड बेकारी आणि त्यामुळे वाढती गुन्हेगारी, हिंसाचार याने जनजीवन विस्कळीत, असुरक्षित बनते. पोलीसयंत्रणा अपुरी पडते. एकप्रकारचे दुष्ट वर्तुळ निर्माण होते अन् शहर मृत्युपंथाला लागल्यासारखे असहाय्य होते.

अनियंत्रित लोकसंख्यावाढीमुळे उद्‌भवणाऱ्या विविध समस्यांची जाणीव आता जगभरातील सर्व लोकांना करून घ्यायचे आव्हान सर्वांनी मिळून पेलणे भाग आहे.

माझ्या देशात आता दूरदर्शन येऊ घातले आहे. या प्रभावी प्रसारमाध्यमाचा वापर करून भारतातील ७० टक्के जनतेपर्यंत कुटुंबनियोजनाचे संदेश पोचवणे माझ्या सरकारला शक्य होईल असा मला विश्वास वाटतो. माझी आकडेवारी आणखी एका बाबतीत बोलकी आहे. गरीब देशामध्ये जसजसा स्त्री शिक्षणाचा प्रसार होतो, तशी लोकसंख्यावाढ रोखली जाते. पण हे वेगाने व्हायला हवे. कारण संख्यावाढल्याने साधनांचा वापर वाढून जी जंगलसंपत्ती नष्ट होते आहे, त्याचे गंभीर परिणाम सर्वांनाच भोगावे लागतील. फक्त हिमालयातील नष्ट झालेल्या वनसंपत्तीचा विचार केला तर मूळ ३३% वरून ते ६% ते ७% इतकेच उरलेले आहे. जंगल कमी झाले की जमिनीची प्रचंड धूप, बांधलेल्या धरणांना भेगा पडणे, नद्यांना पूर येणे, जमीन खचणे, या सर्वांमुळे जीवित-वित्त-हानी असे दुर्दैवी प्रकार घडतात. देशाच्या पर्यावरण बँकेला लागलेली ही गळती एक दिवस तिचे दिवाळे काढेल अशी भीती मला वाटते. यासाठी प्रचंड पैसा लागेल याचीही मला जाणीव आहे. पण अमेरिकेने चंद्रावर मानव पाठवण्यासाठी जो खर्च केला, त्याचा छोटा अंश जरी लोकसंख्या नियंत्रण म्हणजे पर्यायाने पृथ्वीला वाचवण्यासाठी केला तर हे कार्य पुरे होईल. आता सर्वांनीच जागे होऊन देश, वंश, धर्म यांच्या सीमा ओलांडून संभाव्य धोका टाळण्यासाठी सातत्याने कृती करायची गरज आहे. आपल्यासारख्या बिगरसरकारी सेवासंघटना लोकजागृतीचे तसेच सरकारला जागृत ठेवण्यासाठी अंकुश टोचण्याचे काम सतत करत राहून आपले कर्तव्य बजावतील आणि दारिद्र्याने गांजलेल्या जनतेला निरोगी उत्तम जीवनाची हमी मिळेल असा मला विश्वास वाटतो.''

टाटा उद्योगसमूह देशभर पसरला असला आणि जगभरात त्याचे व्यवहार चालत असले तरी मुख्य कचेरी मुंबईत असल्याने जेआरडींचे अधिकांश वास्तव्य मुंबई शहरातच झाले. ११ मार्च १९८३ या दिवशी मुंबई महानगरपालिकेने विशेष समारंभ आयोजित करून त्यांना शहरातर्फे मानपत्र प्रदान केले. त्याप्रसंगी उत्तर देताना जेआरडींनी या शहराबद्दल वाटणाऱ्या आत्मीयतेला तसेच त्याच्या दुरवस्थेबद्दल वाटणाऱ्या चिंतेला शब्दातून उपस्थितांसमोर मांडले.

''माझ्या तरुणपणी मुंबई म्हणजे वृक्षराजीने भरलेल्या टेकड्या, विविध फुलांनी सजलेले मोठमोठे वृक्ष, भव्य बंदर, सुंदर समुद्रकिनारे असे विलोभनीय शहर होते. कायदा, सुव्यवस्था, वाहतूक अभिमान वाटावा इतकी उत्तम होती. पन्नास वर्षांच्या अल्पकाळात या स्वच्छ, सुरेख, शिस्तबद्ध शहराचा लोप होऊन त्याजागी जगातील सर्वांत अधिक लोकसंख्या झोपडपट्टीत राहणाऱ्या फेरीवाल्यांनी रस्ते व्यापलेल्या, हवा, पाणी प्रदूषित झालेल्या, भिकाऱ्यांचे थवे, प्रचंड गर्दी, वाहतूक कोंडी पाचवीला पुजलेल्या गलिच्छ शहराचे चित्र झाले.

हातांना काम आणि पोटाला अन्न देणारे शहर म्हणून जसजसा या शहराचा

लौकिक पसरला, तसे परप्रांतीयांचे अमर्याद लोंढे या शहरात येऊन थडकले. निवडणुकीवर डोळा ठेवून राजकर्त्यांनी त्याकडे दुर्लक्ष केले. वेळोवेळी संधी मिळेल तेव्हा मी त्याबद्दल बोलत होतो. राजकर्त्यांना टोकत होतो; पण देशात कुठेही जाऊन स्थायिक व्हायच्या हक्कावर गदा आणणारे कोणतेही कृत्य, लोकशाही मानणारे कोणतेही सरकार करू शकणार नाही असे उत्तर मला मिळाले. मला वाटते, की या हक्काची बूज ठेवून महापालिकेने आपल्या अधिकारात रिकाम्या जागी, फुटपाथवर होणारी अतिक्रमणे निर्धाराने रोखली असती तर आज ही परिस्थिती नक्कीच उद्‌भवली नसती. आज झोपडीत राहणाऱ्या बहुसंख्य जनतेला चांगले उत्पन्न आहे मात्र ते महापालिकेचे कर भरत नाहीत. उलट झोपडीदादांना भयापोटी दंड भरतात. म्हणजे महापालिकेने दिलेल्या सुखसोयी उपभोगायच्या पण कर द्यायचा नाही. यामुळे वीज, पाणी, वाहतूक, अग्निशमनदल, रुग्णालये आदी नागरीसेवेवर प्रचंड ताण पडतो, वरती प्रामाणिकपणे कर भरणाऱ्या लोकांच्या पैशाचा दुरुपयोग होतो. झोपड्या बांधल्या जातानाच रोखणे महत्त्वाचे आहे. एकदा ती उभी राहिली की मग त्यात राहाणाऱ्या कुटुंबाला रोखणे अत्यंत कठीत जाते. झोपडी उभी राहताना रोखणे असा जर निर्धार केला, तर नक्कीच अशक्य नाही. नवी दिल्लीत एकही झोपडी वा फेरीवाला नाही.

मुंबईची दुरवस्था होण्याचे आणखी एक कारण भाडेनियंत्रण कायदा. इतर देशातील महानगराची प्रशासकीय व्यवस्था पाहून १९४० साली भाडे गोठवण्यात आले. इतरांनी त्यात चलनवाढ, चलनाचे अवमूल्यन आदी बाबी ध्यानात घेऊन त्यात वेळोवेळी वाढ केली. पण इथे तसे झाले नाही. वर्षे उलटली, रुपयाची किंमत घसरली, जमिनीची किंमत अस्मानाला भिडली आणि येणाऱ्या रकमेतून इमारतीची किमान देखभाल करणे मालकांना अशक्य होऊन बसले. आज त्याचा परिणाम म्हणून जिथेजिथे मोडक्या इमारती दिसतात. केरकर समितीने अशा ३००० इमारती ठळकपणे नोंदल्या आहेत. दर पावसाळ्यात दोनचार इमारती कोसळून माणसे मरतात. अनधिकृत बांधकामे प्रचंड झाल्याने आगी लागल्या, की जुन्या इमारती जळतात. राजकारण्यांना एकच कळते, की या कायद्यात बदल करणे योग्य होणार नाही कारण भाडेकरूंची संख्या मालकाच्या कितीतरी पटीत आहे.

सुदैवाने आज मंदगतीने का होईना यावर उपाय योजले जात आहेत, पण त्याचा वेग वाढायला हवा. सिडकोने नवी मुंबई वसवली आणि अनेक मोठे बाजार तिथे नेले. न्हावाशेवा बंदर विकसित करून मुंबईवरचा भार कमी केला. पूल बांधले अन् वाहतूक सुरळीत करायचे प्रयत्न केले, पण लोकसंख्या वाढण्याचे प्रमाण या सर्व उपायांना पुरून उरले आहे. हे लोंढे रोखले तरच या सर्व समस्यांवर उपाय योजता येतील. या शहरातील अनेक जागरूक नागरिक एकत्र येऊन आपापल्या

वस्त्यात संघटना स्थापतात. सरकारही अशा संघटनांच्या योग्य मागण्यांना न्याय देते. पाश्चिमात्य देशाच्या धर्तीवर अशा संघटनांशी एखादी शिखर संघटना स्थापन केली तर समस्यांची उकल वेगाने होऊ शकेल आणि हे शहर राहण्यासाठी किमान सुसह्य होईल अशी आशा मी प्रगट करतो.''

सप्टेंबर १९६९ मध्ये नोबेल फाऊंडेशनने 'मानवी जीवनातील चिरंतनाचा शोध' या विषयावर आंतरराष्ट्रीय परिसंवाद आयोजित केला होता. त्यामध्ये वेगवेगळ्या देशांतील वाढत्या विरोधाभासाच्या गंभीर परिणामांवर जेआरडींनी आपले विचार प्रगट केले.

''जगातील मूठभर लोक अधिकाधिक श्रीमंत होत चालले आहेत आणि त्यांची मनोवृत्ती स्वार्थी, आत्मकेंद्रित, सुखलोलुप होत चालली आहे. जीवनात इतक्या झपाट्याने बदल होत चाललेले आहेत की माणसाला त्या बदलांशी जुळवून घ्यायला वेळ पुरत नाही. स्वतःच्या प्रगतीने तो जणू गोंधळून, बावरून गेला आहे. मानवी कल्याणासाठी उपयोगी पडू शकणाऱ्या आर्थिक उत्पन्नाचा मोठा हिस्सा लष्करी सज्जतेसाठी आणि पर्यायाने युद्धासाठी खर्च होताना त्याला पाहावे लागत आहे. ऐहिक संसाधनातील बदल इतक्या वेगाने होत आहेत की त्यापाठी धावताना त्याची दमछाक होते आहे. पूर्वी धर्म, प्राचीन जीवनमूल्यांवरील श्रद्धा, राजा किंवा नेत्यावरील विश्वास अशा बदलांशी जुळवून घेण्यामध्ये मदत करत असे. आता भौतिक सुखे हात जोडून उभी असतानाही वाट हरवलेल्या खलाशांसारखा तो दिशाहीन झालेला आहे.

याच्या बरोबर उलट चित्र अविकसित अन् विकसनशील देशात दिसून येते. जगातील लोकसंख्येपैकी दोन तृतीयांश लोकांच्या प्राथमिक गरजा पूर्ण होत नाहीत. अन्न, वस्त्र, निवारा, काम, शिक्षण आदीपासून ही जनता वंचित आहे. कोट्यवधी लोक अर्धपोटी आहेत. त्यांना भडकवणारे धार्मिक पुनरुज्जीवनवादी आहेत. आज प्रसारमाध्यमे सर्वदूर पसरल्याने संपन्न देशांचे जीवन त्यांना पडद्यावर दिसते. त्यांची भौतिक भरभराट आणि आपले प्रत्यक्ष जीवन यांतील भयावह फरक त्यांना समजतो. आपल्या वाट्याला त्यातील थोडी विपुलता यावी असे त्यांना वाटणे नैसर्गिक आहे. यातूनच क्रांतीची बीजे जन्माला येतात. आधीच्या ५० वर्षांत अशा विषमतेमुळे या क्रांतीचा उद्रेक रशिया आणि चीनमध्ये जगाने पाहिला. त्या क्रांतीमधून प्रत्यक्ष आणि अप्रत्यक्ष मिळून ३०० कोटी जनतेची आहुती पडली.

हे दोन विरुद्ध परिस्थितीतील समूह शांततेने नांदावेत असे वाटत असेल, तर प्रथम अविकसित देशातील राहणीमान, शिक्षण याचा दर्जा सुधारून किमान पातळीवर आणायला हवा. त्याकामी पुढारलेल्या विकसित देशांनी आपली संपन्नता थोड्या अंशाने वापरली पाहिजे. त्याचवेळी या देशातील लोकसंख्यावाढही रोखायला

हवी. काही देशांनी नियोजनबद्ध विकास करून आपल्या देशाला अशा विरोधाभासातून वर आणल्याची उदाहरणे सांगतात, की हे शक्य आहे.

संपन्न देशांनी असे करण्यासाठी माझा देश प्रयोगशाळा म्हणून वापरून पाहायला हरकत नाही. तिथे लोकसंख्या सर्वांत जास्त अन् दरडोई उत्पन्न सर्वांत कमी आहे. तिथे हा विरोधाभास संपवता आला तर कोणत्याही देशाची प्रगती त्या मार्गावरून करता येऊ शकेल.''

जगातील अविकसित देशामधील ग्रामीण भागाचे उद्योगीकरण कसे करता येईल, यावरही जेआरडींनी ऑक्सफर्ड विद्यापीठात भरलेल्या एका आंतरराष्ट्रीय परिषदेत निमंत्रित म्हणून व्याख्यान दिले. त्यामध्ये भारतातील बिहार या मागास राज्यात जमशेदपूर, केरळातील दुर्गम जंगलात वसवलेले टाटानगर अन गुजरातेतील दुष्काळी भागातील मिठापूर या ठिकाणच्या अनुभवावर आधारित ग्रामीण विकास योजनांची चर्चा केली. 'मी पदवी घेऊ शकलो नाही' अशी खंत उराशी बाळगणाऱ्या जेआरडींना इतक्या प्रतिष्ठित, विद्वान लोकांसमोर व्याख्याने देण्यासाठी इतकी निमंत्रणे येत होती की 'विद्यापीठाची पदवी' या उपचाराचे त्यांच्यासाठी काही महत्त्वच उरले नाही.

१९८१ रोजी झालेल्या समारंभात पुढील पन्नास वर्षांत म्हणजे २०३० साली आपल्या देशाचे स्वरूप असे असेल या विषयावर जेआरडी बोलले. उपस्थित युवक-युवतींच्या आशावादी डोळ्यांसमोर उद्याच्या भारताचे चित्र कसे असेल, किंबहुना कसे असावे याबद्दल त्यांनी वस्तुनिष्ठ, आकडेवारीवर आधारित विचार व्यक्त केले.

''सर्वप्रथम राजकीय परिस्थिती पाहायला हवी. स्वातंत्र्य मिळाले तेव्हा आपण स्वीकारलेली लोकशाही राज्यपद्धत तशीच राहील असे पक्के गृहीतक माझ्या मनात आहे. आज राजकीय जीवनाचा चहुबाजूने ऱ्हास होताना पाहून अनेकांच्या मनात लोकशाही टिकेल का, अशी शंका येते, पण कितीही त्रुटी असल्या तरी लोकशाही ही मानवीयतेच्या सर्वांत जवळ जाणारी राज्यपद्धती आहे हे मान्य करूनच मी पुढे जाईन.

आर्थिक विकासाच्या मात्र अनेक वाटा आहेत. त्यांतील कोणती वाट आपण निवडतो यावर कुठे पोचू, हे निश्चितपणे सांगता येईल. गेल्या तीस वर्षांत जी वाट चोखाळली, त्याच वाटेने पुढे गेलो तर आजचे प्रवाह लक्षात घेऊन मी असे म्हणेन, की चित्र आशादायक नाही. त्यावेळी भारताची लोकसंख्या साडेचारशे कोटी असेल आणि त्यांची मिळकत आजच्या दुप्पट असेल. तरीही जनतेची, देशाची गणना 'गरीब' म्हणूनच होईल कारण तोवर इतर विकसनशील देश बरेच पुढे गेलेले असतील.

आज प्रसारमाध्यमांनी जग इतके जवळ आले आहे की इतरत्र असलेल्या जीवनपद्धतीशी तुलना करून आपली जनता आर्थिक विकासाचा मार्ग बदलायला सरकारला भाग पाडेल. आर्थिक प्रगती आणि ऐहिक सुस्थिती हे उत्पन्न वाढीचे प्रमुख लक्ष्य असू नये. पाश्चिमात्य देशात ऐहिकतेकडे जनता झुकली आणि व्यक्तिगत सुखाच्या अमर्याद केंद्रीकरणामुळे त्यांच्या वाट्याला आध्यात्मिक दृष्ट्या वैराण समाजजीवन आले अन् समृद्धी नैतिकतेचा ऱ्हास घडवते म्हणून कोट्यवधी जनतेने दारिद्र्यात खितपत राहावे हा विचार निष्ठूरपणाचा कळस आहे.

गेल्या तीस वर्षांतील धोरणामुळे रोजगार आणि दरडोई आर्थिक उत्पन्न यातील वाढ फक्त १.४% इतकी अल्प झाली. याची कारणे अनेक आहेत. आपण प्रमाणाबाहेर जाणाऱ्या लोकसंख्येसाठी कमी उत्पादन करत आहोत हे सत्य स्वीकारायला हवे. नियोजन मंडळाने १९८० सालासाठी दरहजारी जननप्रमाण पंचवीस निर्धारित केले, त्याला बारा वर्षें उलटली. आज हा वेग ३६ आहे. आर्थिक वाढीला गती देताना हा दर घटवणे हे प्रमुख उद्दिष्ट असायला हवे. चौथ्या पंचवार्षिक योजनेत कुटुंबनियोजनासाठी सरकारने केलेली तरतूद १.८% पासून ०.९% टक्क्यावर आणली. तर सहाव्या योजनेत फक्त १% इतकी तरतूद केलेली आहे. जणू सर्वांना वाटते आहे, की कितीही उपाय योजले, खर्च केला तरी जननदर कमी होऊ शकत नाही मग कशाला वायफळ खर्च करा! इतका निराशावादी विचार मला अजिबात रुचत नाही. साठ साली दरहजारी ४१ असलेले जननप्रमाण सत्तरमध्ये ३७ पर्यंत उतरले. मग लोकसंख्या तेवढीच राहिली कारण आरोग्यसेवा सुधारल्याने मृत्युदर घटला. दुसरी आशादायक बाब मला दिसते ती म्हणजे स्त्रियांना आता लहान कुटुंबाचे फायदे समजलेले आहेत. अधिक हात, अधिक काम, अधिक उत्पन्न हे समीकरण चुकीचे आहे याचा प्रत्यय आला आहे. स्त्रियांना साधने व सवलती दिल्या तर जननदर नक्कीच कमी होईल. तिसरी गोष्ट म्हणजे या बाबतीत शास्त्रीय संशोधन इतक्या वेगाने होते आहे, की जननदर घटवण्याचे सोपे प्रभावी मार्ग शोधून उद्दिष्ट गाठणे कठीण जाणार नाही. प्रभावी अंमल मात्र होणे गरजेचे आहे. मला वाटते, की सरकारने कुटुंबनियोजनासाठी काही आर्थिक लाभ देऊ करावा. खरे म्हणजे हा जनतेच्या आकलनावरचा अविश्वास आहे; पण आज तुटपुंज्या रकमेसाठीही लोक नियोजनाला तयार होतात. एका नागरिकाला लागणारे अन्न, इतर सेवा याचा भांडवली खर्च आजच्या जीवनमानात किमान सात हजार रुपये आहे. त्यात सतत वाढच होते आहे.

भारतात एका जोडप्याला आज किमान चार मुले होतात. त्यातील एक मूल रोखले तर पुढच्या दोन पिढ्यांत पाच वा अधिक मुलांचे जनन थांबवता येईल. म्हणजे किमान ३५,००० रुपये वाचतील. हा हिशोब पाहिला तर एका शस्त्रक्रियेसाठी

२००० रुपये ही रक्कम अवास्तव होणार नाही. या रकमेच्या आशेने लोक नियोजनाला प्रवृत्त होतील अन् २०३० पर्यंत आकडेमोड केली तर लोकसंख्या तीस कोटींनी घटवता येईल.

आपले राष्ट्रीय उत्पन्न या तीन दशकांत (५० ते ८०) ३.५ टक्के दराने वाढत आहे. जपान व कोरियात हाच वेग ८ टक्के आहे. चांगले व्यवस्थापन अन् राष्ट्रीय भावना वाढीस लागली तर आजच्या उपलब्ध साधनावर हा दर ६ टक्के गाठता येऊ शकतो.

मला वाटते की विदेशी भांडवल देशात आले तर आपली संरक्षित बाजारपेठ बळकावली जाईल हा इथल्या उद्योगांना आणि सरकारला वाटणारा धोका अनाठायी आहे. असे भांडवल आले तरी त्यांना आपला कारभार इथल्याच सरकारच्या नियंत्रणाखाली करावा लागेल. त्यांना लागणारे साहित्य, निर्माण होण्याच्या बहुसंख्य नोकऱ्या भारतीयांनाच मिळतील. त्यांनी आणलेले सुधारित तंत्रज्ञान इथल्या विकासात भर घालेल आणि रोजगारवाढीसाठी निधीही उपलब्ध होईल.

येत्या पन्नास वर्षांत आपल्याजवळ असलेल्या प्रचंड कृषिसंपन्नतेचा पूर्ण लाभ आपण उठवू शकलो तर स्वत:ची अन्नधान्याची गरज पूर्ण करून इतर देशांना आपण धान्य पुरवू शकू. भूप्रदेश, नद्या, जंगले, पाणी, हवामान आपल्याला निसर्गाने मुक्तहस्ते दिलेले आहे. 'अन्नधान्याचा पुरवठा करणारा देश' अशी या देशाची ख्याती व्हावी हे माझे स्वप्न आहे.

भारताने अनेक क्षेत्रांत नेत्रदीपक प्रगती केली आहे. स्वातंत्र्यसंघर्ष, फाळणीच्या जखमा, युद्धे यांना आपण यशस्वी तोंड दिले. पूर, दुष्काळ यासारख्या समस्या हाताळल्या आणि तरीही लोकशाही टिकवली. पण आर्थिक विकासावर प्रचंड पैसे आणि श्रम खर्चूनही जनतेचा फार मोठा हिस्सा दारिद्र्यरेषेखालचे जीवन जगत आहे. सरकारने आता आर्थिक धोरणे बदलली नाहीत तर भविष्य खरेच अंधकारमय होईल.

जननदर रोखून, आर्थिक विकासदर सहा टक्क्यावर गेला तर २०३० पर्यंत दरडोई उत्पन्न आजच्या भावाने २२,०००/- रुपये होईल म्हणजे आजच्या उत्पन्नाच्या बारापटीपेक्षा जास्त होईल. युरोप-अमेरिकेशी तुलना केली तर ते कमी आहे पण जनतेच्या किमान गरजा भावण्याइतके नक्कीच पुरेसे आहे.

आजचा हा युवक त्यावेळी त्यापुढच्या भविष्यकाळाचा वेध घेण्यात रममाण होईल. त्याच्या समोर काळेकभिन्न ढग असतील, ते वितळून जातील अन् इंद्रधनुष्य उमटेल. त्या इंद्रधनुष्याच्या टोकाशी लोककथेतील सुवर्णकलश आढळणार नाही पण त्यांना, त्यांच्या मुलाबाळांना सुखासमाधानात राहाता येईल असा जीवनक्रम नक्कीच सापडेल.''

जानेवारी १९९२ मध्ये जेआरडींना भारतसरकारने 'भारतरत्न' हा सर्वोच्च

नागरी सन्मान दिला. एका उद्योगपतीला हा सन्मान मिळालेले हे पहिले अन् आजवरचे एकमेव उदाहरण आहे. ही बातमी त्यांना जेव्हा श्री. रतन टाटा यांनी सांगितली, तेव्हा त्यांची पहिली प्रतिक्रिया होती, ''ओ, माय गॉड, व्हाय मी?, आपण हे थांबवण्यासाठी काही करू शकतो का?''

त्यांना हा सन्मान मिळाला तेव्हा संपूर्ण देशाला या सन्मानाचाच सन्मान झाल्यासारखे वाटले. त्यानंतर त्यांचा टाटा-हाऊसमध्ये अगदी भावपूर्ण सत्कार झाला. तेव्हा आपल्या भावना व्यक्त करताना ते म्हणाले ''मी जे जीवनात केले ते माझे कर्तव्यच होते. मी ते उत्तम प्रकारे पार पाडले. मी देशाला विमानसेवा दिली आणि मूल्यधिष्ठित उद्योगसंस्कृती रुजवण्याचा प्रयत्न केला; पण म्हणून मी इतक्या मोठ्या सन्मानाला पात्र आहे का?

तरीही उतारवयात लोकांचे प्रेम मिळणे ही एक अतिशय सुखद भावना मला आता अनुभवायला मिळते आहे, मी तोच आहे फक्त आता माझी दखल घेतली जात आहे.''

यावेळी त्यांना विचारलेल्या एका प्रश्नाला उत्तर देताना ते म्हणाले, ''भविष्यात माझ्या देशबांधवांनी संपन्न असण्यापेक्षा सुखी, आनंदी असणे मला जास्त आवडेल.''

शेवटच्या काही वर्षांत त्यांनी आपले काम जवळजवळ थांबवले होते. त्यांच्या तोंडून अनुभवाचे बोल ऐकण्यासाठी त्यांना व्याख्यानाची सतत निमंत्रणे येत. त्यावर एकदा मिष्कील टिपणी करत ते म्हणाले ''मला लोक अलीकडे बऱ्याच ठिकाणी बोलावतात. माझी प्रकृती तितकीशी साथ देत नाही आहे, तशी ही निमंत्रणे वाढत चालली आहेत. मी नकार दिला तर आपल्या आजच्या संस्कृतीप्रमाणे म्हाताऱ्या माणसाचे कुणी ऐकत नाहीत हे तुम्हाला ठाऊकच आहे. कदाचित अनेकांना वाटत असेल की भाषण झाल्यावर लगेचच मी स्वर्गाची वाट पकडली तर आपण सर्वांना प्रौढीने दुःखपूर्ण आवाजात सांगू शकू, की 'याठिकाणी जेआरडी शेवटचे बोलले' पण तुम्हा लोकांचा हा बेत मी लवकर सफल होऊ देईन असे मला वाटत नाही.''

अंतःकरण हेलावणाऱ्या या वरवरच्या विनोदी शब्दांना कशी दाद द्यावी हेच उपस्थितांना कळले नाही; पण मनोमन प्रत्येकाने त्यावेळी एकच प्रार्थना केली असावी–

''जेआरडी, तुम्ही खूपखूप वर्षे आमच्यामध्ये असावे असे आम्हांला वाटते आहे.''

❑

कवडसे

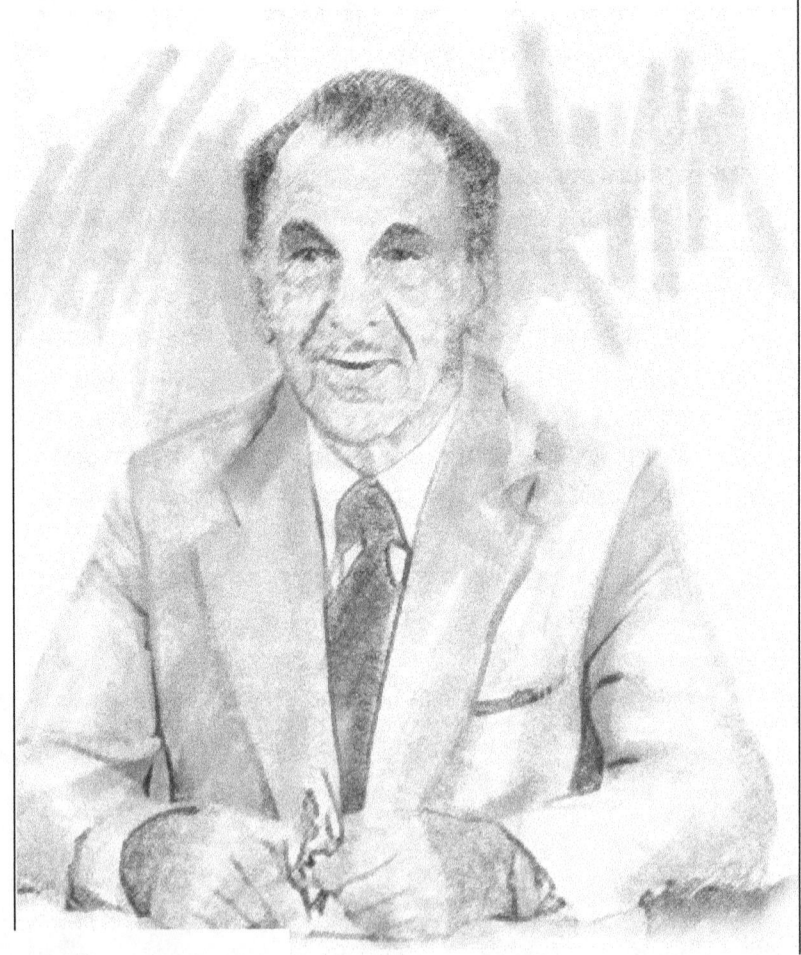

कवडसे

इन्फोसिस फाउंडेशनच्या चेअरपर्सन सौ. सुधा मूर्ती बंगलोरच्या इंडियन इन्स्टिट्यूट ऑफ सायन्स या विख्यात संस्थेत एम.टेक. करत असताना शेवटच्या सत्रात संस्थेच्या नोटीसबोर्डवर एक प्रकटन लागले होते. पुण्याच्या सुप्रसिद्ध टेल्को कारखान्यात शिकाऊ इंजिनियर अधिकाऱ्यांची भरती करायची होती. शैक्षणिक पात्रतेचे निकष दिले होते आणि, शेवटी एक अधोरेखित केलेली ओळ होती 'स्त्रियांनी या जागेसाठी अर्ज करू नयेत.'

जिद्दीने इंजिनियरिंग कॉलेजात जाऊन मुलगी म्हणून कोणत्याही सवलती न मागता, कोणत्याही तडजोडी न स्वीकारता सतत पहिली रँक घेऊन पदवी आणि पदव्युत्तर शिक्षण घेणाऱ्या त्यावेळच्या कु. सुधा कुलकर्णींना ही ओळ म्हणजे समस्त स्त्रीजातीवरचा अन्याय वाटला. त्यांनी टेल्को ही टाटांची कंपनी आहे तेव्हा त्याचे वरिष्ठतम अधिकारी श्री. जेआरडी टाटा असणार, त्यांना याबद्दल खुलासा विचारायचे ठरवले आणि खुद्द जेआरडींच्या नावाने एक पोस्टकार्ड लिहिले. टाटांनी या देशात इंजिनियरिंग, अवजड उद्योग, रसायन निर्मिती आणि अनेक उद्योग प्रथम सुरू करायची दूरदृष्टी दाखवली होती. आता शिक्षणाच्या समानसंधी स्त्रियांना घटनेनेच दिल्या असताना टाटांनी लिंगभेदाला इतके महत्त्व का द्यावे? संधीच नाकारली गेली तर स्त्रिया आपली क्षमता सिद्ध करून कशा दाखवतील? विशिबाविशीच्या वयातील सारा जोश शब्दात ओतून त्यांनी हे पत्र पोस्टात टाकले. परिणाम शून्य होणार याची अपेक्षा होती पण मनातला सात्त्विक संताप तरी मोकळा झाला होता. दहाच दिवसांत 'मुलाखतीला या. येण्याजाण्याचा पहिल्या वर्गाचा खर्च देण्यात येईल' असे कळवण्यात आले तेव्हा त्यांना आश्चर्याचा धक्काच बसला. नोकरी मिळणार नाहीच पण फुकटात पुणे पाहता येईल आणि सगळ्या मैत्रिणींना हव्या असलेल्या प्रसिद्ध पुणेरी साड्या आणता येतील म्हणून त्या पुण्याला गेल्या.

मुलाखतीच्या दालनात पाऊल ठेवताच 'जेआरडींना पत्र लिहिणारी मुलगी ती हीच' अशा कुजबूज कानावर आली, तशी इथे आपली नक्की डाळ शिजणार नाही याचा त्यांना अंदाज आला आणि त्यांची भीती पूर्ण नष्ट झाली. अत्यंत आत्मविश्वासाने त्या मुलाखतीला सामोऱ्या गेल्या. अर्जासोबतची कागदपत्रे आणि विषयाचे ज्ञान इतके उत्तम होते की मुलाखत घेणारे पॅनेल नकार देऊ शकले नाही. टेल्कोचे

दरवाजे स्त्रियांसाठी त्या एका पोस्टकार्डामुळे उघडले. अशा एका पोस्टकार्डाची दखल घ्यावी असे वाटणाऱ्या जेआरडींच्या दिलदारपणामुळे, प्रयोगशील वृत्तीमुळे सुधा कुलकर्णी टेल्कोत लागल्या. 'पुण्याने मला नवऱ्यासकट बरेच काही दिले' असे त्या आवर्जून सांगतात. त्यांनी काही वर्षे टेल्कोत नोकरी केली. त्याकाळात जेआरडींच्या आणि त्यांच्या क्वचित काहीवेळा भेटी झाल्या. ते दिसले की इतक्या मोठ्या 'माणसाला' असे पत्र लिहिले या अपराधाचा किडा मेंदूत वळवळायचा. त्याना त्या पत्राबद्दल आठवत असेल का? अशी शंका मनात यायची. मग थोड्याच काळात लक्षात आले की वाहत्या प्रवाहासारख्या निखळ जेआरडींच्या मनात कसलेही विखार टिकत नाहीत अन् म्हणून स्वच्छ ऊन डोळ्यांत नेहमी चमकत असतात.

एका संध्याकाळी त्या काम संपवून बाँबे हाऊसच्या कॉरिडॉरमध्ये न्यायला येण्याऱ्या नवऱ्याची वाट पाहात होत्या. वरून जेआरडी आले अन् त्यांनी विचारल्यावर सुधांनी सांगून टाकले 'नवरा न्यायला येणार आहे.' ''तोवर तुम्ही एकट्या थांबू नका, मी सोबत थांबतो'' म्हणून जेआरडी खरेच श्री. नारायण मूर्ती येईपर्यंत थांबले. इतक्या मोठ्या माणसाने आपली अशी वडीलधाऱ्यासारखी काळजी घ्यावी या भावनेने सुधा मूर्तींना भरून आले.

टेल्को सोडताना त्यांची जेआरडींशी शेवटची भेट झाली. सुधाताईंनी त्यांना सांगितले ''माझा नवरा नवा स्वतंत्र उद्योग सुरू करत आहे. मी नोकरी सोडून पुण्याला जाते आहे. यशस्वी होऊ की नाही सांगता येत नाही.''

मृदुपणे जेआरडी उत्तरले ''अशा नकारात्मक भावनांनी सुरुवात करू नका. यश मिळेल असा पहिला तुम्हाला विश्वास वाटायला हवा आणि जेव्हा यश मिळेल तेव्हा समाजाने दिलेले त्याला परत करायला विसरू नका. माझ्या शुभेच्छा तुमच्यापाठीशी आहेत.''

जेआरडींच्या तोंडून जणू नियतीच बोलली असावी. त्या चार वाक्यांनी सुधा मूर्ती आपले आयुष्य बदलून गेले असे प्रांजळपणे सांगतात. आज इन्फोसिस फाउंडेशनच्या बंगलोरमधील त्यांच्या ऑफिसात भिंतीवर दोन फ्रेम्स आहेत, एक श्री जमशेदजी टाटांचे रेखाचित्र आहे आणि दुसरा जेआरडींचा निळ्या सूटमधील हसऱ्या मधाळ डोळ्यांचा फोटो आहे. त्या म्हणतात, ''ऑफिसात पाऊल ठेवले की या दोन फ्रेम्स मला प्रेरणा देतात. इन्फोसिसच्या फायद्याचा फार मोठा भाग दातृत्वाच्या वाटेने परत समाजात जातो. इन्फोसिसनेही टाटांप्रमाणे आपली एक स्वच्छ प्रतिमा समाजात कमावलेली आहे आणि सुधाताईंच्या फाउंडेशनचे कामही जेआरडींच्या आवडत्या क्षेत्रात, म्हणजे ग्रामीण भागातील वंचित स्त्रिया आणि मुले यांच्या जीवनाचा स्तर, उंचवावा असा हेतू बाळगून होते. याची प्रेरणाही आपण जेआरडींकडून घेतली असे त्या सांगतात. ''आज इन्फोसिसने मिळवलेले यश

आणि समाजसेवेच्या क्षेत्रात करत असलेले काम पाहायला जेआरडी हवे होते'' अशा शब्दात त्या आपल्या भावना व्यक्त करतात.

महान व्यक्तीचे छोट्या-मोठ्या लोकांना येणारे अनुभव त्यांच्या व्यक्तिमत्त्वाचे कंगोरे उलगडून दाखवतात आणि तिचे चित्र अधिक स्पष्ट करतात. एखाद्या अनेक पैलू असलेल्या मौल्यवान हिऱ्यावर प्रकाशाचे कवडसे पडले की त्याची आभा नवा रंग लेऊन प्रकट होते. जेआरडींच्या सहवासात अल्पकाळ वा दीर्घकाळ आलेल्या अनेक माणसांच्या मनातील प्रतिमा त्यांच्या अनेकविध पैलूंवर असा प्रकाश टाकतात. निकट वर्तुळातील लोकांसाठी तर ते 'आपरो जेआरडी' (गुजरातीत आपले जेआरडी) होते पण अल्पकाळात एखाद्याच्या आयुष्यात बदल घडण्याइतके ते सहज जाताजाता देऊन जात.

जेआरडींचे वैयक्तिक नोकर दीर्घकाळ टिकलेले आहेत. त्यांचा ड्रायव्हर पीटर सांगतो, की या वीस वर्षांत जेआरडींची शिस्त आणि करडेपणा जरा निवळला आहे पण इतरांची, मग तो कितीही छोटा माणूस असेना, काळजी घ्यायची वृत्ती तशीच आहे. उलट हृदयाची श्रीमंती तर दिवसेंदिवस वाढते आहे. पूर्वी जेआरडींनी व्हरांड्याच्या पायऱ्या उतरायला सुरुवात केली की मी गाडीचे इंजिन सुरू करायचे अन् दार उघडून आत बसताक्षणी त्यांच्या तोंडून शब्द यायचे 'चलो'. ड्रायव्हरची दुपारच्या जेवणाची वेळ चुकू नये याबद्दल पीटरला आधीच सूचना दिलेली असे.

दुपारचे सव्वावाजेपर्यंत जेआरडी आले नाहीत तर त्याने जेवण घ्यायला निघून जायचे ही सूचना कायमची पाळली जाई. पण कधीकधी त्यांचे त्याआधी कुणाबरोबर तरी लंच घ्यायचे ठरले तर लिफ्टने बावीस मजले उतरून खाली येऊन ते सांगून जात ''तू जेवायला जाऊ शकतोस''. एक-दोन वेळा पीटर जेवण करून येईपर्यंत त्यांचे काम आटोपलेले होते. तर आपला वेळ फुकट जाऊ नये म्हणून त्यांनी दुसरी गाडी घेऊन बॉंबे हाऊस गाठले होते. त्यासाठी ड्रायव्हरला कधी बोलणी खावी लागली नाहीत.'' त्यांना सोडून जायचा विचारही पीटरच्या मनाला कधी शिवला नाही.

श्री. मिनू मसानी, अत्यंत कुशाग्र बुद्धीचे, अभ्यासू आणि स्कॉलर म्हणून अगदी अल्पवयात विख्यात झाले. जेआरडींना उत्तम माणसांची नावे टाटांशी निगडित करायला अतिशय आवडे. मिनू मसानींची कीर्ती ऐकून त्यांनी लगेच त्याना टाटासन्समध्ये येण्याचे निमंत्रण दिले. त्यापूर्वी दोघांची ओळख मैत्री म्हणावी इतकी दाट होऊ लागलेली होती. श्री. मिनू मसानींनी जेआरडींच्या प्रस्तावाला सौम्य शब्दात नकार दिला आणि एका वाक्यात आपल्या नकाराचे कारणही दिले. 'मला एक चांगला मित्र गमावायचा नाही आहे.'

टाटांच्या वरिष्ठ अधिकाऱ्यांमध्ये जेआरडींची प्रतिमा आदरयुक्त पण किंचित

भीतीची होती. इतरांच्या मतांना उचित मान देणाऱ्या जेआरडींना गलथानपणा, खोटेपणा अजिबात खपत नसे. टाटांना अडचणीत आणणारी वक्तव्ये जाहीरपणे करणाऱ्या काही अधिकाऱ्यांना त्यांनी कडक शब्दात झापलेले होते. त्यांचा 'परफेक्शन'चा सोस देखील अनेक वेळा वादाचा विषय ठरे आणि जेआरडींच्या तोंडून कडक शब्द बाहेर पडत. आपल्या चुका सरळ कबूल करण्याऐवजी सफाई देणाऱ्या अधिकाऱ्यांनाही त्यांच्या रागाला तोंड द्यावे लागे. असे प्रसंग क्वचितच उगवत आणि ती वेळ निघून गेली की जेआरडी पुन्हा लहान मुलांसारखे आपले रागावणे विसरून गेलेले असत. एखादी खेळकर टिपणी करून आपल्या हाताखालच्या लोकांशी चांगले संबंध ठेवायची हातोटी त्यांना साधलेली होती. त्यांचा रागीटपणा सहवासात आलेल्या सर्वांच्या लवकरच सवयीचा होऊन जात असे.

श्री. मिनू मसानींना या रागीटपणाचे किस्से ऐकून ठाऊक होते म्हणूनच त्यांनी नकार दिला, पण त्याचे कारण उमजून जेआरडींनी हसत उत्तर दिले, "कोणाला रागावयाचे आणि कोणाला नाही, याचे तारतम्य माझ्याकडे नक्कीच आहे. माझ्या तोंडून राग अनेकदा बाहेर पडतो, पण तुमच्यासाठी तसे होणार नाही." अर्थातच मिनू मसानी टाटाच्या सेवेत रुजू झाले.

पुढे स्वातंत्र्य मिळाल्यावर काँग्रेस पक्षाच्या चुका दाखवून देण्यासाठी एखादा बुद्धिमंताचा, विचारवंताचा पक्ष असावा अशा निरोगी विचाराने १९५९ मध्ये श्री. राजगोपालाचारी यांनी स्वतंत्र पार्टीची स्थापना केली. काँग्रेसने उद्योग, समाजकारण, शिक्षण आदि अनेक क्षेत्रांत घेतलेल्या भूमिकांचा अभ्यास करून काँग्रेसला वैचारिक टक्कर देण्यासाठी अशी समतोल विचारांची बुद्धिवादी पार्टी असावी असे जेआरडींनाही वाटत होते. कारण काँग्रेसचे उद्योगविषयक धोरण अति डावे होते आहे, असे त्यांचेही मत होते. राजाजींनी श्री. मिनू मसानींना आपल्या मदतीसाठी बोलावले तेव्हा जेआरडींनी त्याना लगेच परवानगी दिली पण पुढे टिपणी जोडली की 'तुम्ही टाटांच्या सेवेचा राजीनामा द्यावा.'

शेवटी उद्योग चालवण्यासाठी सरकारवर अवलंबून राहणे जेआरडींना भाग होते आणि सरकारी धोरणांना विरोध करणारी श्री. मसानींसारखी व्यक्ती टाटांच्या संचालक मंडळात असली तर भागधारकांना ते निश्चितच आवडले नसते. सरकारने चिथावणी समजून आणखी निर्बंध कडक केले तर भागधारकांच्या हिताला बाधा पोचली असती. सरकारला हे सहज शक्य होते कारण कित्येक क्षेत्रांत टाटासमूहाचा एकाधिकार होता. हे सर्व जेआरडींनी श्री. मसानींना स्पष्टपणे सांगितले.

स्वातंत्र्यापूर्वी श्री. मसानींनी राजकीय चळवळीत अनेक प्रकारे भाग घेतला होता. अनेक लेख लिहून ब्रिटिशांच्या विरोधात जनमत तयार करण्यात आपल्या अभ्यासू वृत्तीने हातभार लावला होता. "तेव्हा माझा राजकारणातील सहभाग तुम्हाला

चालला. आताही माझी दृष्टी विधायकच रहाणार आहे. तेव्हा तुमचा विरोध मला समजू शकत नाही.'' अशा शब्दात मसानींनी आपली नाराजी व्यक्त केली.

''आता आपण स्वतंत्र आहोत तेव्हा संदर्भ बदललेले आहेत'' असे चटकन उत्तर जेआरडींनी दिले.

तीनचार दिवसांनी जेआरडींनी मसानींना फोन केला आणि म्हटले ''तुम्ही स्वतंत्र पार्टीतर्फे सक्रिय सहभाग घेणार म्हणजे निवडणूक लढवणार. त्यात तुम्ही काँग्रेस उमेदवाराकडून हरलात तर खासदारकी नाही आणि टाटाचे संचालकपदही नाही अशी त्रिशंकू अवस्था होईल. असे झाले तर तुमच्या योगक्षेमाची काळजी कशी घेता येईल, या विचाराने माझी झोप उडाली आहे. मी तुम्हाला नुसते पाच लाख रुपये उचलून देऊ शकत नाही.''

मसानी हसत म्हणाले, ''मग मला संचालकाऐवजी सल्लागार म्हणून नेमा.''

जेआरडींनी खरेच हा सल्ला मनावर घेतला आणि श्री. मसानींना टाटांचा सल्लागार म्हणून नेमायचे ठरवून त्यांना सल्लासेवा पुरवणारी कंपनी स्थापन करायला लावली. त्यासाठी वैयक्तिक लक्ष घालून त्यांना ऑफिस शोधून दिले, अगदी लेटरहेडही बनवून दिले. मग त्यांच्या कंपनीशी करार करून त्यांची आर्थिक तरतूद केली आणि स्वतंत्र पार्टीच्या कामासाठी राजाजींना मदत करण्यासाठी श्री. मसानींना मोकळे केले.

खरे म्हणजे टाटासमूहाचे चेअरमन आणि स्वत:च्या कुटुंबाचे फक्त १.६२ टक्के भागभांडवल इतकाच टाटा उद्योगसमूहात जेआरडींचा वैयक्तिक सहभाग होता. तरीपण आपल्या भागधारकांना नैतिकदृष्ट्या फसवण्याचा आपल्याला अधिकार नाही आहे अशी त्यांची स्वच्छ भूमिका होती. या स्वच्छ प्रतिमेच्या बाबतीत जेआरडी जरा जास्तच काटेकोर होते. ''कायद्यातून पळवाटा काढून झटपट मोठे होण्यापेक्षा कायद्याच्या चौकटीत राहून सावकाश विकास करणे मला अधिक योग्य वाटते.'' अशी भूमिका त्यानी अनेक वेळा घेतली आणि 'टाटा' या नावाला कलंक लागेल असे काही आपल्या कारकीर्दीत होऊ दिले नाही.

त्यांचे चरित्रकार श्री. आर. एम. लाला पत्रकारिता सोडून टाटांच्या उद्योगसमूहावर पुस्तक लिहायच्या विचाराने प्रथम जेव्हा जेआरडींना भेटले तेव्हा त्यांच्यावर जेआरडींनी प्रश्नांची फैर झोडली. ''तुम्ही टाटांवर कशाला लिहिताय? कुणाला त्यांच्याबद्दल जाणून घ्यायचे आहे? कुणाला त्यांचे सोयरसुतक आहे? तुम्ही वेळ फुकट घालवत आहात असे वाटत नाही का?''

जेआरडींच्या प्रश्नांच्या सरबत्तीपुढे दबून न जाता श्री. आर. एम. लाला यांनी त्यांना सविस्तर उत्तर दिले ''टाटांनी भारतीय उद्योगविश्वासाठी जे काही केले, ज्या पद्धतीने केले, त्यासाठी किती कष्ट, त्रास भोगला हे सर्वांना कळायला हवे कारण

उद्योगाचा इतिहास जाणून घेतल्याशिवाय त्याचे भवितव्य घडवता येणार नाही.''

नीट तयारी करून गेल्यामुळे, नम्र आणि ठामपणे आपल्या कामाची गरज श्री. लालांनी त्यांना पटवून दिली. आपल्या सरबत्तीला आलेली नम्र उलटफैर त्यांनी दिलखुलासपणे स्वीकारली आणि ते म्हणाले ''ठीक आहे, बोला मी तुमच्यासाठी काय करू शकतो?''

मग पुढे श्री. लालांनी 'क्रिएशन ऑफ वेल्थ', 'बियाँड द लास्ट ब्ल्यू माऊंटन', 'कीनोट', 'टच ऑफ ग्रेटनेस' आणि इतर एकापेक्षा एक सरस पुस्तके लिहिली. प्रत्येक वेळी जेआरडींनी त्यांना हवे ते, हवे तसे सहकार्य दिले.

जेआरडींची ही पद्धत होती. आपल्याकडे मदत मागायला येणाऱ्या लोकांना ते असेच अनेक प्रश्न विचारून बावचळून टाकत. टाटाच्या अनेक ट्रस्टवरती ते संचालक असल्याने येणाऱ्या लोकांमध्ये तशी विविधता असे. समोरच्याला हाती घेतलेल्या कामाबद्दल कितपत ज्ञान आहे, त्यामध्ये झोकून देऊन काम करायची तयारी आहे का, त्यांनी काम कसे पार पाडायचे याची नीट योजना आखली आहे का, या संदर्भात हे प्रश्न असत. समोरच्याचा वकूब आणि त्याने केलेली तयारी याचा अंदाज त्याने दिलेल्या उत्तरावरून जेआरडी बांधत. एकदा का त्याचा सद्हेतू लक्षात आला की मग मात्र ते शांतपणे सगळे ऐकून घेत अन् पटले तर त्याला सर्वतोपरीने मदत करत. अनेकदा दहा मिनिटांची दिलेली वेळ जेआरडींना समोरच्यात रस उत्पन्न झाला तर तासावर जाई आणि त्यांच्या वैयक्तिक सचिवांना मग धावपळ करून बाकीची कामे उरलेल्या वेळात बसवावी लागत. विशेषत: तरुण आणि प्रयोगशील वृत्तीच्या बुद्धिमान माणसांना 'ऐकणे' जेआरडींना मनापासून आवडत असे. कुणालाही आपल्या जवळ येऊ देणे त्यांना फारसे आवडत नसे; पण एकदा का त्या कामातील, त्या व्यक्तीतील वेगळेपणा, असामान्यत्व त्यांना पटले की त्या माणसाला लागेल ती मदत करायला ते अजिबात मागेपुढे पाहात नसत.

आपण आपल्या आईच्या वडिलांकडून विनोदी वृत्तीचा वारसा उचलला आहे, असे ते सांगत असत. त्यामुळे संभाषणात, चर्चेत, वादविवाद चालू असताना कटुपणा टाळण्यासाठी ते विनोदाचा, हजरजबाबी बोलण्याचा शस्त्र म्हणून लीलया उपयोग करू शकत. त्याचप्रमाणे कामाप्रमाणे आपल्या वेळेचे कप्पे करणे त्यांना अनुक्रमाने चांगले जमत असे. त्या-त्या कामात त्या-त्या क्षणापुरते झोकून, संपूर्ण एकाग्रतेने ते पार पाडणे आणि नंतर एखादी पार्टी वा नाटक तितक्याच समरसतेने उपभोगणे त्याना लीलया जमत असे.

एकदा आपल्या एका मित्राला आपल्या या आजोबांचा किस्सा ते रंगून जाऊन सांगत होते.

''लाल बावटा आणि राजू घेऊन एका मित्रासह आजोबा पॅरिसच्या रस्त्यावर

गेले आणि कसलेल्या इंजिनियरप्रमाणे रस्त्याची मोजमापे घेऊन कागदावर टिपून ठेवू लागले.''

ही हकीकत अर्ध्यावर असताना वर्तमानपत्रे आली आणि जेआरडींच्या खाजगी सेक्रेटरीने अधोरेखित केलेली वाक्ये त्यांच्या नजरेला पडली. टाटांच्या दोन संचालकांचा एकमेकांमधील बेबनाव त्या वर्तमानपत्राने ठळक टायपात छापलेला होता. काही काळ त्या दोघांमध्ये छुपे युद्ध चाललेले होते. पण जाहीर बातमी आली याचा अर्थ प्रकरणाने गंभीर वळण घेतले होते. जेआरडींनी चटकन फोन उचलून त्यातील एका संचालकांचा नंबर फिरवला. दुसऱ्या टोकाला नोकराने फोन उचलला. साहेब बाहेरगावी गेल्याचे सांगितले, नेमके कुठे गेलेत, कोणत्या फोन नंबरवर भेटू शकतील याबद्दल ठाऊक नसल्याचेही नोकराने सांगितले.

फोनचा रिसिव्हर खाली ठेवताना जेआरडी समोरच्या मित्राला म्हणाले, बघा इतक्या आणीबाणीची परिस्थिती असताना हे गृहस्थ बाहेरगावी गेलेत, कुठे जातो ते नोकराला सांगितलेले नाही.'' त्याच क्षणाला जेआरडींना उमगले की आता या बातमीबद्दल अधिक तपशील कळणे शक्य नाही. ती बाब चटकन मनाबाहेर टाकत त्यांनी आजोबांकडे संभाषणाची गाडी वळवली. पूर्ववत् हसऱ्या मूडमध्ये येत ते बोलू लागले ''आजोबांनी आणि मित्रांनी तो राजू रस्त्यावरून येणाऱ्या दोन तरुण अनोळखी व्यक्तींना थांबवून त्यांच्या हातात दिला. त्यांना रस्त्याच्या दोन टोकाला उभे केले. हे सरकारी काम आहे असे समजून त्या दोघांनीही फारशी खळखळ न करता संमती दिली. दोन्ही बाजूची रहदारी अडवली गेली. पाचेक मिनिटे दूर राहून ही गंमत ते बघत राहिले आणि मग राजू घेऊन शांतपणे त्यांचे आभार मानून निघून गेले.'

त्यांच्या डोळ्यांसमोर नुकतीच ही घटना घडत असावी असा मिश्कीलपणा त्यांच्या सुरात होता. एका गंभीर प्रश्नाकडून इतक्या चटकन अलिप्त होऊन आनंद लुटताना पाहून ऐकणारा मित्र चकित झाला.

निर्णय घेण्यापूर्वी समस्येच्या सगळ्या बाजू नीट ऐकून घ्यायला हव्यात याकडे जेआरडी कटाक्षाने लक्ष पुरवत. टाटा समूहाचे विद्यमान चेअरमन श्री. रतन टाटा यांनी आपले शिक्षण संपल्यावर टाटासन्समध्ये कामाला सुरुवात केली. टाटा कुटुंबीयांपैकी कुणीही कंपनीचे काम करताना एखाद्या उद्योगातील तळापासून सुरुवात करून त्याबद्दल सर्वकाही ज्ञान करून घ्यायचे अशी नेहमीची पद्धत होती. ट्रांझिस्टर आणि इतर इलेक्ट्रॉनिक उपकरणे बनवणारी टाटांची 'नेल्को' ही उपकंपनी श्री. रतन टाटांच्या ताब्यात देण्यात आली. कोणत्याही मोठ्या उद्योगाच्या बाबत सर्वसाधारणपणे विकासाबाबत एक गोष्ट नेहमी खरी असते ती म्हणजे कंपनीचा व्यवसाय 'जैसे थे' या स्थितीत फार काळ राहू शकत नाही. त्यामध्ये सुधारणातरी

होत जाते, विकसन होते वा व्यवहार हळूहळू मंद होत जातात. नेल्कोचे व्यवहार दुसऱ्या दिशेने म्हणजे नुकसानीत जात होते. नवी कंपनी स्थापन करून ती फायद्यात चालवणे तुलनेने सोपे असते अन् नुकसानीत जाणारी कंपनी, तिची पिछेहाट थांबवून आधी सामान्य स्थितीला आणून मग फायद्याची रेषा वर चढवणे यासाठी विशेष कर्तबगारी लागते. रतन टाटांनी कंपनीची सूत्रे हातात घेऊन तिचा व्यवहार नीट समजून घ्यायला सुरुवात केली आणि त्यानंतर जेव्हा लगेच संचालक मंडळाची बैठक, झाली तेव्हा सर्वांनी कंपनीच्या कारभाराबद्दल नाराजी व्यक्त करून श्री. रतन टाटांना त्यासाठी जबाबदार धरले. अर्थात कंपनीच्या भूतकाळातील गलथानपणाचा, चुकांचा हा परिणाम होता आणि श्री. रतन टाटांवर त्यांची जबाबदारी टाकणे योग्य नव्हते, जेआरडींनी हे जाणले आणि त्यांनी रतन टाटांची बाजू उचलून धरत त्यांना अधिक वेळ द्यायला हवा, हे सर्वांना खुबीने पटवून दिले. त्या बैठकीत जेआरडींनी ''येणाऱ्या इलेक्ट्रॉनिक युगाची पावले ओळखून टाटांनी तयार राहायला हवे. ही कसोटीची वेळ आहे'' असे सांगून आपला द्रष्टेपणाही दाखवून दिला. करियरच्या सुरुवातीलाच असा पाठिंबा मिळाल्याने श्री. रतन टाटांनाही बळ मिळाले आणि नेमक्या चुका शोधून, त्यावर उपाय योजून त्यांनी नेल्कोची घसरती रेषा फक्त सावरलीच नाही तर पुढे चढतीवर आणून दाखवली. जेआरडींनी त्या बैठकीत उच्चारलेले 'ही इलेक्ट्रॉनिक्स युगाची पहाट आहे' हे शब्दही नंतर खरे झाले. आज टाटाची इलेक्ट्रॉनिक्स अन् संगणकक्षेत्रातील कामगिरी ही देशाच्या अभिमानाची बाब आहे.

माणसातील उत्कृष्ट ते काढून घेण्यात जेआरडी कुशल होते. त्याचबरोबर आपल्या कंपनीशी ज्यांची नावे जोडलेली आहेत, त्यांच्याकडून उत्तम कामगिरी व्हायला हवी असेही त्यांना वाटे. केंब्रिज विद्यापीठातून अर्थशास्त्राची पदवी घेतलेले विख्यात अर्थतज्ज्ञ श्री. द. रा. पेंडसे टाटा मध्ये सल्लागारपदावर कार्यरत होते. १९७९ मध्ये त्यांना एका आंतरराष्ट्रीय परिषदेत व्याख्यान द्यायचे निमंत्रण आले. आंतरराष्ट्रीय तज्ज्ञांसमोर बोलायची संधी मिळणे हा मोठा सन्मान होता. एका वरिष्ठ अधिकाऱ्याने ही गोष्ट जेआरडींच्या कानावर घातली. जेआरडींनी पेंडसे यांना बोलावून म्हटले, की ''मला तुमच्या लिखित भाषणाची एक प्रत द्या.'' पेंडसे यांनी उत्तर दिले, ''मी नेहमी उस्फूर्त बोलतो.''

चेहऱ्यावर माफक आश्चर्य दर्शवत जेआरडींनी त्याना म्हटले ''तुम्ही जगभरातील पाचशे अर्थतज्ज्ञांसमोर बोलताना सोबत लिखित प्रत ठेवणार नाही? निदान व्याख्यानाची तयारी केली आहे का?'' पेंडसे आत्मविश्वासाने उत्तरले, ''नाही, मी लंडनला आदले दिवशी पोचणार आहे. तेव्हा हॉटेलमध्ये व्याख्यानाची तयारी करायला भरपूर वेळ मिळेल.''

जेआरडींचा पेंडसे यांच्या बुद्धिमत्तेवर विश्वास होता, पण इथे त्यांना मार्गदर्शनाची गरज आहे हे त्यांच्या अनुभवी वृत्तीने ओळखले. पेंडसे तसे बऱ्यापैकी कनिष्ठ पदावर होते. शिवाय त्यांच्या या निमंत्रणाचा टाटा समूहाशी वैयक्तिक संबंधही नव्हता तरी पण आपला एक उभरता अधिकारी एवढी चांगली संधी गंभीरपणे घेत नाही आहे हे त्यांना खटकले. त्यांनी पेंडसे यांना समोर बसवून दोन गोष्टी सांगितल्या.

''एवढ्या मोठ्या आणि ते देखील आंतरराष्ट्रीय स्तरावरल्या बुद्धिमंतांसमोर बोलण्यापूर्वी आपण काय आणि कसे बोलतो, हे तुम्ही आधी ऐकायला हवे. त्यासाठी दोनतीन वेळा रंगीत तालीम करा. त्यावेळी समोर टेपरेकॉर्डर चालू ठेवा. मग सावकाशीने तुमचे व्याख्यान ऐका. तुम्ही नेमके कसे ऐकले जाणार आहात, याची तुम्हालाच कल्पना येईल. तुमच्या ज्ञानाबद्दल आणि वक्तृत्वाबद्दल तुमच्या प्रमाणे मलाही विश्वास वाटतो, पण ऐकल्यावर तुम्हाला जर त्यात सुधारणा सुचल्या तर तुम्ही त्या करू शकाल. तुमच्याकडे टेपरेकॉर्डर आहे का?''

''मी कुणा मित्राकडून मागून घेईन.''

आपल्या खुर्चीत बसल्याबसल्या जेआरडींनी वाकून बाजूच्या कपाटातील टेपरेकॉर्डर काढला. त्यात कोरी टेप आहे याची खात्री करून घेतली आणि तो पेंडसे यांच्या हातात ठेवत म्हटले ''यावर आधी चांगला सराव करा अन् मग सावकाश परत करा. गुडलक.''

पेंडसे यांनी जेआरडींचा उपदेश तंतोतंत पाळला. प्रत्यक्ष त्यांच्या भाषणानंतर जेव्हा टाळ्यांचा कडकडाट झाला, तेव्हा अभिमानाने तो स्वीकारताना त्यांच्या डोळ्यांसमोर जेआरडींचा हसरा चेहरा उभा होता. त्यानंतर श्री. पेंडसे यांनी अनेक ठिकाणी व्याख्याने दिली. आपले प्रत्येक व्याख्यान उत्कृष्ट व्हावे असे प्रयत्न त्यांच्या हातून सहजपणे होत गेले, तेव्हा प्रत्येकवेळी त्याना जेआरडींचा चेहरा आठवत राहिला.

फार मोठ्या समस्या संयमाने सहजपणे हाताळणारे जेआरडी लहानसहान अडथळ्यांनी मात्र अनेकदा त्रासून त्यांचा संयम सुटत असे. चटकन तोंडून शब्द तीरासारखे निसटून जात. श्रीमती लिली लालवाणी या एअर इंडियाच्या माजी हवाईसुंदरी याबाबत एक आठवण सांगतात. एकदा दक्षिण मुंबईच्या रस्त्यावर नेहमीप्रमाणे वाहतुकीची कोंडी झाली आणि तिची गाडी नेमकी जेआरडींच्या गाडीसमोर आली. गाडी बाहेर काढण्याच्या खटपटीत असताना तिला मागून चिडके शब्द ऐकू आले.

''या बायका गाडी चालवतात आणि....'' तिच्या शेजारी बसलेल्या मैत्रिणीने वळून पाहिले अन् जेआरडींना गाडीतून बाहेर पडताना पाहून ती म्हणाली ''जेआरडी आहेत'' लिली आणखी बावचळली. पण मनावर संयम ठेवत तिने सफाईने गाडी

पुढे काढली. खरेतर वाहतुकीची कोंडी तिच्यामुळे झालेली नव्हती. त्याच तिरिमिरीत घरी येऊन तिने जेआरडींना पत्र लिहिले. 'मी तुमचा अतिशय आदर करते. अनेकदा मी विमानात तुमची सेवा करण्याचे सौभाग्य उपभोगले आहे. मी तुमच्या कर्तृत्वाची फॅन आहे पण परवा रस्त्यात तुम्ही मला उद्देशून जे शब्द काढले, त्यात माझी काही चूक नव्हती...' अशा शब्दात तिने आपली बाजू जेआरडींना कळवली.

पत्र त्यांना पोचले तेव्हा जेआरडी गावात नव्हते, पण परत आल्यावर त्यांनी ते वाचले आणि ताबडतोब लिलीना त्यानी उत्तर पाठवले. 'मला तो प्रसंग आठवत नाही आहे. मी स्त्रियांशी नेहमी अदबीने वागतो आणि त्यांचा अनादर करणे अनुचित समजतो असे सर्वजण म्हणतात. तसे मी बोललो असेन तर 'आय ॲम सॉरी'.[१] या चिठ्ठीसोबत फुलांचा गुच्छही होता. जेव्हा लिली लालवाणीना ही भेट मिळाली तेव्हा कितीतरी वेळ समोर दिसते आहे ते सत्य आहे यावर तिचा विश्वासच बसला नाही.

बारीकसारीक तपशिलाचा विचार करण्याची जेआरडींची पद्धत अनेकवेळा इतरांसाठी त्रासदायक ठरत असे. त्यांच्या बाजूने त्यांचे नेहमी बरोबरच असे. एकदा श्री. मोरारजी भाई आणि ज्येष्ठ सनदी अधिकारी श्री. एल. के. झा. मिळून वर्ल्डबँकेच्या बैठकीसाठी परदेशी निघाले होते. श्री. झा यांना एअर इंडियाच्या प्रथम वर्गात मोफत मिळणारी उंची व्हिस्की प्यायला आवडत असे आणि श्री. मोरारजीभाई कट्टर दारूविरोधक. म्हणून श्री. झा यांनी आपली तिकिटे काढताना एअर इंडियाच्या संबंधित अधिकाऱ्यांना आपल्या खुर्च्या शक्य तेवढ्या दूर ठेवायला सांगितलेल्या होत्या. अर्थमंत्री स्वत: प्रवास करणार तेव्हा कसलीही त्रुटी राहायला नको म्हणून जेआरडी स्वत: या दुक्कलीला पोचवायला आले. नेहमीच्या शिरस्त्याप्रमाणे त्यांनी दोघांच्या बैठकीची व्यवस्था पाहिली. खुर्च्या शेजारी असल्यातर प्रवासात दोघांना कामाबद्दल चर्चा करता येईल अन् वेळ वाचेल या चांगल्या हेतूने त्यांनी दोघांच्या खुर्च्या शेजारी ठेवायची सूचना केली आणि अर्थातच त्याप्रमाणे आसने ठेवण्यात आली. श्री. एल. के. झा यांना त्या प्रवासात फक्त पाण्यावर राहावे लागले.

श्री. मोरारजी देसाई आणि जेआरडी यांचा तीसेक वर्षे कोणत्या न कोणत्या स्वरूपात संबंध आला. मोरारजीभाई अत्यंत साधी राहणी, समाजवादी आर्थिक विचार, अहिंसा आदी गांधीवादी विचारांचे नुसते पुरस्कर्तेच नव्हते तर इतर कोणतीही विचारसरणी त्यापुढे तुच्छ मानणारे, अहंकारी पण कर्तबगार गृहस्थ होते. जेआरडी हे भांडवलशाही विचारांचे, नफा आणि भागधारकांचे हित पाहणारे समाजवादाचे शत्रू आहेत असा त्यांचा ठाम समज होता. मोरारजीभाई मुंबई व गुजरात अशा संयुक्त राज्याचे मुख्यमंत्री असताना जेआरडींनी त्यांची भेट मागितली. टाटा इलेक्ट्रिक कंपनी तेव्हा राज्याला वीज पुरवत असे. भविष्यकालातील योजनेचा

एक भाग म्हणून टाटाच्या पहाणी विभागाने राज्यातील वाढत्या उद्योगांची माहिती गोळा केली आणि टाटाच्या कुशल नियोजनकारांनी पुढील काही वर्षांत राज्याची विजेची गरज कशी वाढती राहील, याचा आराखडा बनवला. या अहवालावरून कंपनीचा विकास कसा करायला हवा याची योजना बनवण्यात आली. या विकास योजनेसाठी सरकारी मंजुरी घेणे जरुरीचे होते. त्यासाठी ती भेट मागितली होती. जेआरडींनी सर्व अहवाल, योजना यांचा अभ्यास केला होता. त्यांच्या सोबत टाटा इलेक्ट्रिक कंपनीचे त्यावेळचे चेअरमन सर होमी मोदी (श्री रुसी मोदी यांचे वडील) हेही होते.

श्री. मोरारजीभाईंच्या चेंबरमध्ये गेल्यावर इकडचे तिकडचे बोलून वेळ न घालवता जेआरडींनी थेट मुद्द्यालाच हात घातला. हातातील अहवाल पुढे करत ते म्हणाले की "येणाऱ्या वर्षांत लागणारी विजेची गरज इतकी आहे आणि त्यामुळे लवकरच विजेचा तुटवडा भासू लागेल असे हा अहवाल सांगतो."

त्यांना थांबवत मोरारजीभाई म्हणाले, "मी पाहिलेल्या कागदपत्राप्रमाणे विजेचा तुटवडा पडणार नाही याची मला खात्री आहे."

जेआरडी एक शब्दही न बोलता खुर्चीतून उठले. "तुम्ही कुठे चालला आहात?" असे मोरारजींनी विचारले तेव्हा ते म्हणाले "मी परत चाललो आहे. येत्या काही वर्षांत विजेचा तुटवडा भासणार अशी आकडेवारी माझी तज्ज्ञमंडळी सांगतात आणि तुम्ही 'नाही' म्हणत आहात. तेव्हा तुमचा महत्त्वाचा वेळ मी कशाला फुकट घालवू? आमचाही वेळ आमच्यापाशी उरेल."

या उत्तरानी मोरारजीभाई अवाक् झाले अन् लगेच म्हणाले 'बसा'. जेआरडी खाली बसले.

मग चर्चा झाली आणि टाटांची मागणी मान्य करण्यात आली. प्रत्यक्षात विजेची मागणी त्यातून वाढती राहिली आणि पुढे तर टंचाईही निर्माण झाली. हा कटू प्रसंग मोरारजी कधी विसरले नाहीत. आणीबाणीनंतर पंतप्रधानपदी आल्यावर त्यानी घेतलेले एकदोन निर्णय पाहिले तर जेआरडींबद्दलचा त्यांच्या वैयक्तिक आकस दिसून येतो. १९४८ पासून, ॲटॉमिक एनर्जी कमिशनच्या स्थापनेपासून जेआरडी त्यांचे सदस्य होते. मोरारजीभाईंनी त्यांना त्या कमिशनवरून लगेच काढून पुनर्रचना केली. एअर इंडियाच्या अध्यक्षपदाची पंचवीस वर्षे जेआरडींनी एक पैसा मानधन न घेता देशसेवा म्हणून जबाबदारी निभावली होती. त्या पदावरून मोरारजींनी त्यांची अशोभनीयरीत्या उचलबांगडी केली.

माणसे अधिकाराच्या खुर्चीत बसली आणि अत्यंत व्यस्त असली तर लहानसहान चुकीसाठी हाताखालच्या वा समोरच्या माणसांना उद्देशून कठोर शब्द उच्चारतात. तो त्या क्षणापुरता उद्रेक असतो, सर्वांनाच ते समजून घेता येते असे नाही.

अनेकजण हे शब्द लक्षात ठेवून पुढील सर्व भेटीत त्या संबंधातील कडवटपणा जोपासत, वाढवत राहतात. मग तत्त्वाऐवजी व्यक्तीला विरोध ही भूमिका राहाते आणि ती उद्योगाच्या, संस्थेच्या वा इतर कोणत्याही प्रकारच्या विकासाला मारक ठरते. अनेकदा खुर्चीचे म्हणून काही ताण असतात, तेही समजून घ्यावे लागतात. जेआरडी शक्यतो कठोर शब्द उच्चारत नसत. स्वतःला दुसऱ्याच्या जागी कल्पून आपल्याला ते शब्द ऐकायला कसे वाटतील याचाही विचार ते करत. कारण अशा शब्दानी माणसाचा स्वाभिमान दुखावला जातो अन् मने कडवट होतात. हाताखालच्या लोकांची प्रयोगशीलता हरवते. कुणाला कधी वागण्याबद्दल, चुकांबद्दल समज द्यायची वेळ आली तर जेआरडी शक्य तेवढी मृदू भाषा वापरत. ''आता मी तुम्हाला जे सांगणार आहे ते कटू आहे पण मला बोललेच पाहिजे, स्वतःपेक्षा कंपनीचा विचार माझ्यासाठी निःसंशय महत्त्वाचा आहे.'' अशी सुरुवात करून ते समोरच्याला समजावून सांगत. त्या व्यक्तीच्या वैयक्तिक संबंधात बाधा येऊ नये याची पुरेपूर काळजी घेऊन समज दिली जाई.

पंडित जवाहरलाल नेहरू आणि जेआरडी तरुण वयापासूनचे एकमेकांचे चांगले मित्र होते. स्व. मोतीलालजी, विजयालक्ष्मी पंडित आणि जवाहरलालना घेऊन आरडी टाटाच्या 'सुनीता' बंगल्यात उतरले होते. तेव्हापासून त्यांची मैत्री जमलेली होती. युरोपातील शिक्षण, उत्तम पुस्तकांचे वाचन, उच्च अभिरुची आणि कलांची, गुणवान माणसांची आवड अशी काही वैशिष्ट्ये दोघांमध्ये समान होती. पण स्वातंत्र्यानंतर नेहरूंची विचारसरणी समाजवादाकडे झुकत गेली. भांडवलशाही हा शब्द त्यांना खुपू लागला, नफा मिळवणे पाप आहे या कल्पनेने ते झपाटून गेले अन् धोरणांबाबत दोघांची मतभिन्नता वाढत गेली. स्वातंत्र्यसंग्रामाच्या अखेरच्या पर्वात सर्वच तरुणाई देशसेवेच्या उदात्त कल्पनांनी झपाटून लढ्यात उतरली तेव्हा आपणही सर्व उद्योग सोडून चळवळीत उतरावे असे विचार जेआरडींच्या मनात घोळू लागले. पण खांद्यावर इतक्या मोठ्या उद्योगसमूहाची जबाबदारी होती. लाखो लोकांचे जीवन प्रत्यक्ष, अप्रत्यक्षरीत्या त्यांच्यावर अवलंबून होते. स्वातंत्र्यानंतर उद्योगधंदे वाढवून देशाची भरभराट करणे, देश संपन्न करणे ही देशसेवा आहे असा विचार करून जेआरडी संयमाने वागले. पण वेळोवेळी त्यांनी पैसे, माणसे, यंत्रणा यांची मदत न मागताही पुढे केली. स्वातंत्र्यानंतर देशातील खनिज संपत्तीचा शोध घेण्यासाठी सरकारतर्फे 'रेअर अर्थ' संस्था स्थापन करायचे ठरले. तेव्हा जेआरडींचा उद्योग चालवायचा उत्तम अनुभव ठाऊक असल्याने नेहरूंनी त्यांना या संस्थेचे चेअरमनपद स्वीकारायची विनंती केली. त्यावेळी टाटा समूहातील अनेक कंपन्यांचा विस्तार चालू होता अन् जेआरडी त्यात इतके व्यस्त होते की इतक्या महत्त्वाच्या प्रकल्पासाठी त्यांच्याकडे खरेच वेळ नव्हता. नेहरूंनी त्यांना पत्रात लिहिले की

'तुम्ही फार देऊ शकला नाहीत तरी चालेल पण तुमचे नाव फार वेळ चेअरमनपदी असू दे'. त्यावर जेआरडींनी स्पष्ट शब्दांत नेहरूंना कळवले, की नुसते नाव देण्यात मला स्वारस्य नाही. मी जर चेअरमनपद स्वीकारले तर कंपनीच्या संपूर्ण व्यवहाराची मला माहिती हवी. त्यासाठी माझ्यापाशी वेळ नसेल तर नामधारी चेअरमन राहणे मला प्रशस्त वाटत नाही.'

पुढे सर होमी मोदी यांनी 'रेअर अर्थ'ची घडी बसवण्यासाठी चेअरमनपदाची जबाबदारी घेतली.

नेहरू आणि जेआरडी यांच्या संबंधात त्यामुळे कडवटपणा आला नाही. एकमेकांच्या वेगळ्या मतांचा आदर करण्याइतके दोघेही सुसंस्कृत होते. एकदा लंडनला निघालेल्या नेहरूंनी लॉर्ड माऊंटबॅटनसाठी रत्नागिरीचे सुप्रसिद्ध हापूस आंबे मुंबईला विमानात चढवायची जेआरडीना विनंती केली. त्या पत्रात नेहरूंनी लिहिले होते की, 'आंबे थोडेच असावेत. वजन जास्त झाले तर नेणे कठीण होईल.' त्या सुमारास एअर इंडिया परदेशी जाणाऱ्या प्रवाशांच्या वजनाबाबत अतिशय काटेकोर होती. जरा वजन वाढले तर अलग भाडे आकारण्यात येत असे. त्याविरुद्ध प्रवासी कुरकुर करत, पण विमानसेवेच्या सुरक्षिततेसाठी आणि सोयीसाठी हे आवश्यक होते. जेआरडीनी उत्तम प्रतीचे आंबे विमानात चढवले आणि नेहरूंना सोबत चिठ्ठी लिहिली, 'पंतप्रधानांची भेट म्हणून परदेशी नेलेले आंबे अगदी खास निवडलेले असल्याने त्यांना गुरुत्वाकर्षणाचे नियम लागू होत नाहीत. सबब वजन वाढले तरी चिंता करू नये.'

मग नेहरूंनीही आंबे देऊन झाल्यावर आणि परतल्यावर 'त्या खास आंब्याची चव खासच होती आणि ते इतक्या इतक्या जणांना पाठवले, त्यांनी सर्वांनी त्यांच्या चवीची प्रशंसा केली.' अशी टिपणी धन्यवाद देणाऱ्या चिठ्ठीत केली.

दोघे कधीही भेटले तर देशापुढच्या प्रश्नाबाबत नेहमी चर्चा करत, पण उपायाबाबत त्यांचे कधीही एकमत होत नसे. 'गरिबी आणि श्रीमंतीतील दरी मिटवायला हवी, त्यासाठी श्रीमंतांवर भरपूर कर लावायला हवा' असे नेहरूंचे मत तर, 'करभार वाढतो तेव्हा करचुकवेगिरी वाढते अन संबंधित यंत्रणेत भ्रष्टाचार शिरतो, त्यापेक्षा उद्योगांची नियंत्रणे सैल करून उद्योगवाढ झाली तर एकूण संपत्ती वाढेल अन त्याचा अंतिम फायदा जनतेपर्यंत पोचेल' असे जेआरडींचे मत होते. 'नफा' या शब्दाचे नेहरूंना वावडे होते तर नफा नसेल तर कुणीही उद्योग वाढवणार नाही. संपत्तीची वाढ झाली नाही तर समान वाटप कशाचे करणार, असा जेआरडींचा सवाल असे. पण दोघांच्या वैयक्तिक मैत्रीवर या मतभिन्नतेचा दोघांनीही परिणाम होऊ दिला नाही. नेहरूंच्या प्रत्येक हाकेसरशी जेआरडी आपली तज्ज्ञ माणसे सरकारकडे पाठवत होते आणि जेआरडींच्या वैयक्तिक मैत्रीचा नेहरूंनी नेहमी मान ठेवला.

टाटा स्टीलने वर्ल्ड बँकेकडून कर्ज घेऊन आपले उत्पादन दुपटीने वाढवले, तेव्हा वर्ल्ड बँकेच्या एका वरिष्ठ संचालकाची श्री. जॉर्ज वुड्स पतिपत्नीची आणि जेआरडींची मैत्री झाली. वुड्स दांपत्याच्या भूमध्यसागरतीरावरील घरामध्ये जेआरडी पत्नीसह सुटी घालवायला त्यांच्या निमंत्रणावरून जात असत. वुड्स दांपत्याला भारतीय चहा खूपच आवडू लागला होता आणि म्हणून जेआरडी ते कुठेही असले तरी उत्तम प्रतीची चहापूड त्यांना नियमितपणे पाठवत असत. वुड्स नंतर न्यूयॉर्कला राहू लागले तरीही चहापूड संपण्यापूर्वी नवा डबा येत राहिला. वुड्स यांनी गमतीने जेआरडींना पत्रातून त्यांचे आभार मानत लिहिले ''अगदी वेळेवर माझ्याकडे चहापूड पोचते आहे. त्यामुळे मला आता तिच्याशिवाय राहाणे शक्य नाही. तुम्ही जर माझ्याआधी स्वर्गवासी झाला तर त्यापूर्वी माझ्यासाठी चहापुडीची आमरण व्यवस्था करून जाल, अशी आशा बाळगतो.''

या पत्रावर जेआरडींचे तेवढ्याच खेळकर भाषेत उत्तर आले ''तुमच्या सूचनेचा मी गंभीरपणे विचार केला आणि माझ्या मृत्युपत्रात तुमच्या चहापुडीची तरतूद करायचे ठरवले. पण मला माझ्या मृत्यूनंतर 'डेथ टॅक्स' भरून तेवढे पैसे उरतील की नाही याबद्दल शंका वाटते (त्यावेळी सरकारने मृत्यूनंतर मालमत्ता हस्तांतरण करण्यासाठी भरपूर डेथड्यूटी लावलेली होती) तेव्हा मी दुसरी कोणतीतरी पर्यायी व्यवस्था करायच्या विचारात आहे. तशी व्यवस्था करून मी तुमची 'तिथे' वाट पहात राहीन. मला आशा वाटते की आपण एकाच 'जागी' जाऊ.''

कठीण प्रसंगात ताण कमी करण्यासाठी जेआरडी आपल्या हजरजबाबीपणाचा अनेकवेळा चपखल वापर करत असत. टाटा समूहाचे चेअरमन म्हणून भागधारकांच्या वार्षिक सर्वसाधारण सभेत त्यांना नेहमी बोलावे लागे. त्या सभेसाठी ते नेहमी तयारी करून जात, पण आयत्यावेळी भागधारकांनी विचारलेल्या प्रश्नांना उत्तरे देताना तयारीचा उपयोग होईलच असे सांगता येत नसे. कारण अनेक अनपेक्षित प्रश्न विचारून संचालक मंडळाला अडचणीत आणणे भागधारकांना आपला हक्क वाटत असे. एकदा अशा बैठकीत एक जण तावातावाने उठून म्हणाला ''सर, हमाम सोपची गुणवत्ता घसरत चालली आहे?''

''असे कोण म्हणते?'' जेआरडी.

''माझी पत्नी म्हणते सर, ती तो साबण कित्येक वर्षे वापरत आहे.''

''तिचे त्या साबणाने समाधान होत नसेल तर तिने साबण बदलायला हवा.''

''इतकी वर्षे निष्ठेने ती तो साबण वापरत आहे, तो बदलणे तिला शक्य होणार नाही.'' त्याने तेवढ्याच जोरकसपणे उत्तर दिले.

''मग तुम्ही बायको बदला.''

आणि मग उठलेल्या हास्याच्या लाटेत हा प्रश्न वाहून गेला.

जेआरडींच्या घरातील पाहुण्याची वर्दळ थेलीच्या आजारपणानंतर थंडावत गेली पण अधूनमधून जुने स्नेही हजेरी लावत असत. किरा बनासिन्सका नावाची त्या जोडप्याची एक जुनी स्नेही मात्र आवर्जून येत असे. ती जेआरडींपेक्षा वयाने थोडी मोठी होती पण सतत व्यस्त असे. ऐंशी वर्षे झाल्यानंतरही हैद्राबादेत मॉंटेसरी शिक्षिकांसाठी प्रशिक्षण केंद्र उघडायचा उत्साह तिच्यामध्ये होता. त्यासाठी ती मुंबईला एका फेरीत आली तेव्हा जेआरडींना म्हणाली ''माझे वय तुझ्याहून तीन वर्षांनी मोठे आहे. मी सर्व तपासण्या नुकत्याच करून घेतल्या. वयाच्या सत्त्याऐशींव्या वर्षी माझे हृदय तुझ्यापेक्षा अधिक निरोगी आहे असे डॉक्टर म्हणतात.''

जेआरडींनी त्याच खेळकरपणाने उत्तर दिले ''किरा, तू अविनाशी आहेस. तुझा निकाल लावण्यासाठी बंदुकीची गोळी झाडणे हा एकच पर्याय मला दिसतो.''

इतकी प्रसन्न वृत्ती राखूनही कुणाच्या वेदना जेआरडींना कमी करता आल्या तर ते स्वत:हून पुढे होत. त्यांचे चरित्रकार श्री. आर. एम. लाला कॅन्सरवर उपचार घेत होते. मुंबईत केमोथेरपी चालू केली तेव्हा त्यामुळे उत्पन्न होणाऱ्या वेदना, तडफड त्यांच्या सहनशक्तीच्या बाहेर गेल्या. जेआरडींना समजले तेव्हा त्यांनी श्री. लालांना अमेरिकेत पाठवायची व्यवस्था केली अन स्वत: न्यूयॉर्कच्या लेक्सिंग्टन हॉटेलात फोन करून लाला दांपत्यासाठी खोली राखून ठेवली. उपचार सुरू झाले. स्लोन केटरिंग कॅन्सर हॉस्पिटल ही जगातील अव्वल संस्था आहे. तिथल्या डॉक्टरानी केमोथेरपी थांबवून इतर उपचार सुरू केले, तेव्हा लालांच्या वेदना कमी झाल्या आणि त्यांनी धैर्याने उपचारांना तोंड द्यायला सुरुवात केली. योगायोगाने त्यावेळी जेआरडी न्यूयॉर्कला त्याच हॉटेलात उतरले होते. सौ. लालांची व त्यांची हॉटेलच्या लॉबीत भेट झाली. नवऱ्याच्या वेदना कमी केल्याबद्दल तिथे भारावून जेआरडींचे आभार मानले तेव्हा ते उत्तरले, ''माझे कसले आभार मानता, देवाचे माना, तोच सर्व घडवून आणतो.''

श्री. जे. डी. चोक्सी हे सुप्रसिद्ध वकील जेआरडींचे बऱ्याच वर्षांचे सल्लागार अन वैयक्तिक स्नेही होते. ऐंशी पार झाल्यावर त्याना स्मृतिभ्रंश झाला अन् ते बऱ्याच जणांना ओळखेनासे झाले. एक-एक करून त्यांचे सर्व मित्रमंडळ दुरावत गेले. जेआरडी मात्र दर रविवारी फोन करून त्यांच्याशी गप्पा मारत. जुन्या आठवणींना खोदून खोदून उजाळा देत. त्यांना आनंदी ठेवायचा प्रयत्न करत कुटुंबाव्यतिरिक्त बाहेरचे असे ते एकटेच त्यांच्याशी शेवटपर्यंत संपर्क ठेवून होते.

फक्त वृद्धच नव्हे तर तरुणाईशीही ते अशाच दिलखुलासपणे वागत. 'दी ग्रेट ईस्टर्न शिपिग' कंपनीचे मालक श्री. वसंत शेठ यांनी आपल्या तरुण वयातली जेआरडींची एक आठवण जपलेली आहे. श्री. वसंत शेठ कॉलेजात शिकत असताना तीन मुलींबरोबर बसस्टॉपवर बसची वाट पाहात होते. एक आलिशान

लिमोसिन गाडी समोर थांबली अन व्हिलवरच्या माणसाने म्हटले, 'लिफ्ट हवी का?' श्री वसंत शेठ आणि त्या तीन तरुणी गाडीत बसल्या. त्या मुलींवर भाव मारण्यासाठी श्री. वसंत शेठ म्हणाले "ही गाडी कुणाची तुम्हाला ठाऊक आहे का? जेआरडी टाटांची आहे."

व्हिलवर त्यावेळी खुद्द जेआरडी होते आणि अर्थात त्यांना चौघानीही ओळखले नव्हते. ते वळून पाहात हसत म्हणाले "ही गाडी जेआरडींची नाही आहे, टाटा आयर्न आणि स्टील कंपनीची आहे." एकदा एका इमारतीच्या लिफ्टमध्ये एका कॉलेजतरुणीने त्याना म्हटले "तुम्ही अगदी जेआरडींसारखे दिसता, ठाऊक आहे का?" तर लिफ्टमधल्या आरशात पाहात हसत ते म्हणाले "अरेच्या खरेच की, माझ्या आजवर लक्षातच आलेले नाही."

कॉलेजला जाऊन आपण पदवीशिक्षण घेऊ शकलो नाही याची खंत कधीकधी त्यांच्या बोलण्यातून व्यक्त होई. त्यावर त्यांच्या एका पदवीधर मित्राने त्यांना म्हटले "तुम्ही स्वत:बद्दल अजिबात मोठेपणा बाळगत नाही, इतके विनयी अन् नम्र आहात, केंब्रिजची पदवी असती तर तुम्ही असेच राहिला असता का?"

यावर त्यांनी जे उत्तर दिले ते सर्वार्थाने त्यांचे अंतरंग दर्शवते. क्षणभर विचारमग्न होत ते म्हणाले "मी जर केंब्रिजची पदवी घेतली असती तर मला किती थोड्या विषयांबद्दल किती तुटपुंजी माहिती आहे हे उमजले असते आणि मी अधिक विनयी बनलो असतो."

❑

घरातले जेआरडी

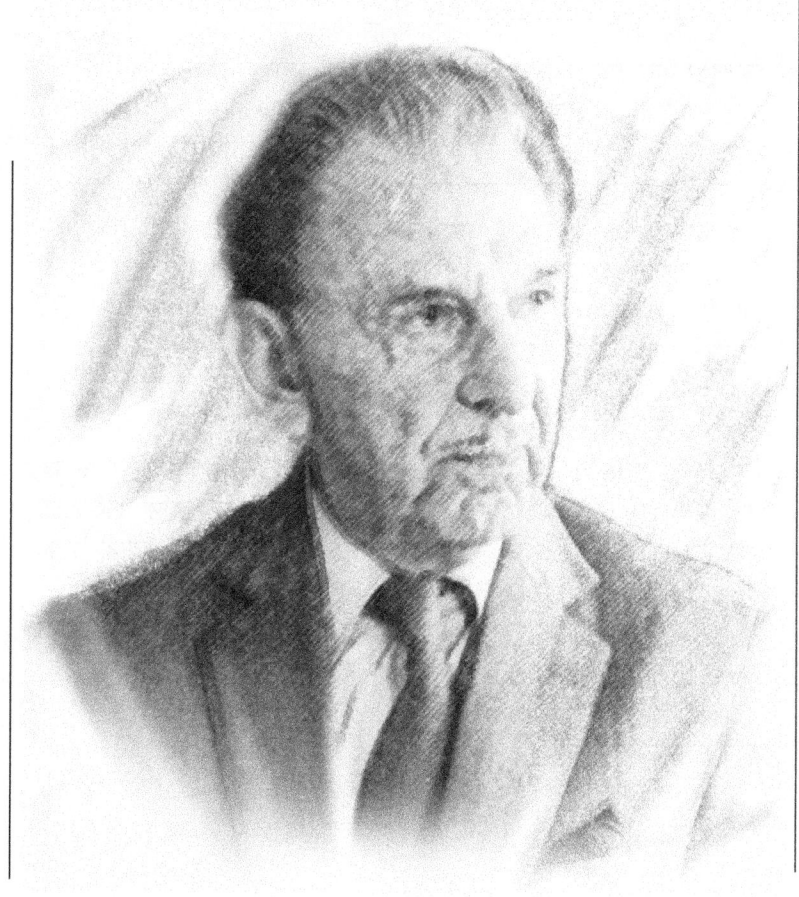

घरातले जेआरडी

पहिला मुलगा म्हणून छोट्या जेहचे लहानपणापासून भरपूर लाड केले गेले. जेआरडी जन्मले तेव्हा आरडी जवळ जवळ पन्नाशीजवळ होते, आपल्या कामात अतिशय व्यस्त होते. उद्योगाच्या निमित्ताने त्यांचे घरी राहणेही कमी असायचे, पण पत्नीमुलांना त्यांनी कधीही कशाचीही कमतरता भासू दिली नाही. जेआरडी लहान असताना त्यांना खाण्याच्या भरपूर खोडी होत्या. टेबलाभोवती ते फिरत आहेत अन् त्याना भरवण्यासाठी आई, आजी वा कुणीतरी हातात ताटली घेऊन मागोमाग चालते आहे अशी आठवण त्यांची मोठी बहीण सिल्या सांगते. अनेकदा खोडकरपणा केल्यावर वडिलांचा धाक घालून आई शिस्त लावायचा प्रयत्न करत असे याचीही सिल्याला आठवण आहे. पॅरिसच्या त्यांच्या घराला गच्ची होती. उभे राहून खालून जाणाऱ्या लोकांच्या टोप्यांना दाणे मारणे आणि त्यांनी दचकून शोधाशोध सुरू केली की खाली बैठक मारून लपणे हा उद्योग सुटीच्या दिवशी सर्रास चालत असे. त्यावेळच्या पेनीला मध्ये भोक असे, त्याला दोऱ्याने बांधून वरून ते टाकले की नाणे पडल्याचा आवाज होई आणि पादचारी खिशातून नाणे पडले असे समजून शोधाशोध करण्यापूर्वी दोऱ्याने ते नाणे वर ओढून गंमत पाहायची असल्या बालसुलभ खोड्याही भावंडांच्या, मित्रांच्या मदतीने चालत असत. लहानपणाची खास शेवटपर्यंत टिकलेली आवड म्हणजे वेगवान गाड्या आणि विमाने. वय वाढत चालले तसे आईशी त्यांचे भावबंध वडिलांपेक्षा जास्त जुळत गेले. वास्तव्य सारखे बदलत गेल्याने भावंडांशीच अधिक खेळणे होत असे. ही वेगाची आवड वाढत गेली तसे त्यांनी वडिलांकडे मोटारसायकलचा हट्ट धरला. त्यांनी गाडी दिली पण मोटारसायकलला विरोध केला. वडील गेल्याबरोबर लगेच त्यानी शंभर रुपयाला एक सेकंडहँड मोटारबाईक घेऊन आपली वेगाची हौस पुरी केली.

बंदूक घेऊन त्याकाळी घनदाट झाडी असलेल्या घराच्या आसपास पक्षी टिपत फिरणे हेही त्यांना काही काळ आवडत होते. एकदा त्यांनी जवळच असलेल्या पारशी स्मशानाजवळ उडणारे गिधाड बंदुकीने टिपले. सुदैवाने त्यांची ही आगळीक कुणाला कळली नाही.

आपली बुगाटी गाडी वेगाने चालवत भटकणे पोलिसांच्या नजरेत भरलेले आहे हे त्याना ठाऊक होते. कधीतरी या युवकाला अडकवायचे असा मुंबई वाहतूक

पोलिसांनी जणू निश्चयच केला होता. ते फक्त संधीची वाट बघत होते. एकदा मेहता नावाच्या एका मित्राबरोबर मजेत संध्याकाळ घालवत जेआरडी आणि तो मित्र आपापल्या गाडीने जुहूहून दक्षिण मुंबईकडे यायला निघाले. दोघांनी दोन रस्त्यांनी जाऊन केम्प्स कॉर्नरला एकत्र मिळायचे असे ठरले. जेआरडी तिथे पोचले अन् वाट बघू लागले. बराच वेळ झाला तरी त्यांचा पत्ता नाही असे पाहून ते शोधायला दुसऱ्या रस्त्याने परत निघाले. वाटेत कळले की पेडर रोडला एका गाडीला अपघात झाला आहे. १९२९ साली पेडर रोड म्हणजे एकमजली टुमदार बंगल्यांची, भोवती मोठी मोठी झाडे असलेली आवारे अन् समोर बागा अशी बऱ्यापैकी निर्जन वसाहत होती. त्या रस्त्यावर सावकाश शोधत येताना त्यांना मित्राची गाडी दिव्याच्या खांबावर आदळलेली दिसली. त्यावेळी त्या रस्त्यावर संध्याकाळी काळोख पडला की नक्षीदार लोखंडी खांबावरती असलेल्या काचेच्या चौकोनी हंडीवजा फ्रेममध्ये गॅसचे दिवे पेटवणारा उंच काठी घेतलेला दिवेवाला हमखास दृष्टीला पडे. त्याऐवजी त्या खांबाला आपटलेली गाडी आणि मित्रांबरोबर असलेल्या तरुणाचा निर्जीव हात खिडकीबाहेर लोंबकळताना दिसला. तो तरुणही कुणी सोम्यागोम्या नव्हता तर क्रिकेटपटू कांगाचा भाऊ होता.

मुंबई पोलिसानी सरळ दोन अधिक दोन चार असे गणित घातले. जेआरडी आणि मेहता शर्यत लावत होते म्हणून अपघात झाला असा आरोप ठेवत त्यांनी खटला उभा केला. यातून सुटण्यासाठी जेआरडींना एका चांगल्या फौजदारी वकिलाची गरज होती. ताजमहाल हॉटेलच्या मागच्या गल्लीत राहणाऱ्याशी जॅक विकाजी नावाच्या एका निष्णात वकिलाची त्यांना शिफारस केली म्हणून त्यांच्या घरी जेआरडी गेले आणि तिथे त्याच्या आयुष्यातला एक गोड अपघात जणू वाटच पहात होता. ती केस जेआरडी अर्थातच जिंकले पण दुसऱ्या अपघाताचे सुंदर परिणाम आयुष्यभर त्यांच्यासोबत राहिले. श्री. जॅक विकाजींची अत्यंत सुंदर, नाजूक पुतणी थेल्मा विकाजी हिने पहिल्या नजरेतच जेआरडींना जिंकून घेतले. तिला भेटण्यासाठी त्यांनी विकाजीच्या घरी वाजवीपेक्षा जास्त चकरा मारल्या आणि केसबरोबर तिलाही जिंकले.

थेलीची आई इंग्लिश डॉक्टर होती अन् वडील सोहराब विकाजी एक प्रसिद्ध बँकर होते. त्यांची राहणी अत्यंत आलिशान होती. त्यांनी भरपूर पैसा मिळवला अन् तसाच घालवला. हे विकाजी कुटुंब एकेकाळी इतके श्रीमंत होते, की त्यांनी हैद्राबादच्या निजामालाही कर्ज दिलेले होते, टांकसाळ खोलून नाणी पाडून दिली होती. निजामाने कर्ज परत केले नाही, तेव्हा त्यांनी निजामावर केस केली अन् त्यांना भरपूर नुकसान सोसावे लागले. थेल्माच्या वडिलांनी जगभर व्यवसाय केले, पण पत्नीशी न पटल्यामुळे मुलींकडे दुर्लक्ष झाले तेव्हा थेली आणि तिची बहीण या

श्रीमंत, प्रेमळ काकाकडे राहू लागल्या. थेलीचा जन्म अमेरिकेत झाला अन् शिक्षण इटलीत झाले. पुढे मुंबईत येऊन जेजे स्कूल ऑफ आर्टस् या कॉलेजात तिने कलाशिक्षण घेतले. काकांनी या दोन मुलींनाच नव्हे तर आणखी एका भावाचा मुलगा बॉबी यालाही स्वतःच्या पोटच्या मुलांप्रमाणे वाढवले. थेलीहून सात-आठ वर्षांनी लहान असलेला बॉबी चलाख होता. जेआरडी घरी आले की त्यांना आपल्या बहिणीबरोबर एकटे राहायचे असते, हे त्या पोराने हेरले अन् तो बहिणीला चिकटूनच राहू लागला. "तुला पिक्चरला जायचेय का?" या प्रश्नावर "माझ्याकडे पैसे नाहीत," असे वरवर निरागस उत्तर त्याने दिले. मुकाट्याने जेआरडींनी खिशातून पैसे काढून त्याच्या हातावर टिकवले. पुढेपुढे ते आले की डोळ्यांनीच संभाषण होई अन् जेआरडींचा हात खिशातून प्रतिक्षिप्त क्रिया व्हावी तसे त्याच्या हातावर पैसे टिकवू लागला. आपल्या बुगाटीतून थेलीला मुंबईभर फिरवणे हा त्यांचा दिवसभराच्या कामानंतरचा आवडता उद्योग झाला. २९ डिसेंबर १९३० ला त्यांचे लग्न झाले. अतिशय निरागस चेहरा आणि साधी अनलंकृत रहाणी यामुळे थेली टाटा अत्यंत आकर्षक दिसत असत. डिसेंबरच्या भर थंडीत हनिमूनला ते दार्जिलिंगला गेले. तिथे बंगालचा गव्हर्नर येणार म्हणून एकदा रस्त्यात त्यांची गाडी तासभर अडवून ठेवली तेव्हा ऐनवेळी दोघांनी गव्हर्नरची गाडी अडवून "तुमच्या सुरक्षिततेसाठी जनतेला भर थंडीत किती त्रास सहन करावा लागतो" असे ठणकावून सांगून आपला निषेध नोंदवला.

लग्नानंतर नव्या जोडप्याने कुलाब्याला 'हिलियापोलीस' या इमारतीतील प्रशस्त जागेत आपला संसार थाटला तेव्हाही बॉबी सोबत राहात असे. कामावरून घरी आल्यावर तो मुद्दाम घरात दोघांसमवेत घुटमळत राही. "खेळायला जात नाहीस का?" असा प्रश्न विचारला की "माझ्याकडे सायकल कुठे आहे? बॅट कुठे आहे?" असे म्हणत असे. जेआरडींनी धाकट्या भावाचे पुरवावेत तसे त्याचे लाड पुरवले.

थेलीने पहिले काही महिने टाटांच्या फ्लोराफाऊंटन येथील दुकानात जाऊन व्यवहार पाहिले; पण जसजसा टाटा समूहाचा पसारा अन् जेआरडींच्या कामाचे वर्तुळ वाढत गेले, तसे घर संभाळणे आणि जेआरडींची व्यक्तिगत काळजी घेणे यातच तिचा दिवस संपून जाऊ लागला. पहिल्यांदा चित्रे काढणे, वाचन करणे अशा आवडी तिने जोपासल्या. नंतर मोठे घर, सतत येणारे पाहुणे, जेआरडींबरोबर अनेक ठिकाणी पत्नी म्हणून जाणे यातच ती रमून गेली. ती नवऱ्याच्या बाबतीत जरा जास्तच पझेसिव्ह होती असे तिच्या मैत्रिणी आणि जेआरडींच्या बहिणी म्हणतात. त्यात जेआरडींचा स्वभाव अत्यंत काटेकोर होता. प्रत्येक गोष्ट 'एक्सलंट' हवी, परिपूर्ण हवी, नीटनेटकी हवी हा त्यांचा अट्टाहास जवळजवळ विकृती म्हणावी इतका पराकोटीचा होता. अव्यवस्थितपणा, गलथानपणा त्यांना बिलकूल

खपत नसे. स्वत:ची दमछाक होईपर्यंत थेली ते सर्व डोळ्यांत तेल घालून सांभाळत असे. त्यात मूल न झाल्याने जेआरडी हेच तिचे विश्व बनले. दर सुटीत ते दोघे युरोपला जात. आपल्या आवडत्या खेळाच्या शर्यती बघणे हा विरंगुळा जेआरडींना पुन्हा कामाचे डोंगर उपसायला प्रेरणा देत असे. टेनिस, मोटार रेसिंग पाहणे, बर्फात खेळणे, संगीत जलसे ऐकणे अशी अनेक आनंदी क्षणांची लयलूट प्रत्येक सुटीत वाट्याला येई. घराशी फार काळ बांधून ठेवणारे धागे नसल्याने बहुसंख्य ठिकाणी थेली नवऱ्यासोबत जाऊन त्यांची सगळी व्यक्तिगत कामे त्यांना हव्या तेवढ्या काटेकोर रीतीने संभाळत राही.

अनेकांनी त्यांना दत्तक घेण्याबद्दल सुचवले. पण त्यांनी तो विचार कधी अमलात आणला नाही. प्रत्यक्षात जेआरडींना मुले फार आवडत. कधी विषय निघाला तर ते म्हणत, ''मला मुलापेक्षा मुलगी असलेली जास्त आवडेल''. कधी हसून म्हणत ''मला मुलगा असता तर त्यामुळे टाटा समूहात अनेक समस्या उभ्या राहू शकल्या असत्या. टाटासमूह ही एक राष्ट्रीय कंपनी आहे आणि मला ती तशीच राहायला हवी आहे.''

कधी कोणत्या मुलाच्या सहवासात आले तर मात्र ते खुलून जाऊन खेळत बोलत राहात. त्यांचा 'नाईट' नावाचा एक उग्र, राकट कुत्रा होता. कोणत्याही नव्या माणसाला तो घरात येऊ देत नसे. त्याला संभाळणारा नोकर एक दिवस सोबत आपल्या दहा वर्षांच्या छोट्या मुलीला घेऊन आला. नाईटने न भुंकता खेळत राहून तिचे स्वागत केलेले पाहिले तसे नोकराने जेआरडींना ही गोष्ट सांगितली. कौतुकाने त्यांनी त्या छोटीला जवळ बोलावले अन् म्हटले, ''तू अगदी स्पेशल मुलगी आहेस म्हणूनच नाईटला आवडलीस. आता तू भराभरा मोठी होऊ नकोस नाहीतर नाईट तुला ओळखणार नाही.''

विश्वास बसल्यासारखे तिने मान हलवत 'हो' म्हटले. तो नोकर तिच्या वय होऊन बोलणाऱ्या जेआरडींकडे बघतच राहिला.

जेन्सन नावाचा एअर इंडियाचा जर्मनीतील अधिकारीही अशी एक हृद्य आठवण सांगतो. १९५० मध्ये जेआरडी ड्यूसेलडॉर्फला विमानतळावर उतरले तेव्हा जेन्सन त्यांना न्यायला आले. जेआरडींनी त्यांना हॉटेलऐवजी घरी न्यायची सूचना केली. एअर इंडियाचे कर्मचारी परदेशात आपल्या घरी कोणत्या पद्धतीने राहतात हे त्यांना प्रत्यक्ष पाहायचे असावे. घरी गेल्यावर रीतीप्रमाणे मिसेस जेन्सनने त्यांना चहा दिला आणि त्यांची चार अन् सहा वर्षांची मुले बालसुलभ वृत्तीने घरी आलेल्या पाहुण्यांना चिकटली. जेआरडींनी लगेच समोरचे मिकी माऊसचे कॉमिकबुक उघडले आणि त्या दोघांशी गप्पा मारता मारता श्री. जेन्सनना ते कामाबद्दल प्रश्न विचारू लागले. आपल्याला ऑफिसची हवी ती माहिती त्यानी काढून घेतली.

जेआरडींचे डोळे, कान, लक्ष, पुस्तक आणि मुलांकडेच होते; पण त्यांच्याबरोबर त्यांच्या वयाचे होऊन पुस्तक बघताना आपले कामही करायचे विलक्षण कौशल्य बघून तो अधिकारी मात्र आश्चर्यचकित होऊन गेला. विमानतळावरून परत जाण्यापूर्वी जेआरडींनी आठवणीने मिसेस जेन्सनसाठी फुले पाठवून दिली आणि त्या कुटुंबाची मने कायमची त्यांच्या आठवणीत बांधली गेली.

थेली टाटांनी जेआरडीना सर्वतोपरीने साथ दिली. त्यांचे बाहेरचे स्थान मोठे होत गेले तसे थेलीवरची 'लेडी टाटा' म्हणून जबाबदारीही वाढत गेली. मोठमोठे राजकारणी, उद्योगपती, इतर क्षेत्रांतील बडी मंडळी यांचा राबता वाढला तसे त्या सर्वांना एक सुंदर घर त्यांनी हसतमुखाने पुरवले. पुढे अल्टामाउंट रोडवरील प्रशस्त बंगल्यात ते राहू लागले तसे 'परफेक्शन' च्या सीमा आणखी विस्तृत झाल्या. इतक्या मोठ्या उद्योगसमूहाचा प्रमुख असून तुलनेने त्यांची राहणी साधी होती; सौंदर्यपूर्ण, अभिरुचिसंपन्न असली तरी भपकेबाजपणा, दिखाऊपणापासून ते जोडपे नेहमीच चार हात दूर राहिले. जेआरडी त्यांची स्टडीच बेडरूम म्हणून वापरत. इतकी छोटी खोली तुम्हाला कशी पुरते, या प्रश्नावर डोळे मिचकावत ते म्हणत, "म्हणजे प्रत्येक गोष्ट चटकन दिसते आणि सापडते." खोलीच्या अर्ध्या भागात त्यांचा वैयक्तिक जिम होता. पहिली अनेक वर्षे त्यांची शरीरसंपदा यष्टी म्हणावी इतकी बारीक होती. मग मात्र व्यायाम करून त्यानी शरीर कमावले. अगदी ऐंशी उलटेपर्यंत ते आपल्याहून पंचवीस-तीस वर्षांनी लहान असणाऱ्या तरुणापेक्षा अधिक ताकदीने नियमित व्यायाम करत.

त्यांच्या स्टडीत उत्तमोत्तम पुस्तकांनी भरलेली कपाटे होती. त्यामधील एकसारख्या कापडी बांधणीचे 'एनसायक्लोपिडियाचे' (ज्ञानकोश) खंड प्रथम लक्ष वेधून घेत असत. ओ हेन्री या कथाकाराचे संग्रह आणि श्री. जमशेदजी टाटांचे चरित्र ही दोन पुस्तके सतत चाळली जात असल्याने बहुतांशवेळा बाहेरच असत. त्याबद्दल पृच्छा केल्यास ते उत्तर देत "ओ हेन्री माझा आवडता कथाकार आहे.' उद्योगव्यवसायाचा ताण त्याच्या कथांनी नाहीसा होतो आणि मला कधीही कोणती समस्या उभी राहिली, निर्णय घ्यायची वेळ आली की मी हे चरित्र वाचतो आणि मी काय करावे याचे मार्गदर्शन मला जमशेदजींच्या विचारात सापडते." यासोबत त्यांना रहस्यकथा अन् साहसकथाही हलक्याफुलक्या वेळी वाचायला आवडत. इतर वेळी विमानविषयक, तांत्रिक पुस्तके, रेसिंग, गाड्या, विमानवाहतूक यांवरची मासिके असे विविध विषयांवरचे त्यांचे वाचन होते. १९८० च्या सुमारास थेलीला हार्ट ॲटॅक आला आणि १९८२ मध्ये ती पडली आणि त्यानंतर तिला सतत व्हिलचेअरवर राहवे लागले. ती आजारी पडल्यानंतर जेआरडी नेहमी लवकर घरी येत. तिला वाचून दाखवत. दोघे मिळून टीव्ही पाहात आणि रोज रात्री एकत्र जेवण घेत. थेलीने

समाजकार्यासाठीही आपला भरपूर वेळ दिला. 'आनंद केंद्र' या अनाथ मुलांच्या आश्रमाच्या उभारणीत व्यक्तिगत लक्ष अन् पैसा पुरवण्यात थेलीने महत्त्वाचा वाटा उचलला. तिथे ती नेहमी जायची अन् प्रत्येक मुलाला नावाने ओळखायची, असे तिच्या मैत्रिणी सांगतात. ती मुले मोठी झाली, की कुठेकुठे शब्द खर्चून ती त्यांना नोकऱ्याही लावून देई. तिच्या आजारपणानंतर जेआरडींनी आपला सुटीचा जीवनक्रमही बदलला. कित्येक वर्षे शनिवारी, रविवारी गोल्फ खेळणे ही त्यांची आवडीची सवय होती. पण थेलीच्या आजारपणात तिच्यासोबत वेळ घालवायला हवा म्हणून त्यांनी गोल्फ खेळणे बंद केले. त्यांचे 'कीनोट' हे भाषणांचे संग्रहित पुस्तक २९ जुलै १९८६ ला दिल्लीत प्रकाशित झाले. त्या दिवशी सकाळीच ते युरोपहून दिल्लीला आले होते. सहा वाजता सुरू झालेला समारंभ सातला संपला तर तिथून ते सरळ विमानतळावर गेले आणि मुंबईची शेवटची फ्लाईट पकडून रात्री थेलीसोबत आपला वाढदिवस साजरा करायला हजर झाले.

त्यांच्या एका जवळच्या मित्राने म्हटले, की ''आता या वयात ऑफिसात राहून इतका वेळ काम कशाला करायला हवे?'' यावर हसत ते उत्तरले ''घरी जाऊन तरी मी काय करणार.'' एका अर्थाने सर्व असूनही घराची ओढ वाटावी असे बंध निर्माण झाले नाहीत. थेलीच्या आजारी असण्याने घरी येणेजाणे, पार्ट्या, सणसमारंभ सर्वच थांबले होते.

सिल्या ही जेआरडींची मोठी बहीण त्यांच्याप्रमाणेच साहसी होती. आईच्या बरोबरीने त्यांच्यावर सिल्याचा प्रभाव बराच काळ होता. ती उत्तम टेनिस खेळत असे. अनेक मॅचेस जिंकून तिने आपला खेळ चॅम्पियनशिप मिळेपर्यंत उंचावला होता. ती विमान चालवायचा परवाना मिळवणारी पहिली भारतीय स्त्री आहे, याचा जेआरडींना अभिमान होता. श्री. फली पेटिट या तरुणाशी तिने लग्न केले. त्यांचा मुलगा नुसली पेटिट हाही चांगला वैमानिक होता. या पेटिट कुटुंबाचे दक्षिण फ्रान्समध्ये घर होते आणि मुंबईतही अगदी श्रीमंत राहणीने ते राहात असत. सिल्या अतिशय प्रेमळ अन् कर्तव्यदक्ष गृहिणी होती. ती राहायची त्या भागातील दुकानदार, छोटे व्यावसायिक यांच्याशी ती अगदी प्रेमाने वागत असे. जेआरडींप्रमाणे तिलाही आपल्या मोठेपणाचा वा श्रीमंतीचा बडेजाव मिरवावा असे कधी वाटले नाही. दुसऱ्या महायुद्धात तिने स्वयंसेवी स्त्री-संघटनेत कार्यकर्ती म्हणून काम केले. त्यावेळी तिने मदत केलेले अनेक नौदलाचे व इतर सैनिक तिला कृतज्ञतेने भरलेली पत्रे पाठवत असत. अनेक गावांत हे सैनिक विखुरले जात. युद्धानंतर शांतिकाळात ती जेव्हा जेव्हा फिरण्यासाठी वा कामासाठी वेगवेगळ्या देशांत जाई, तेव्हा आठवणीने हे सैनिक तिला भेटायला येत. जेआरडींप्रमाणे तिलाही उत्तम गोष्टींची आवड होती. तिच्यात आणि जेआरडींच्या रूपात विलक्षण साम्य होते. चटकन राग

येणे आणि तत्काळ शांत झाल्यावर मनात काहीही किंतू न ठेवात पुनश्च मैत्रीपूर्ण व्यवहार ठेवणे हाही गुण दोघांचा स्वभावविशेष होता.

१९६२ मध्ये तिला कॅन्सर झाला. त्यावेळच्या अत्यंत वेदनादायी उपचारांना ती धीराने सामोरी गेली. तिची प्रकृती त्यानंतर खालावतच गेली. पण जीवनाबद्दल तिचा दृष्टिकोन शेवटपर्यंत तसाच आशावादी होता. दोन-तीन लहानमोठ्या शस्त्रक्रियाही पार पडल्या. तिच्या शेवटच्या दिवसांत जेआरडी तिच्यासोबत फ्रान्समध्ये, आपली सगळी कामे बाजूला ठेवून राहिले. तिच्या मृत्यूनंतरच्या क्रियाकर्मांना इतक्या संख्येने आणि वेगवेगळ्या स्तरांतील लोक आले, की तिने किती प्रेमाने माणसे जमवली होती याची खूण पटली. बहिणीवर प्रेम असले तरी जेआरडींनी त्यात गल्लत केली नाही. तिच्या मुलाने, नुस्लीने जेव्हा एअर इंडियात काम करायची इच्छा व्यक्त केली, तेव्हा त्यालाही इतर उमेदवारांप्रमाणे सर्व चाचण्या उत्तीर्ण करून मगच घेण्यात आले. त्याची मुलाखत घेताना इतरांना प्रश्न विचारायला लावून अन् आपण गप्प बसून त्याची पात्रता पाहूनच त्याला घेण्यात आले.

जेआरडींचा पाठचा भाऊ दाराब याला शिक्षणाची वा साहसी खेळांची वरील दोन भावंडांसारखी आवड नव्हती. पण त्याचे मित्रमंडळ भरपूर मोठे होते. त्यांनाही मुले झाली नाहीत. बरीच वर्षे ताजमहाल हॉटेलचा चेअरमन म्हणून त्यांनी कार्यभार सांभाळला. त्यांना मुले खूप आवडत असत. ख्रिसमसच्या दिवशी एखाद्या अनाथाश्रमातून मुलांना घेऊन सिनेमा दाखवणे आणि नंतर ताजमहाल हॉटेलात भरपूर खायला घालणे, त्यांच्याबरोबर आनंदात पार्टी साजरी करणे असे उपक्रम ते बरीच वर्षे करत असत. कलांची, निसर्गाची त्यांना उपजत आवड होती. गाडीतून मित्रमंडळी जमवून सहली काढणे त्यांना आवडत असे; पण उद्योगधंदे कार्यक्षमतेने चालवणे त्यांना जमले नाही. स्वभावाने भिडस्त, भावनाशील अशी त्यांची वृत्ती होती. वयाच्या पन्नाशीनंतर लगेच त्यांना नर्व्हस डिसऑर्डरचा त्रास सुरू झाला. त्यानंतर ते आणखी खचत गेले. दोन भावांत जमीन-अस्मानाचा फरक होता. त्यांचे फारसे पटतही नसे. कंपनीचे चेअरमन म्हणून जसजसे जेआरडी यशाच्या पायऱ्या चढत गेले, तसे भावांमधले अंतर वाढत गेले. धाकटी बहीण रोडाबेह ही दोन भावांमधला दुवा होती. आपल्या भावाभोवतीचे वलय त्यांना अस्वस्थ करत राहिले. पण पुढे दाराब टाटा आजारी पडले तेव्हा मात्र हे अंतर परत कमी झाले. त्यांच्यावर उत्तमोत्तम उपचार करण्यात जेआरडींनी वैयक्तिक लक्ष घातले. वयाच्या पंचाहत्तराव्या वर्षी ते वारले. शेवटी शेवटी उपचारांचा कंटाळा आला की जेआरडी रोडाबेहला मध्ये घालून, त्यांचे मन वळवून उपचारांना राजी करत असत. आपल्या मोठ्या भावाच्या छायेत दाराबना कोमेजल्यासारखे वाटत असे. ते सुद्धा टाटासन्सचे संचालक होते; पण सर्व महत्त्वाच्या जबाबदाऱ्या भाऊ सांभाळत असल्याने त्यांना एक प्रकारचा न्यूनगंड

वाटत राहिला. सख्खे भाऊ असूनही अन् स्वतंत्रपणे दोघेही माणसे आवडणारे असून एकमेकांशी मात्र त्यांचे कधी पटले नाही.

जेआरडींची धाकटी बहीण रोडाबेह उत्तम कलाकार होती. तिला वास्तुशास्त्रात चांगली गती होती. ताजमहाल हॉटेलची बरीचशी अंतर्गत सजावट तिच्या कल्पनेतून साकारलेली आहे. कर्नल लेस्ली साहनीशी तिचा विवाह झाला आणि तेही टाटासन्समध्ये काम करू लागले. जेआरडींनंतर ते कंपनीचे चेअरमन होतील असे सर्वांना वाटत होते. खुद्द जेआरडींनाही ही जबाबदारीने ते पेलू शकतील असे वाटत होते. पण एकाएकी हार्ट ॲटॅक येऊन ते गोल्फकोर्सवर कोसळले अन् त्यांचा मृत्यू झाला. याही जोडप्याला मुले झाली नाहीत. कर्नलच्या मृत्यूनंतर जेआरडी रोडाबेहला नियमित भेटत असत. आठवड्यातून एकदातरी तिच्या सोबत जेवायला जात. तिला बरे नसले तर कामात कितीही उशीर झाला तरी तिला भेटून मगच घरी जात.

त्यांचा धाकटा भाऊ जिमी ऊर्फ जमशेद हा अत्यंत हुशार, चलाख आणि जेआरडींसारखा धाडसी होता. जेआरडींचा हा भाऊ अर्थातच लाडका होता. त्याने खूप शिकावे आणि आपल्या बरोबरीने व्यवहार बघावेत अशी त्यांची मनीषा होती आणि तो सर्व भावंडांत सर्वांत हुशार, कर्तृत्ववानही होता. त्यालाही विमान उडवण्याची आवड निर्माण झाली होती. आणखी काही काळाने एअर इंडियाची जबाबदारी त्याच्यावर सोपवायची. ती तो उत्तमपणे पार पाडेल असा विश्वास जेआरडींनी अनेकांजवळ व्यक्त केला होता; पण अगदी तरुणवयात विमान अपघातात त्याचा मृत्यू झाला. तो आपल्या मित्रमंडळीत खूप लोकप्रिय होता. हॅन्स नावाच्या एका मित्राबरोबर छोट्या विमानाच्या कसरती करायच्या प्रयत्नात त्याचा १९३६ मध्ये अवघ्या एकविसाव्या वर्षी मृत्यू झाला. ही बातमी वर्तमानपत्रातून वाचून रोडाबेहला धक्काच बसला. तिने ऑस्ट्रियाहून त्याचे शव पॅरिसला आणले तेव्हा सुटी असून जिमीची मित्रमंडळी मोठ्या संख्येने त्याला निरोप देण्यासाठी जमली. ते सर्वजण जिमीचे गुणगान गात होते अन् बहिणीचे डोळे परत परत भरून येत होते. तो शाळेतील उत्कृष्ट विद्यार्थी गणला जात होता.

आपल्या सर्व भावंडांत जिमी जेआरडींचा खास लाडका होता. आईवडिलांच्या मृत्यूनंतर आपल्यावर त्याची जबाबदारी आहे असे त्यांना वाटत होते. त्याचा अकाली मृत्यू हा जेआरडींना बसलेला सर्वांत मोठा धक्का होता. आईवडिलांच्या शेजारी कोवळ्या जिमीचे दफन करण्यात आले.

पत्नी गेल्यानंतर रोडाबेह सोडली तर रक्ताचे-नात्याचे कुणी उरले नाही म्हणून जेआरडी व्यस्त असले तरी एकाकी होते. शेवटची अनेक वर्षे डॉ. गुल कॉन्ट्रॅक्टर ही त्यांची घरचीच झालेली डॉक्टर स्त्री, थेलीची, रोडाबेहची आणि जेआरडींची व्यक्तिगत काळजी घेत असे. थेलीच्या मृत्यूनंतर तर त्यांना गुलचा खूप आधार

वाटत असे. वयाच्या एकसष्टाव्या वर्षी ११ ऑगस्ट १९९३ ला तिचा मोटार अपघातात मृत्यू झाला. हा धक्का पचवणे त्यांना फार कठीण गेले. बातमी ऐकली तेव्हा चटकन ते उद्‌गारले "तिच्याऐवजी मीच जायला हवे होते."

जेआरडी तसे धार्मिक कर्मकांडांवर अजिबात विश्वास ठेवत नसत; पण गुलच्या जाण्यानंतर त्यांनी तिच्या आत्म्याला शांती मिळावी म्हणून प्रार्थनाही केली. "तिने इतक्या जणांची सेवा केली तरी ती लवकर गेली, मी कुणासाठी काही केले नाही. आता मला ती स्वर्गात भेटेल तेव्हा मी तिला जाब विचारणार आहे." या जेआरडींच्या उद्‌गारावरून तिचे जाणे त्यांना किती वेदना देणारे होते हे समजून येते. त्यानंतर मनाने ते खचतच गेले. शेवटच्या आजारपणात त्यांचे हे खचलेपण सोबतच्यांना प्रकर्षाने जाणवत गेले. त्यानी आयुष्यभर आपल्या वागणुकीने अनेक माणसे जोडलेली होती, पण गुलच्या जाण्याने त्याची जगण्याची इच्छाच जणू मरून गेली. डॉक्टरांनी त्याना विचारले, की "तुमच्या प्रकृतीच्या नेमक्या तक्रारी काय आहेत?" तर त्यांचे उत्तर होते "वय. मी आता एकोणनव्वद वर्षांचा आहे हीच प्रकृतीची तक्रार आहे."

जिनेव्हाच्या हॉस्पिटलात ते दाखल झाले तेव्हा तिथल्या स्टाफला हे इतके प्रसिद्ध गृहस्थ आहेत याची कल्पनाही आली नाही. शेवटपर्यंत ते वरवर आनंदी आणि हसरे होते; पण मनाने आता 'त्या' निरोपाची तयारी केली होती. कुणी विचारले? "कसे वाटते आहे?" तर ते उत्तर देत "यापेक्षा वाईट अवस्था येणे, शक्य आहेच ना?"

शेवटचे दोन दिवस त्यानी अन्न घ्यायला नकार दिला, तेव्हा डॉक्टरांनी सांगितले, "आता तुम्ही खायला हवे," त्यांचे उत्तर आले "मी एकोणनव्वद वर्षांचा आहे. या वयात मी खावे असे तुम्हाला कशाला वाटते आहे, मला वाटते की मी फक्त डोळे मिटावेत आणि शांतपणे निघून जावे."

आपले शब्द पाळल्याप्रमाणे २९ नोव्हेंबर १९९३ ला त्यांनी शांतपणे मृत्यू स्वीकारला.

स्वर्गाच्या दाराशी त्यांचे स्वागत करताना देवदूताने म्हटले असेल,

'जीवनाची शर्यत उत्तम धावून जिंकली
आपली कर्तव्ये उत्कटतेने पार पाडली
आत्म्याची शांती माणुसकीने कमावली
मानसन्मानांना धावत यावेच लागले
हे पवित्र आत्म्या - सुस्वागतम्!'

❑

कल्पना चावलाची आणि आपल्या उच्च ध्येयाकडे झेप घेण्यासाठी तिने केलेल्या संघर्षाची मार्गदर्शक कहाणी

स्वप्नाकडून सत्याकडे...
(कल्पना चावलाची कहाणी)

माधुरी शानभाग

तिच्यापुढे कुणी आदर्श नव्हता.
इंदिरेची इर्षा, जे. आर्. डीं.ची जिद्द, किरण बेदीचा कर्मवाद
एक एक प्रकाशकण वेचून तिनेच त्याचा ध्रुवतारा बनवला.
आणि त्याकडे पाहत ती पावले टाकत राहिली.
एक नवी वाट निर्माण केली, मागच्यांसाठी आदर्श ठेवला.
उल्केप्रमाणे ती क्षणार्धात अंतर्धान पावली...
राख शरीराची होते.
विचारांची, आदर्शांची राख करणारा
अग्नि अजून जन्मला नाही.
तिने असंख्यांच्या मनात प्रकाशाचे कण पेरले.
ते रुजतील, फुलतील आणि त्या तारकापुंजातून तिचेच तेज फाकेल.
तिने प्रत्यक्षात आणलेला संदेश अमर आहे.
स्वप्नाकडून सत्याकडे जाणारी वाट खरोखरच अस्तित्वात आहे.

दुसऱ्या महायुद्धात प्रत्यक्ष अणुबॉम्ब बनवण्यात सहभागी असणाऱ्या,
फिजिक्सचे नोबेल पारितोषिक विजेत्या शास्त्रज्ञाची कहाणी

रिचर्ड
फाईनमन

एक हरहुन्नरी व्यक्तिमत्त्व

सुधा रिसबुड

प्रसिद्धीचे वलय सदैव ज्या शास्त्रज्ञांभोवती राहिले, त्यातील पहिला
शास्त्रज्ञ होता आईनस्टाईन, तर दुसरे नाव होते रिचर्ड फाईनमन!
आईनस्टाईननंतर फिजिक्स ज्या टप्प्यावर काही काळ थांबलं होतं,
त्या टप्प्यावरून फिजिक्सला पुढे नेण्यामध्ये रिचर्ड फाईनमन यांचा
सिंहाचा वाटा होता. ते द्रष्टे शास्त्रज्ञ होते. नॅनो टेक्नॉलॉजीच्या
तंत्राची चाहूल त्यांनी अनेक वर्षे आधीच युवा शास्त्रज्ञांना दिली
होती.

अणुबॉम्बच्या चाचणीचा स्फोट गॉगल न घालता, केवळ उघड्या
डोळ्यांनी पाहणाऱ्या या शास्त्रज्ञाने आपले संपूर्ण जीवन, असे
उघड्या डोळ्यांनीच व्यतीत केले. प्रतिष्ठा, पदव्या आणि मानसन्मान
निग्रहाने नाकारून सदैव भौतिकशास्त्राचेच सेवाव्रत अंगीकारले.

संशोधन आणि शिक्षण क्षेत्रातील आपला प्रामाणिकपणा सातत्याने
टिकवत असतानाच, जीवनातील विविध अनुभवांना एका निखळ
मिश्कीलतेने फाईनमन सामोरे गेले. 'विज्ञान क्षेत्रात चिकित्सक वृत्ती
जागृत ठेवणारे शिक्षण, हेच खरे शिक्षण' असे मानून त्याचा
पाठपुरावा विद्यार्थ्यांना करायला लावणारा हा शास्त्रज्ञ म्हणजे बुद्धिमत्ता,
सचोटी आणि विज्ञाननिष्ठेचे अजब रसायन होता.